ரோவல் தெரு மனிதர்கள்

சிறுகதைகள்

ரோவல் தெரு மனிதர்கள்

சிறுகதைகள்

உமா கதிர்

எழுத்து பிரசுரம்

Title : Rowell Theru Manithargal

Author's Name : Uma Kathir

Published by Ezutthu Prachuram

Ezutthu Prachuram
(An imprint of Zero Degree Publishing)
No.55(7), RBlock,
6th Avenue, Anna Nagar
Chennai - 600040

Website: www.zerodegreepublishing.com
E Mail id: zerodegreepublishing@gmail.com
Phone : 98400 65000

Ezutthu Prachuram First Edition: February 2021

ISBN: 978-93-90884-44-5

TITLE NO EP : 202

Cover Design : Durai Ezhilan
Layout : Creative Studio
Printed at Manipal Technologies, India.

சமர்ப்பணம்

அம்மாவுக்கும்
அண்ணனுக்கும்

சில வார்த்தைகள்

இத்தொகுப்புக்கான கதைகள் முன்னமே சேர்ந்துவிட்டன என்றாலும் ஏதோ ஒரு தயக்கம் இருந்ததால் இயன்றவரை தள்ளிக்கொண்டே வந்தேன். இடையில் எதாவது ஒரு நல்ல கதையை எழுதிவிடலாம் பிறகு புத்தகமாக கொண்டுவரலாம் என்ற காரணத்தை நண்பர்களுக்கு சொல்லிக்கொண்டிருந்தேன். அவர்கள்தான் தொகுப்பு கொண்டு வரணும் என பிடிவாதமாக இருந்தவர்கள். இந்த பத்து கதைகளில் நான் முதலில் எழுதியது 'மார்க்கும் ரேச்சலும்' என்ற கதையைத்தான். அக்கதையில் வரும் மார்க் நிஜத்தில் என் நண்பர். அவர் மறைந்த செய்தி மிகத்தாமதமாக என்னை வந்தடைந்தது. அதைக் கேள்விப்பட்ட நொடி முதல் மிகுந்த மன உளைச்சலுக்கு ஆளானேன். இத்தீவின் ஏதோ ஒரு மூலையில் அவர் இருக்கிறார் என்றே நினைத்திருந்தேன். அத்துயரிலிருந்து மீண்டு வருவதெப்படி என்றே தெரியவில்லை. தூக்கமே வராமல் இருந்த நள்ளிரவொன்றில் சில குறிப்புகளாக அவருடனான நினைவுகளை எழுதத்தொடங்கினேன் அது தானாகவே தன்னை எழுதிக்கொண்டு சிறுகதையானது. எழுதி முடித்தபின்னர்தான் மனது சமாதானமனடைந்தது. துயரத்தை எழுதிக்கடக்க முடியும் என்று நான் உணர்ந்த தருணம் அது. சில குறிப்புகள் கதையாக மாறி என் முன்னே நின்ற போது என் எதிரில் மார்க் நிற்பது போலவே உணர்ந்தேன். மானசீகமாக என் மனதிலிருந்த அவருக்கு எழுத்து வழியாக விடைகொடுத்தேன். நண்பர், எழுத்தாளர் ஷானவாஸ் அவர்களிடம் கதையைக் கொடுத்தபோது சிராங்கூன் டைம்ஸ் இதழில் பிரசுரிக்கலாம் என்றார். கதை பிரசுரமாகி வந்த பின்னர் வாசித்த பலரும் மனம் திறந்து பாராட்டினார்கள். பெரிதும் மதிக்கும்

சாருநிவேதிதா அவர்கள் இக்கதையை வெகுவாக புகழ்ந்தார். நான் எதிர்பாராத வகையில் நிறைய பாராட்டுகள் வந்தபோது நமக்கும் எழுத வரும் போல என நினைத்துக்கொண்டு எழுதத் துவங்கினேன். மற்ற கதைகளும் சேர்ந்தன. நான்காண்டு காலத்தில் எழுதிய கதைகள் இன்னமும் இருந்தாலும் சில கதைகளை மட்டுமே பிரசுரிக்க தகுதியானவை என மற்ற கதைகளை ஒதுக்கிவிட்டேன். இவை அனைத்துமே சிங்கப்பூர், மலேசியா நாடுகளில் இருந்து வெளிவரும் சிராங்கூன் டைம்ஸ், வல்லினம், அரூ போன்ற அச்சு/ மின்னிதழ் ஆகியவற்றில் வெளியானது. நண்பர் நீதிப்பாண்டியின் முயற்சியினால் இப்போது புத்தகமாக வருகிறது.

இக்கதைகளில் வரும் மனிதர்கள் அனைவருமே நான் குடியிருக்கும் தெருவில் தினமும் கடந்துசெல்லும் மனிதர்கள்தான். அம்மனிதர்களிடம் சிறிது புனைவைக் கலந்து கதையாக மாற்றியிருக்கிறேன். நான் குடியிருப்பது சிங்கப்பூரில் லிட்டில் இந்தியா என்றழைக்கப்படும தேக்காவில் உள்ள ரோவல் தெரு. பலரும் வந்துபோகும் பரபரப்பான தெருவாக இருந்தாலும் கூட அத்தெருவில் நீண்டகாலம் இருப்பவர்களையும் புதிதாக வருபவர்களையும மிக நன்றாகவே அறிவேன். கிட்சனர் ரோடு தொடங்கி மேயோ ஸ்திரீட் வரையான தேக்காவின் நீள அகலங்களை தினசரி என் கால்கள் அளக்கும். டீக்கடை குணா அண்ணன், பண்டாரிகள், ப்ராத்தா மாஸ்டர்கள், ஒட்டுக்கடை வியாபாரிகள், பியர் கடை பாட்டி, 4 டி கடை வாசலில் நின்று எண்களை சிபாரிசு செய்யும் சீன முதியவர், மலிவு விலை ஹோட்டல்களை நிர்வகிக்கும் வரவேற்பாளர்கள், சென்னையிலிருந்து வரும் குருவிகள், வேலை தேடி வரும் இஞ்சினியரிங் படித்தவர்கள், இலங்கையிலிருந்து வரும் குருவிகள், மலேசியர்கள், இந்தோனேசியர்கள், வியட்நாமிகள், வீடில்லாதவர்கள், திருநங்கைகள், அட்டை/டின் பொறுக்குபவர்கள், பங்களாதேசிகள், பாகிஸ்தானிகள் இப்படி சொல்லிக்கொண்டே போகலாம். அவர்கள் வாழ்வின் ஒரு துளிதான் இக்கதைகள். இன்னும் கடல் அளவு எழுதாத வாழ்வு இருக்கிறது.

ரோவல் தெரு பிரிட்டிஷ் காலத்தில் சிவப்பு விளக்குப் பகுதியாக இருந்தது. இன்னமும் அதன் மிச்சங்கள் உள்ளன. அறிந்தவர்கள் பலர் ஏன் இந்தத் தெருவில் குடியிருக்கிறீர்கள்

என முகம் சுளித்துள்ளனர். இந்தத் தெருவைப் போல வாழ்வு வேறு எங்குமே எனக்குக் கிடைத்திருக்காது. என் மீதி வாழ்நாளை

இத்தெருவிலேயே கழிக்கச் சொன்னால் கூட இங்கேயே இருக்க சம்மதிப்பேன் என்ற அளவு நேசிக்கிறேன்.

இவை சிறந்த கதைகளா? மோசமான கதைகளா?, தட்டையாக இருக்கிறதா? குட்டையாக இருக்கிறதா? என்பதை உங்கள் யூகத்திற்கே விட்டுவிடுகிறேன். தோன்றியபோது எழுதியவை இவை. நண்பர் அய்யனார் விஸ்வநாத் இப்புத்தகம் ஸீரோ டிகிரியில் வெளிவர உதவினார். அவருக்கு என் நன்றிகள். விமர்சகர் சிவானந்தம் நீலகண்டன், சுஜா, அழகுநிலா, எம்.கே குமார், ஷானவாஸ், நீதிப்பாண்டி, வல்லினம் நவீன், ராம்சந்தர், கண்மணி குணசேகரன், யூமா வாசுகி, யவனிகா ஸ்ரீராம் போன்றவர்கள் இக்கதைகளை வாசித்து ஊக்கமளித்தனர். தவறுகளை சுட்டிக்காட்டினர். நிறை குறைகளை எடுத்துச்சொன்னவர்கள். பிழைகள் பார்த்துத் தந்த இளங்கோ. இவரைக் குறிப்பிட்டுச் சொல்லவேண்டும். யூமா வாசுகி மூலமாக இவர் அறிமுகம் கிடைத்தது. மின்னஞ்சலில் கதைகளை அனுப்பி, பிரதி எடுத்துவிட்டு பிழை பார்த்து முடித்து நேரில் வீட்டுக்கே வந்து கொடுத்துவிட்டுச்சென்றார். இத்தொகுப்பில் உள்ள ‘களப எயிறு’ என்ற கதை அவருக்கு மிகவும் பிடித்திருந்ததாகவும் நேரில் வந்து பாராட்டி கொடுத்துவிட்டுப் போகவே வந்தேன். “இது படைப்புக்கு நான் செய்யும் மரியாதை” என்றார். எவரிடமிருந்தாவது வரும் இவ்வகை பாராட்டுகள் மிகுந்த உற்சாகத்தை அளிக்கிறது. இதே கதையை தேவதேவன் படித்துவிட்டு பாராட்டினார்.

இப்புத்தகத்திற்கு ஓவியங்கள் வரைந்து தந்த துரை எழிலன் அண்ணனுக்கு நன்றிகள். சிறுவயதிலிருந்தே அவரை அறிவேன். அபாரமான ஓவியத்திறமை கொண்டவர். எங்கள் ஊர்க்காரர். இக்கதைகள் புத்தகமாகும்போது இவர்தான் ஓவியம் வரைய வேண்டும் என்ற மனதில் குறித்து வைத்திருந்தேன். அதன்படியே அவரும் வரைந்துகொடுத்தார். இந்நூலை சிறப்பாக அச்சிட்டிருக்கும் எழுத்து பிரசுரத்திற்கும் காயத்ரி அவர்களுக்கும் மனமார்ந்த நன்றிகள்.

மனைவிக்கும் பிள்ளைகளுக்கும் பிரத்யேக நன்றிகள்.

உமா கதிர்
சென்னை
17.02.2021

முன்னுரை

மனிதம் நிரம்பி வழியும் தெரு

உமாகதிரை கூட்டிக் கொண்டுபோய் முற்றிலும் அந்நியமான ஒரு பிரதேசத்தில் தொலைத்துவிட்டு வந்தோமென்றாலும் அவன் அடுத்த அரைமணி நேரத்தில் அங்கிருக்கும் மனிதர்களோடு ஒரு ஜென்மாந்திர நட்பை உருவாக்கிக் கொண்டிருப்பான். நடைபாதைவாசிகள், பெருநகரங்களின் மக்கள் நெருக்கடி மிகுந்த சாலைகளில் கடை வைத்திருக்கும் சிறு வியாபாரிகள், எடுபிடி வேலைகளைச் செய்வோர், அங்கீகரிக்கப்படாத வேலைகளை செய்யும் இடைத்தரகர்கள், பாலியல் தொழிலாளர்கள், கூலித் தொழிலாளர்கள் என தினசரியின் பற்சக்கரத்தில் கரும்பாய் நசுங்கும் மனிதர்களை உற்றுக் கவனித்து அவர்களோடு நட்பும் அன்புமாக பழகும் தனித்துவமான குணம் கொண்டவன். பதினான்கு வருடங்களுக்கு முன்பு எனக்கு அறிமுகமானதிலிருந்து இன்று வரை இப்படித்தான் இருக்கிறான்.

கதிரின் அனைத்துக் கதைகளிலும் இதே மனிதர்கள்தாம் சிதறிக் கிடக்கிறார்கள். பற்சக்கரத்தில் சிக்குறும் மனிதர்களின் வலியைச் சன்னமாக சொல்லிவிட்டு அதன் பயனான இனிப்பு மிகுந்த சாறை இவன் கதைகளில் அதிகம் ஊற்றி வைக்கிறான். ஒவ்வொரு கதையும் அவ்வளவுத் தித்திப்பாக இருக்கின்றது. இந்தத் தொகுப்பில் இருக்கும் கதைகளை வாசிக்கும்போது அநிச்சையாய் ஒரு மென் புன்னகை உதட்டில் வந்து அமர்ந்து கொள்கிறது. சிறிய கேலியும், துள்ளலான கிண்டலுமாய் வாழ்வின் முகத்தில் அறையும் கடினமானத்

தருணங்களை இவனின் கதாபாத்திரங்கள் இலகுவாகக் கடந்து போகிறார்கள். ப்ளூ டூத் ஜோஹனும், மார்க்கும், அலியும் இந்தச் சித்திரத்தின் பிரதிநிதிகள்.

இந்தத் தொகுப்பிலிருக்கும் பிணை சிறுகதையின் உலகளாவியத் தன்மை அபாரமானது. உலகத்தின் எந்தப் பகுதிக்கும் இந்தக் கதையைப் பொருத்திப் பார்க்கலாம். துருக்கி இயக்குநர் நூரி பில்கே சிலானின் *Three Monkeys* படத்தோடு இந்தக் கதையை இணை வைத்துப் பேசமுடியும். இரண்டுமே ஒரே சிக்கலை இரண்டு தன்மைகளோடு பேசும் கதைகள். ரொட்டி கோசம் கதையையும் இதேத் தராசில் வைக்க முடியும்.

துபாய், சிங்கப்பூர் என இரண்டு தேசங்களிலும் கதிர் வாழ்ந்திருப்பதால் அங்கு வாழும் அடித்தட்டு மக்களின், குறிப்பாகத் தமிழர்களின் வாழ்வியல் சிக்கல்களை சரியாக அறிந்து வைத்திருப்பவன். பல தனித்துவமான சிக்கல்களை எதிர்கொண்டுமிருக்கிறான். எழுத்தில் சிறிது முனைப்பு காட்டியிருந்தாலும் தமிழுக்கு மிக நல்ல கதைகள் எப்போதோ கிடைத்திருக்கும். அனுபவங்களைக் கதைகளாக மாற்றும் நுட்பமும், மொழியும் கதிரிடம் உண்டு. இந்தத் தொகுப்பு நிச்சயம் பரவலான வாசக கவனத்தைப் பெறும் என்கிற நம்பிக்கை இருக்கிறது. இதற்குப்பிறகு இன்னும் அதிகக் கதைகள் கதிரிடமிருந்து வரட்டும்.

மிக்க அன்புடன்
அய்யனார் விஸ்வநாத்
துபாய்
10 பிப்ரவரி 2021

உள்ளே

மார்க்கும் ரேச்சலும்

“இந்த 4டி நம்பருக்கு ஆறு வெள்ளி விழுந்திருக்கு; இத எடுத்துக்கிட்டு நாலு வெள்ளி தர முடியுமா?” என்று கேட்டபோதுதான் அறிமுகமானார் மார்க் க்றிஸ்னி.

நல்ல ஆங்கிலத்தில்தான் கேட்டார். அதில் சிறு கோபம் தெறித்து விழுந்து என்னைப் பயமுறுத்தியது. ‘எனக்குக் கொடுக்கவில்லை என்றால் நீ உயிர் வாழ்வது பயனற்ற செயல்’ என்று சொல்வதுபோல இருந்தது.

அவர் கண்களில் பழுப்பு நிற விரக்தியுடனான அகோரப் பசி தெரிந்தது. மேலதிகமாக எனக்கு எதுவுமே தேவையில்லை. நாலு

வெள்ளி பணம். மேற்கொண்டு பேச்சு எதையும் விரும்பவில்லை என்பதை உணர்ந்தேன். ஏற்கனவே பலரிடம் முயற்சித்திருக்கக் கூடும். நான் எத்தனையாவது ஆள் என்பதை யூகிக்க வேண்டிய அவகாசத்தை அவர் கொடுக்கத் தயாரில்லை.

4டி தாளைக் கொடுக்காவிட்டாலுமே கூட நான்கு வெள்ளிகளை அவருக்குக் கொடுத்திருப்பேன் என்றாலும் அவர் அதற்குச் சம்மதிக்க மாட்டார் எனத் தோன்றியது. எண்களை நான் நோட்டமிடவுமில்லை. இளநீல நிற வெள்ளித் தாள்கள் இரண்டை எடுத்து நீட்டினேன்.

என் கண்களை அவர் ஏறிட்டுப் பார்க்கவுமில்லை. வெடுக்கெனப் பிடுங்கிக் கொண்டு நம்பர் சீட்டைக் கையில் திணித்து நேராக மூலைக்கடை மலாய்க்கடைக்குள் நுழைந்து ஒரு சைவர் சொல்லி டேபிளில் அமர்ந்தார். இரண்டு சிந்தெடிக் தாள்களை ஸ்பூன் போர்க் நிரம்பிய ப்ளாஸ்டிக் கூடைக்குக் கீழே நன்கு தெரியுமாறு; காற்றில் பறக்காமல் இருக்க அதன் அடியில் வைத்துவிட்டுக் காத்திருக்கலானார். நொடிகளில் பொறுமை இழந்தவர், எங்கேயோ பார்த்தபடி டேபிளில் விரலால் தட்டத் தொடங்கினார். தட்டு வரும் திசையில்தான் அவர் கண்கள் நிலைகுத்தியிருந்தன.

4டி தாளை இரண்டாக மடித்து மணிபர்சுக்குள் வைத்துக் கொண்டேன்.

இந்த நேரத்தில் அவரிடம் எவனாவது நேரம் கேட்பது தற்கொலைக்குச் சமமான காரியம்.

பீங்கான் தட்டில் கொஞ்சம் சோறும் அருகருகே இரண்டு கூட்டுப் பொரியலும் குவளையில் குழம்பு ரசமும் வைத்தபடி போய்விட்டவனைப் பார்க்கவில்லை அவர்.

திடீரென தன் முன்னே பேரதிசயம் நிகழ்ந்து சோறு உண்டாகியதைப்போல பரவசத்துடன் எடுத்துச் சாப்பிட ஆரம்பித்தார். அப்போது அந்தத் தெருவில் அவர் மட்டுமே இருப்பதைப் போல உணர்ந்தார். சாலையில் நடமாடிக்கொண்டிருந்த மனிதர்கள் திடீரென காணாமல் போனார்கள். ஸ்பூனை ஒதுக்கிவிட்டு கையால் சோற்றைப் பிசைந்தார். முழுதாகப் பிசைந்து முடிக்கக்கூட இல்லை, எடுத்து வாயில் போட ஆரம்பித்தார். இதற்கு முன் எத்தனை வேளை சாப்பிடாமல் இருந்தாரோ... உள்ளே உணவு செல்லச் செல்ல மெல்ல அவரின் பசி அடங்கிக்கொண்டே வந்தது.

அவரின் கண்கள் குளிர்ந்து இயல்பு நிலைக்குத் திரும்பியிருந்தன. மறைந்து போன சில மனிதர்கள் மறுபடியும் தோன்றி நடமாடத் தொடங்கினார்கள். அவர் சாப்பிட்டு நிமிர்ந்தபோது சாலையில் சகஜ நிலை மீண்டது.

இழந்துகொண்டிருந்த நம்பிக்கைகள் மெல்ல அவரிடம் முளை விடத்தொடங்கின. நான் அவரையே பார்த்துக் கொண்டிருந்தேன்.

மார்க்கை பலகாலம் முன்பே தெரியும். ஆனால் அறிமுகமில்லை. அவரும் என்னை நன்றாகவே அறிந்திருப்பார். அவரின் பக்கத்து அறைதான் நான். கடந்த இரண்டு வருடமாகவே அவரை நன்றாக அறிந்திருப்பவன்.

எவரிடமும் பேசமாட்டார். தினசரி சவர முகம். மீசையை மழித்திருப்பார். மாதம் ஒருமுறை கேசத்திற்கு நிறம் அடிப்பார். அந்நாட்களில் அவரின் முகத்தில் பெருமிதம் நிறைந்திருக்கும். லேசான தொப்பை. சராசரி உயரம். நடையில் லேசாக சிவாஜி கணேசனை நினைவுபடுத்தும் தோள் சாய்ந்த வெற்றி நடை. இடது கைப் பழக்கமுள்ளவர்.

மூன்றாவது ஞாயிற்றுக்கிழமைகளில் தன் பிலிப்பினோ தோழியை யாருக்கும் தெரியாமல் அறைக்கு அழைத்து வருவது வழக்கம். அப்படி வருவதை ஒரு நாள் பார்த்திருக்கிறேன். ஆனால் இவ்விதம் ஒரு பெண், ஆண்கள் மட்டுமே தங்கியிருக்கும் அறைகளைத் தாண்டி வந்து போவது நிறைய பேருக்குத் தெரியவில்லை. குறிப்பாக வாடகைக்கு விட்டிருக்கும் வங்காளிக்கு அறவே தெரியாது. தெரிந்தாலும் அதைப்பற்றி பெரிதாக அலட்டிக்கொள்ள மாட்டான். அதிகாலையில் கட்டில் அதிர மரப்பலகைகளால் ஆன தரை மெல்ல சப்தமெழுப்பி என்னை விழிக்கச் செய்திடும். என்னோடு அறையைப் பகிர்ந்துகொண்ட நண்பர் சடாரென எழுந்து அட்டைச்சுவரின் மேல் காதைப் பொருத்தி எந்தக் கோணத்தில் சம்போகம் போய்க்கொண்டிருக்கும் என்று யூகித்துச் சொல்வார்.

தோழியை வெளியேற்றும் முன்பு சன்னமாக கதவைத் திறந்து இடவலம் பார்த்து 'எவருமில்லை'யென உறுதிப்படுத்திக்கொண்டுதான் வெளியேறுவார். சட்டென நீளும் அவர் தலை மழைநீரில் முங்கியெழும் தவிட்டுக்குருவியின் பதற்றத்தோடு இருக்கும். மெல்ல கதவைத் திறந்து தோழியின் கையை இறுகப் பற்றியபடி வெளியேறுவார்.

இப்படியெல்லாம் பயப்படவேண்டிய அவசியமில்லை. அவர் இந்த ஊரின் பிரஜை. போதாத காலம், இந்தக் கூண்டு அறைகளில் தங்கியிருக்கிறார்.

மார்க்கைப் பற்றி சகலமும் தெரிந்தாலும் இன்னும் அவரிடம் பேசிப் பழகவில்லை. அவர் யாரிடமும் ஒட்டுவதில்லை. ஆனால் இந்த 4டி சம்பவத்திற்குப் பிறகு பொது இடங்களில், அறை திரும்பும் நேரங்களில், கழிவறைக்குக் காத்திருக்கையில் என்பது போன்ற சந்தர்ப்பங்களில் பார்க்க நேர்ந்தால் சிறிதாகப் புன்னகைக்க ஆரம்பித்திருந்தார்.

ஒவ்வொரு நாளும் வேலை முடிந்து அறை திரும்புகையில் அவர் முகம் பார்ப்பதற்கு தீர்க்க முடியாத சூத்திரமொன்றைத் தீர்க்க முயற்சித்து தோல்வியுற்றுத் திரும்புபவனைப்போலதான் இருக்கும். கையில் சைனீஸ் கோப்பி கருமையான நிறத்தில் இருக்கும். அதைக் குடிப்பாரா இல்லையா எனத் தெரியாது. ஆனால் காலையில் வெளியேறும்போது குப்பைகளுடன் அதே கோப்பியைக் கொண்டுபோய் தோம்பில் போடுவதை சிலமுறை பார்த்திருக்கிறேன். தினமும் இருமுவார். சில முறை இருமல் அடங்க வெகுநேரம் ஆகும். எச்சில் கோழையாக துப்பிக்கொண்டிருப்பது கேட்கும். அதுபோன்ற சமயங்களில் சகிக்க முடியாமல் எழுந்து போய் விடுவேன்.

“என்னதான் பிரச்சினை இந்தாளுக்கு?”

ஆனால் கேட்டுக்கொள்வதில்லை.

இரவு அறைக்குத் திரும்பிக் கொண்டிருந்தேன்.

திடீரென தூணுக்குப் பின்புறமிருந்து மார்க் தோன்றினார். என் வருகைக்காகவே அந்த இடத்தில் காத்திருந்ததுபோலத் தோன்றியது

“ப்ரடர், ஓங்க ஹ்ண்ட்போன் கொஞ்சம் குடுங்களேன், மொலாளிக்கி ஒரு போன் அடிச்சிட்டுத் தரேன்” என்றார்.

தயக்கத்துடன் எடுத்துக் கொடுத்தேன். அவரும் போன் வைத்திருக்கிறார்தான். காசில்லாமல் இருந்திருக்கும்.

யாருக்கோ போன் அடித்தார். முகத்தில் எந்தச் சலனமுமில்லை. ரிங் போய்க்கொண்டே இருக்க... யாரும் எடுக்கவில்லை.

“பாஸ்டார்ட்” என்று சொல்லியபடி திரும்ப முயற்சித்தார்.

இந்த முறை எடுத்துவிட்டான். எனக்குத் தெரியாத சில ஆங்கில வசைகளை வேகமாகக் கொட்டிக்கொண்டே இருந்தார். அவ்வார்த்தைகளைக் கூர்ந்து உள்வாங்கிக் கொண்டேன். குறிப்பாக உச்சரிப்பு லயம்.

“இன்னும் 30 மினிட்ஸ்ல அக்கவுண்ட்ல பணம் வரலன்னா ஐ வில் சூ யூ. அண்ட் ஐ வில் நாட் வொர்க் ஃபார் யூ எனிமோர், யூ ஃபக்கிங் பாஸ்டார்ட்” என்று பேசிக்கொண்டிருந்தார்.

இன்னும் எனக்கு இந்தளவு கோர்வையாக ஆங்கிலத்தில் திட்ட வாய் கூடவில்லை. உற்றுக் கவனித்துக் கொண்டேன். பின்னால் உதவும்.

அவர் பொறுமை இழந்து ஹைபிட்சில் போய்க்கொண்டிருந்தார்.

எனக்குத் திகிலாகி விட்டது. இருப்பது ஒரு போன். கோபத்தில் தரையில் அடித்தால் சில்லு சில்லாகப் பறந்துவிடும். யாரிடம் முறையிடலாம் என்று கிலிபிடித்தபடி பார்த்துக்கொண்டிருந்தேன்.

மூன்று ‘சாரி’களை வரிசையாகச் சொல்லியபடி போனை எடுத்து தோளில் துடைத்து அழுக்கு, வியர்வை என ஒட்டியிருக்கிறதா என சரிபார்த்துவிட்டு என்னிடம் நீட்டினார்.

பவ்யமாக வாங்கி வைத்துக்கொண்டேன்.

“சம்பளம் தர மாட்றான்லா... ச்சீ பாய்.”

“என்ன சம்பளம்?”

“ஒரு வாரம் சம்பளம் ஹோல்ட் பண்ணி வச்சிருக்கான்லா... சாப்புட காசுல்ல சுன்னி லா பேசறான் அந்த ச்சீ பாய்” என்றார்.

எனக்கு ஒருவாறு புரிந்தது.

“என்ன வேலை” என்றேன்.

“மங்கு கழுவுற வேலை” என்று கையை நீட்டினார்.

நாள் முழுக்க கையை தண்ணீரில் ஊறப்போட்டிருந்தால் சொதசொதத்துப் போயிருக்குமே அதைப்போல இருந்தது. நக நுனிகளில் வெள்ளை நிறம் படர்ந்து நகங்கள் அரித்து மழுங்கியது போல இருந்தன. மங்குகளில் உள்ள எண்ணெய்ப் பிசுக்கு போக

கெமிக்கல் வேறு சேர்த்திருப்பார்கள். இன்னும் ஓரிரு மாதங்களில் நகம் இருந்த இடம் தெரியாமல் போய்விடக்கூடும்.

“என்னங்க மார்க், இப்டி இருக்கு கையி? க்ளவுஸ் போட்டுக்கலாம்ல?” என்றேன்.

“அதப்போட்டுதான்லா இப்டி இருக்கு. இல்லன்னா வெரல் காணாம போயிருக்கும்.”

“மங்கு கழுவத்தான் மெஷின் இருக்குமே?”

எரிச்சலோடு என்னைப் பார்த்தார். நான் பம்மிக்கொண்டேன்.

‘கிளம்பறேன்’ என்று சொல்ல நினைத்த நேரத்தில் “பீர் சாப்புடலாமா?” என்றார்.

‘போன் பண்றதுக்கே காசில்ல. பில்ல நம்ம தலையில கட்டிடுவாரோ’ என்று தயங்கினாலும் அப்படியொன்றும் அதிக செலவாகாது.

“போலாம்” என்றேன்.

“பள்ளத்துக்குப் போயிடலாம்” என்று ஜாலான் பசார் ஹாக்கர் செண்டரைக் கைகாட்டினார்.

ஆம், அது கொஞ்சம் பள்ளத்தில்தான் இருந்தது.

இருவரும் மெதுவாகப் பள்ளத்தை நோக்கி நடக்க ஆரம்பித்தோம்.

“என்ன வேலை” என்றார்

“ஃபுஜி கம்பெனில டெக்னிகல் சப்போர்ட்.”

“கம்ப்யூட்டர் வேலையா?”

“இல்ல. காப்பியர் மெஷின் இருக்குல்லயா? அங்க ப்ராப்ளம் வந்தா சரி பண்ற வேலை.”

“எத்தனை வருஷமாச்சு இங்க வந்து?”

“ஜனவரி வந்தா நாலு வருஷம்.”

“தெல்வாரா ஆண்டி ஷாப் ஹவுஸ்ல நீங்க தங்கிருக்கும்போதே பாத்திருக்கேன். ஆனா பேசினதில்ல.”

“ம்ம்... அந்த ஆண்டி கடய தூக்கிட்டாங்க லா. நஷ்டம் ஆச்சாம். பங்களாக்காரன் புருசன் சரியில்ல லா.”

“கடக்காச கொண்டு போய், ஓழ்ல பாதி கசினோல பாதிய உட்டடிச்சிட்டான். பாவம் அந்தப் பொம்பள, எப்படி வியாபாரம் ஆன கட தெரியுமா அது?” என்று தான் முன்பு தங்கியிருந்த இடத்தைப் பற்றிப் பேசிக்கொண்டே நடந்து வந்தார். நான் ‘உம்’ கொட்டியபடி வந்துகொண்டிருந்தேன்.

பள்ளத்தை நெருங்கியிருந்தோம். கீழே பணம் எடுக்கும் மெஷின் காலியாக இருந்தது. கொண்டு போய் கார்டைச் சொருகி எண்களை அழுத்தினார்.

வசவொன்றை உதிர்த்துவிட்டு என்னைப் பார்த்தார்.

“இன்னும் போடல அந்த ச்சீ பாய். போன குடு” என்று கையை நீட்டினார்.

“பரவால்ல, என்கிட்ட காசு இருக்கு வாங்க போலாம்.”

அவர் ஒத்துக்கொள்வதாய் இல்லை. மறுபடி அதே நம்பருக்கு போன் போட்டு ஏசினார்.

“முதலாளியை ஏன் கெட்ட வார்த்தையை திட்டறிங்க மார்க்?”

“அவன்லாம் மொதலாளியா? கம்னாட்டிப்பய. ஏமாத்தி சம்பாதிக்கற காசு ஒடம்புல ஒட்டாது லா.”

நகரின் கொஞ்சம் தரம் அதிகமான சாப்பாட்டுக்கடைகளில் மங்கு கழுவுவதற்கான காண்ட்ராக்ட் எடுத்திருக்கிறார் மார்க்கின் முதலாளி. இங்கேயே பிறந்த வட இந்தியன். வேலைக்கு ஏமாந்த வயதான கிழங்கட்டைகளை அனுப்பி பாதியை எடுத்துக்கொண்டு மீதியை இழுத்தடித்துக் கொடுப்பான்.

“முடியாது... ஃபைவ் மினிட்ஸ். இல்லனா நாளையிலிருந்து வரமுடியாது.”

சொன்ன மாதிரியே ஐந்து நிமிடத்தில் 50 வெள்ளி அக்கவுண்டில் விழுந்திருந்தது.

நொடியில் உருவி எடுத்தார். டேபிளில் அமர்ந்தோம்.

சீனக்கிழவி வந்ததும் மூன்று டைகர் பீர் ஆர்டர் செய்து கிழவி கையில் ஐம்பது வெள்ளியைத் திணித்தார்.

“ரெண்டு பேர்தானே இருக்கோம்? எதுக்கு மூணு சொல்றிங்க மார்க்?”

“அந்தக் கிழவிக்கும் ஒண்ணு. எப்பவும் தனியா வருவேன். அப்போலாம் அவளுக்கும் ஒண்ணு வாங்கிக் கொடுப்பேன். கொஞ்ச நேரம் உக்காந்து பேசுவா. அது பழகிடுச்சி.”

அவங்க கடையில வாங்கி அவங்களுக்கே குடுக்கறதுலாம் ரொம்ப ஓவர்.

நீலநிற வாளியில் பாதியளவு ஐஸ் கட்டிகள் இருக்க அதில் மூன்று பியர் போத்தல்கள் வெளியே தலைநீட்டியவாறு எங்களை நோக்கி வந்துகொண்டிருந்தது. வாளியைக் கையில் பிடித்துக்கொண்டு மறுகையில் மூன்று கண்ணாடித் தம்ளர்களை எடுத்து வந்துகொண்டிருந்தாள். கிழவிக்கு வயது அறுபதுக்கு மேலிருக்கும். பழைய நடிகர் வி.கே. ராமசாமி நடப்பது போல ஆடி ஆடி வந்துகொண்டிருந்தாள். மார்க்கிடம் பரிவு நிறைந்த புன்னகையுடன் சீன மொழியில் எதையோ சொல்லியபடி நுரை வராமல் தம்ளர்களைச் சாய்த்து பியரை ஊற்றினாள். நான் உன்னிப்பாகக் கவனித்துக்கொண்டேன். சுத்தமாக நுரை வரவில்லை.

மூன்று பேரும் உயர்த்திப் பிடித்து ‘சியர்ஸ்’ சொல்லிக்கொண்டோம். அவள் அமரவேயில்லை. நின்றபடி ஒரு மிடறு விழுங்கி சைனீஸில் எதோ சொல்லிவிட்டு நகர்ந்துவிட்டாள்.

‘என்ன’ என்பது போல மார்க்கைப் பார்த்தேன்.

“பிசி டைம் லா... அப்பப்போ வந்து குடிச்சிட்டுப் போயிடும், நாம குடிக்கலாம்” என்றார்.

“உடல் உழைப்பு தேவைப்படாத எவ்வளவோ வேலை இருக்குல்ல. செக்யூரிட்டி, சேல்ஸ்மேன், மார்க்கெட்டிங் வேலன்னு ஏகப்பட்டது இருக்கே, அதெல்லாம் பாக்கலாம்ல, முஸ்தபாவுக்கு போனா போதுமே. அரசாங்க வேலை மாதிரில்ல அது. ஐம்பது வயசுக்கு மேல இப்படி கஷ்டமா இருக்கற வேலை ஏன் செய்றிங்க?”

“ஃபிப்டி செவன்.”

“சரி, அம்பத்தேழுதான். அந்த மாதிரி வேலையா தேடிக்கலாம்ல.”

“அது எனக்கு சரிப்படாது லா. ஐ வாண்ட் டெய்லி கேஷ். என்னால ஒரு மாசம் முழுக்க உழைச்சு அந்த சம்பளத் தேதிக்காகக் காத்திருக்கறது சரியா வராது. வேலை முடிஞ்சதும் காசு வேணும். அவ்வளவு தேவை இருக்கு. ஒருவாரம் விட்டு வச்சதுக்குதான்

இன்னிக்கு காசுல்லாம நிக்கிறேன். அதெல்லாம் ஒரு காலம். மாசச் சம்பளம் வாங்கி, வீடு மனைவி இருந்தது. டிவோர்ஸ் வாங்கிட்டுப் போனதுக்கப்புறம் நான் ஒண்ணுமில்லாம ஆகிட்டேன்."

போட்டோ எடுத்துக்காட்டினார். மஞ்சள் நிற சீனப்பெண். அந்தப் போட்டோவை மிக நீண்ட காலம் அவர் பர்சில் வைத்திருந்திருக்கக் கூடும். ஓரங்களில் மடங்கி புகைப்படத்தின் நிறம் வெளுத்திருந்தது.

ஏன், என்னாச்சு எனக் கேட்கவில்லை.

"பதினெட்டு வருசம் ஒரே வீட்ல இருந்தோம். புள்ளைங்க இல்ல. ஆனாலும் சந்தோஷமாதான் இருந்தோம். தத்து எடுத்துக்கலாம்னு சொன்னேன். அவ சம்மதிக்கல. அப்படியே வாழ்ந்துடலாம்னு பாத்தேன். ஆனா திடீர்னு ஒருநாள் வந்து பிரிஞ்சிடலாம்னு சொன்னா. ரியல் எஸ்டேட் மார்க்கெட்டிங்ல இருந்தேன். நான் ஒரு சக்சஸ்புல் சேல்ஸ்மேன். கைல தாராளமா காசு செலவழிக்க முடியாத அளவுக்கு இருக்கும். டிவோர்ஸ் கேஸ் முடிஞ்ச உடனே வீடு அவ பேருக்குக் குடுத்துட்டேன். நான் தெருவுக்கு வந்தேன். முன்ன மாதிரி வேலையும் பாக்க முடியல. காசு தேவப்படறப்ப வேலைக்குப் போவேன். தேவையில்லன்னா அறையிலயே இருப்பேன். சாப்பாடு, ரூம் சேவா, கைச்செலவுக்கு வர்ற மாதிரி வேலை செஞ்சா போதும், இனிமே சேர்த்து வச்சி என்ன பண்ண போறேன். சொந்தம்னு சொல்லிக்க கொஞ்சம் பேர் இருக்காங்க. இருக்கறதோட சரி. யாரையும் போய் பாக்கறதுமில்ல. மொதல்ல நான் உயிரோட இருக்கறனான்னே அவங்களுக்குத் தெரியாது."

இடையிடையே கிழவி வந்து மாறாத புன்னகையுடன் குடித்துவிட்டுப் போனாள். அவ்விதம் வரும் சமயங்களில் மார்க்கின் முதுகில் ஆதரவுடன் தடவியபடி இருந்தது அவளது இன்னொரு கரம். பூனை தனது வாலை தரையில் தவழ விடுவதுபோல ஒருவிதமான தாளம் இருந்தது. அதை அன்புடன் ஏற்றுக்கொண்டிருந்தார் மார்க்.

விடைபெறும்போதும் அதே முகம் கொள்ளாத சிரிப்புடன் விடைகொடுத்தாள் கிழவி.

வெளியே வந்து துளி புகையிலையை எடுத்து வெள்ளை நிற காகிதத்தில் இட்டு உருட்டி ஓரத்தில் நாவால் தடவி ஒட்டிக்கொண்டதும் ஒரு சிகரெட் தயாரானது. அதைப் பற்றவைத்தார். அறை திரும்புவதற்குள் மூன்று முறை உருட்டி இழுத்து முப்பது முறை இருமினார்.

அவரது அறை முழுக்க பணத்தை லேமினேட் செய்து சுவற்றில் ஒட்டியிருந்தார். பணம் என்றால் நிஜப்பணம் அல்ல. அதையே கொஞ்சம் பெரிதுபடுத்தி பிரிண்ட் எடுத்து லேமினேட் செய்யப்பட்டது. வரிசையாக ஐந்து, பத்து, அம்பது, நூறு வெள்ளி நோட்டுகள். எல்லாவற்றிலும் ஸ்பெசிமன் எழுதியிருந்தது. சீனர் வீடுகளில் தொங்குவது போல சிவப்பு நிறத் தோரணங்கள் தொங்கிக் கொண்டிருந்தன. மங்கலாக கோடாலித் தைலம், டைகர் தைலம், சிரவி தைலம் என எல்லா வகை தைலங்களும் ஒன்றாகத் தேய்த்துக்கொண்ட மணம் அறை முழுக்க நிரம்பியிருந்தது. ஏர்கான் காற்றுக்கு அவை வெளியே போக சாத்தியமில்லாமல் உள்ளேயே சுற்றிக்கொண்டிருந்தன.

சுவற்றில் இருந்த பணத்தைப் பார்த்து "என்ன இதெல்லாம்?" என்றேன்.

"காலைல எந்திரிச்சதும் பணத்துல முழிச்சோம்னா நல்லதுல்ல, அதான்" என்றார்.

"அப்படின்னா ஒங்ககிட்ட நெறைய பணம் சேர்ந்திருக்கணுமே?" என்றேன் சிரித்தபடி.

டேபிள் மேலே நிறைய மாத்திரைகள் இருந்தன. குப்பிகளில் கஷாயம், கீழே காலியான மதுப்புட்டிகள். நீலநிற மாத்திரையைப் பார்த்ததும் சிரிப்பு வந்தது. என்ன இது என்றேன்.

"நீ ஒரு ரெண்டு அட்டையை எடுத்துக்கோ, கல்யாணமாச்சுன்னா யூஸ் ஆகும்" என்றார்.

"இவ்ளோ வயசுக்கப்புறம் இதெல்லாம் யூஸ் பண்ணக் கூடாது: பக்கவிளைவுகள் அதிகம்" என்றேன்.

"டிக்சன் ரோட்டுல மாத்திர விக்கிற சீனன் ஒருத்தன் நம்ம கூட்டாளி. திடீர்னு ஒருநாள் வந்தான் கொஞ்சம் மாத்திரை குடுத்துட்டு வித்து காசா மாத்திக்கன்னு சொல்லிட்டு மலேசியா போயிட்டான். நான் யார்கிட்ட லா கொண்டுபோய் விக்கிறது? கட்டிலுக்குக் கீழ இன்னும் இருக்கு. ஒன்னோட கூட்டாளிங்க யாருக்காவது குடு" என்றார்.

பிறகு மார்க்கின் அன்றாடங்களில் ஏதோவொரு நொடியில் நானும் இருக்குமாறு அமைந்து விடுவது வாடிக்கையானது. சில

சமயம் போன் அடித்து “சாப்பாடு வாங்கிட்டேன், வந்துட்டே இருக்கேன். வெய்ட் பண்ணு” என்று சொல்வார். “நாளைக்கு பீச்சுக்கு போலாம்” என்பார். வெள்ளைக்காரர்களின் வீட்டு பார்ட்டிகளில் வேலைக்குப் போகும்போது என்னையும் அழைத்துச் செல்வார். அதற்கான சம்பளமும் உண்டு. இரவு ஒரு மணிக்கு தே தாரே வாங்கி வந்து எழுப்பிக் குடிக்கச்சொல்வார். அகால நேரம் குறித்து கோபித்துக் கொண்டதற்கு அடுத்த நாட்களில் கதவில் மாட்டிவிட்டுச் சென்றிடுவார். விடியலில் கதவு திறக்கும்போது கைப்பிடியில் தே தாரே தொங்கும்.

“புத்தாண்டு அன்று எங்கயும் போகவேணாம். ஒரு இடத்துக்குப் போகனும்” என்றார்.

“எந்த இடம்?”

“சொல்றேன் லா, ரெடியா இரு” என்றார் சிரித்தபடி.

அன்று ஈஸ்ட் கோஸ்ட் பார்க் அழைத்துச் சென்றார். எரிச்சலாக வந்தது. விடுமுறை நாளில் அத்தனை மக்களும் அங்கேதான் இருந்தனர். அங்குதான் ரேச்சலை முதன் முதலாக பார்த்தேன். இயல்பிலேயே மனித இனத்திற்கு எல்லா சந்தர்ப்பங்களிலும் ஒரு துணை தேவைப்படுகிறது. மார்க்கின் கேர்ள் ப்ரெண்ட். ரேச்சலுக்கு என்னை அறிமுகப்படுத்தி வைத்தார். ரேச்சலுக்கு முன்புற எத்துப்பல். சிரிக்கும்போதெல்லாம் வெட்கத்தில் வாயை மறைத்துக்கொண்டாள். வயதும் ஐம்பதுக்குள் இருக்கும். கிழவியின் சுருக்குப்பை போல முலைகள் தளர்ந்திருந்தன. நடையில் துளி தளர்வு தெரிந்தது. இருந்தாலும் அதை மறைப்பது போல வேலைகளை வேகமாக செய்தாள். இருவரும் மிக அந்நியோன்யமாக இருந்தனர். அவள் மார்க்கிடம் காட்டிய அபாரமான அன்பு எனக்கு ஆச்சரியத்தை ஏற்படுத்தியது. மார்க் முன்பே ரேச்சலிடம் என் வருகையை சொல்லியிருப்பார் போல. எனக்கும் சேர்த்தே தன் கையால் சமைத்து எடுத்து வந்திருந்தாள். மார்க் ஒரு வைன் பாட்டிலைத் திறந்து எல்லோருக்குமாக ஊற்றினார்.

ஒவ்வொரு புத்தாண்டு அன்றும் இதே பார்க்கில் இதே பெஞ்சில் கடந்த ஐந்து வருடமாக சந்தித்து வருவதாக மார்க் சொன்னபோது அவர்களுக்கிடையேயான காதலை உணர முடிந்தது.

எதிரே கடற்கரை, சிமெண்ட் பெஞ்ச், மிதமான. வெயில் வயது

முதிர்ந்த காதலர்கள் என அந்த இடம் இதற்கு முன் வாழ்வில் காணாததாக இருந்தது. சாப்பிட்டு முடித்ததும் அந்த இடத்தை மிக நேர்த்தியாக சுத்தம் செய்தாள் ரேச்சல். அவர்கள் தனியாகப் பேசிக்கொண்டிருக்கட்டும் என அங்கிருந்து கொஞ்சம் காலாற நடந்துவந்தேன்.

கிளம்பும்போது கொத்தாக ரப்பர் பேண்ட் இடப்பட்ட கடிதங்களை மார்க்கிடம் கொடுத்தாள். அவை காதல் கடிதங்களாக இருக்க வாய்ப்பில்லை. வைப்பு நிதி, வங்கிகள் போன்றவற்றிடமிருந்து வந்தவை. பிரிக்கப்படாமல் இருந்தன.

“என்ன கடிதங்கள்” என்று கேட்டேன்.

“எனக்கு வந்ததுதான். இன்னும் கொஞ்ச நாள்ல ரேச்சல் கூட பிலிப்பைன்ல போய் செட்டில் ஆகப்போறேன். ரேச்சலோட கிராமம் ரெண்டு மலைக்கு நடுவுல ரொம்ப அழகான கிராமம். நாங்க ரெண்டே போர்தான். சிபிஎஃப் பணம், கொஞ்சம் சேவிங்க்ஸ் எல்லாம் எடுத்து சிட்டிசன்ஷிப்ப கேன்சல் பண்ணிட்டு அங்க போறேன். அதான் எல்லா அட்ரசையும் இப்பவே பிலிப்பைனுக்கு மாத்திட்டேன். எனக்கு வர்ற கடிதம் எல்லாம் அங்க போய் ரேச்சல் மூலமா என் கைக்கு வரும்.” சொல்லிக்கொண்டே சில கடிதங்களைப் பிரிக்காமலே குப்பைத் தொட்டிக்கு அனுப்பினார். சிலதைத் திறந்து வாசித்துவிட்டு அதையும் குப்பையில் போட்டார்.

மார்க்குக்கு முதல் அட்டாக் வந்தபோது தெய்வச்செயல் போல நான் அருகில்தான் இருந்தேன். நெஞ்சைப் பிடித்தபடியே எழுந்து வந்து என் கதவைத்தான் தட்டினார். வரும் அறிகுறி தெரிவதற்கு முன்பே எமர்ஜென்சி போன் செய்து அவரே பேசிவிட்டுத்தான் கதவைத் தட்டியிருந்தார். இரு கைகளிலும் அவரைத் தூக்கி படிகளில் இறங்கி வரும்போதே ஆம்புலன்ஸ் ஆட்கள் வந்துவிட்டனர். ஸ்ட்ரெச்சரில் தூக்கி வேனில் போகும்போது என் கண்கள் கலங்கியிருந்தன.

மூன்றாவது நாளில் எதுவுமே நடக்காதது போல சுருட்டிய சிகரெட் புகைத்தபடி அதே பெருமித நடையோடு எதிரே வந்தார்.

“ஆய்சு கெட்டி லா வந்துட்டேன்” என்றார் சிரித்தபடி. ஆனால் உடலில் சோர்வும் தளர்வும் தெரிந்தது. முந்தின நாள் பார்த்த விளம்பரத்தை அவரிடம் காட்டினேன். அதே மங்கு கழுவுகிற வேலைதான். ஜப்பானிய உணவகம். ஆனால் சம்பளம் மூவாயிரம்

வெள்ளிகள். பேப்பரை அப்படியே கத்தரித்து பாக்கெட்டுக்குள் வைத்துக்கொண்டார்.

அந்த வேலைக்குப் போய் வந்த மூன்றாம் நாளே கடும் காய்ச்சல். ஒருவாரம் படுக்கையாகிப் போனார். விசாரித்ததில் ஜப்பானிய உணவகத்தில் நல்ல சம்பளமாக இருந்தாலும் வேலை கடுமையாக இருந்திருக்கிறது. பனிரெண்டு மணி நேர வேலையில் மொத்தமே பதினைந்து நிமிடங்கள்தான் ஓய்வு. வரிசையாக மங்குகள் மலைபோல காத்திருக்குமாம். கழுவி, துடைத்து, அடுக்கி நிமிர்ந்து பார்த்தால் உடலின் அத்தனை சக்தியையும் உறிஞ்சியிருக்கிறது.

ஏன் அந்த விளம்பரத்தை அவருக்குக் கொடுத்தோம் என்றானது. வார இறுதியில் ரேச்சல் வந்து பார்த்துவிட்டுப்போனாள். விசும்பும் சத்தம் பக்கத்து அறையிலிருந்த எனக்குக் கேட்டது.

உடல் தேறியபின்பு ஒருநாள் மார்க் வந்தார். “ஒரு சின்னாங்கான வேலை கெடச்சிருக்கு, ஆனா இங்கிருந்து பாக்க முடியாது. வேலை எடத்துலதான் தங்கணும்னு. ஸ்ட்ரிக்டா சொல்லிட்டாங்க” என்றார்.

“என்ன வேலை?” என்றேன்

“சீனன் வீடு லா, தரை வீடு. பெரிய பணக்காரன். ரெண்டு நாய் வச்சிருக்கான்லா. புள்ள மாதிரி வளக்கறானாம். அதுக்கு நேரத்துக்கு சாப்பாடு குடுக்கணும். நல்லா பாத்துக்கணும். அவனே ரூம் தந்துடறேன்னு சொல்றான். சாப்பாட்டுக்கு அங்கயே சொல்லிட்டான். ஆனா சம்பளந்தான்லா ரொம்ப கம்மி. அதான் யோசிக்கறேன். ஆனா வேலை ரொம்ப சின்னாங்கான வேலை. ரெஸ்ட் எடுக்கலாம்.”

“எவ்ளோ சம்பளம்?”

“எழுநூறு வெள்ளி தரானாம். யோசிச்சிட்டு சொல்றேன்னு சொல்லிட்டேன். ரேச்சல் கிட்ட கேட்டேன். இனிமே மங்கு கழுவ போனின்னா ஒடம்பு ஒருமாசம் கூட தாங்காது இந்த வேலைக்குப் போன்னு சொல்றா, சீனங்கிட்ட போன்னு சொல்றா. நீ என்ன சொல்ற?”

“அவங்க சொல்றதுதான் சரி. ரெஸ்ட் கெடைக்கற வேலை. இப்ப இருக்கற நெலமைக்கு அதான் பெஸ்ட்.”

“ரூம் சேவா ரெண்டு மாசம் பாக்கி இருக்கு. 1500 வெள்ளி. ஓனருக்கு என்ன சொல்றதுன்னே தெரிலயே. காசு அடைக்காம எப்டி போறது?”

“அத நான் பாத்துக்கறேன். வேற யாரையாவது வேலைக்கு எடுக்கறதுக்குள்ள நீங்க கௌம்புங்க. நான் ஓனர்ட்ட சொல்லிக்கறேன்.”

கைகளைப் பிடித்துக்கொண்டார். ரெண்டு மாசம் சம்பளம் எடுத்ததும் திருப்பித் தருவதாக வாக்களித்தார்.

மொத்தமே இரண்டு அட்டைப் பெட்டிகளில் அடைக்கும் அளவுக்குத்தான் அவரது பொருட்கள் இருந்தன. டாக்சி பிடித்து வழியனுப்பும்போது கண்ணீர் மல்க விடைபெற்றதுதான் அவரைக் கடைசியாகப் பார்த்தது. தொடர்பு எண்ணை மாற்றிவிட்டிருந்தார். காசுக்கு இல்லையென்றாலும் உடல்நிலை பற்றி விசாரிக்கக் கூட எந்தத் தொடர்புமில்லாமல் போனது. ரேச்சல் எண்கூட என்னிடம் இல்லை. என்ன மாதிரியான மனிதன் இவன் என்றுதான் நினைக்கத் தோன்றியது.

எப்போதாவாது மார்க்கின் நினைவு வரும்போது இரண்டு மலைகளுக்கு இடையிலான சிறு குடிசையில் இந்த கிழஜோடிகள் எவ்வித கவலையுமில்லாமல் காலை ஆட்டிக்கொண்டே ஆவி பறக்க நேநீர் அருந்திக்கொண்டிருப்பது போன்ற சித்திரம் வரும். லேசாகப் புன்னகைத்துக் கொள்வேன். ஆனால் சட்டென மார்க்குக்காக நான் ஓனரிடம் ஜாமீன் எடுத்த வெள்ளிகள் நினைவுக்கு வந்து கெடுத்துவிடும். போற புண்ணியவான் திருப்பிக் குடுத்துட்டாச்சும் போயிருக்கலாம். ஒருவேளை குடுக்கறதுக்கு மனசு இல்லன்னா இல்லன்னாச்சும் சொல்லிட்டுப் போயிருக்கலாம். எனக்கென்னவோ மார்க் இங்குதான் இருப்பதாக மனதுக்குள் எண்ணம் ஓடியது. அப்படி இருந்தால் கூட எப்படிக் கண்டுபிடிப்பது என்பதுதான் குடையும் கேள்வி. அப்போதுதான் சட்டென நினைவுக்கு வந்தது. ஒவ்வொரு புத்தாண்டு அன்றும் பீச்சில் சந்திப்பார்கள் என்று சொன்னது மின்னலாக ஓடியது.

இந்த வருடம் அங்கு போய்ப்பார்க்கலாம். பணம் பிரதானமல்ல. மார்க்கைச் சந்திக்கலாம் என்பதுதான் மகிழ்ச்சிக்குரிய விஷயமாக இருந்தது.

நான் நினைத்ததுபோல இல்லை. புத்தாண்டன்று அவர்கள் வரவில்லை. நெடுநேரம் காத்திருந்துவிட்டு திரும்பலாம் என்று திரும்பி விட்டேன். இந்நேரம் பிலிப்பைன்ஸ் தீவொன்றில் கடலில் கால் நனைத்தபடி இருவரும் ஒயின் சாப்பிட்டபடி இருப்பார்கள். இந்தச் சந்தர்ப்பத்தில் கூட மார்க்குக்கு என் நினைவு வராமல்

போய்விடும் என்று நினைத்தபடி திரும்பிக்கொண்டிருந்தேன்.

பஸ் ஸ்டாப் அருகே வந்திருந்தபோது மழை பிடித்துக்கொண்டது. நடையை வேகப்படுத்தியபோது யாரோ எனக்கும் சேர்த்து குடைபிடித்தார்கள்.

அது ரேச்சல்தான். சுற்றுமுற்றும் பார்த்தேன். மார்க் தென்படவில்லை.

சட்டெனத் தோளில் சாய்ந்து அழத் தொடங்கினாள். சிலர் விநோதமான காம்பினேஷனைக் கண்டு புன்னகைத்தபடி சென்றனர்.

அதே சிமெண்ட் பெஞ்ச் அருகே நின்றவாறுதான் என்னைப் பார்த்தாளாம்.

"என்னாச்சு? மார்க் எங்கே?"

மறுபடியும் விசும்பத்தொடங்கி அழுகையுனூடே சொன்னாள்.

மார்க் இறந்து ஆறுமாதமாகிறது.

சட்டென இருள் கவியத்தொடங்கியதுபோல உணர்ந்தேன். "என்னாச்சு? ஏன்? எப்படி? ஏன் தகவல் சொல்லவில்லை?" எல்லா கேள்விகளுக்கும் அவள் ஒற்றை பதில்தான் தந்தாள்.

"செகண்ட் அட்டாக், ஒருவாரம் கழித்து பேப்பர் பார்த்துத்தான் தெரிந்துகொண்டேன்."

அவள் கைகளில் ரப்பர் பேண்ட் சுற்றிய பிரிக்கப்படாத கடிதங்கள் இருந்தன.

இறந்த தம் மூதாதையர் சொர்க்கத்தில் செலவுக்குக் காசின்றி பசியோடிருப்பர். அதனால் பூமியில் உள்ளவர்கள் டம்மி நோட்டுகளைத் தீயிலிடுவார்கள். அது புகையாகச் சென்று அவர்களிடம் அடையும் என்றொரு நம்பிக்கை சீனர்களுக்கு உண்டு. மார்க், தான் ஒரு சீனன் என்றே சொல்லிக்கொள்வார். சர்ச்சுக்குப் போவதை விடவும் விகாரத்துக்குதான் அதிகம் செல்வார்.

நான் கடைசிவரை மார்க் கொடுத்த நம்பர் சீட்டைக் காசாக மாற்றவில்லை. என் அன்புக்குரிய மார்க் க்றிஸ்னி... நான் இந்தச் சீட்டைத் தீயிலிடுகிறேன். இது ஆவியாக உன்னை வந்தடையும் நேரம் நீ பசியோடிருந்தால் இந்தக் காசை வைத்துப் பசியாறிக் கொள் நண்பனே!

பிணை

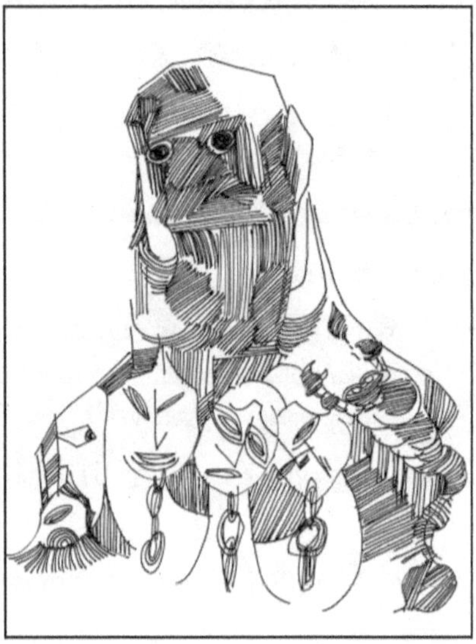

"ஞாயித்துக்கெழம முடிஞ்சி திங்கக்கெழம ஆச்சுன்னா எதாச்சும் ஒரு ஏழரையோடதான் ஆரம்பிக்குது என் பொழப்பு. ஊர்லருந்து வந்தமா ஒழுக்கமா வேல செஞ்சி பொழப்பமான்னு இல்லாம ஒனக்கு என்னா குடி வேண்டிக் கெடக்குது? வாரம் முழுக்க வேல செய்றேல்ல, ஒழுங்கா மூடிகிட்டு தூங்க வேண்டியதுதான, ஊர்ல ஆத்தா, அப்பன் கஸ்டப்படறாங்க, தங்கச்சி, தம்பிகள கரையேத்தனும்னு சொல்லிதான வந்த? அதுக்குதான ஒன்ன வேலைக்கி எறக்கிவிட்டேன். நீ குடிச்சி புட்டு எவங்கிட்டயாவது வம்பிழுத்துக்கிட்டு வந்து நின்னா அதுக்கு நானா பொறுப்பு?"

"அது இல்லண்ணே, அவன் எங்கம்மாவ தப்பா பேசிட்டாண்ணே. சும்மா கைய நோங்குன வாக்குல பலமா பட்டுடுச்சி, சும்மா

மெரட்லாம்னுதான் ஓங்குனேன். அவனா போய் படிக்கட்டுல முட்டிக்கிட்டு ஒடச்சிக்கிட்டான்ணே.”

“இதெல்லாம் இங்க எடுபடாது தம்பி. இது ஒண்ணும் ஊரு கெடயாது. அடிச்சிக்கறதுக்கும் சேந்துக்கறதுக்கும். ரத்தக் காயம் ஆச்சு. அவன் கம்ப்ளெயிண்ட் பண்ணான்னா உள்ள போறதத் தவிர வேற வழி கெடயாது. இதுல நான் ஒண்ணும் செய்ய முடியாது. அதுமில்லாம ஒன்ன வேலைக்கி எறக்கி ஆறுமாசத்துக்கு மேல ஆகுது, சம்பளம் கூட கொறச்சி வந்தா ஏஜண்ட கூப்ட்டு கேக்கறதுல ஞாயம் இருக்கு. நீ வம்பிழுத்துட்டு வர்றதுக்கெல்லாம் என்னால பஞ்சாயத்து பண்ண முடியாது.”

“அண்ணே, எங்க வந்து மன்னிப்பு கேக்கணும்னாலும் கேக்கறேன். அவங்கால்ல விழச்சொன்னாக் கூட விழறேன். எப்டியாச்சும் இதுலருந்து என்ன காப்பாத்தி விட்டுடுண்ணே, சத்தியமா இனி குடிக்கவே மாட்டேன். ஊருல ஏகப்பட்ட கடன் இருக்கு. இங்க வர்றதுக்கு வாங்கிட்டு வந்த கடனே இன்னும் அடைக்கல. கொஞ்சம் முயற்சி பண்ணிப் பாருங்கண்ணே.”

“இப்ப அழுது என்ன பிரயோஜனம்? இத கை ஓங்கறதுக்கு முன்னாடி யோசிச்சிருக்கணும்.”

“கொஞ்சம் மனசு வைங்கண்ணே.”

“லே தம்பி. ஒன்ன வேலைக்கிப் போட்டது மேடம் தோ ஏஜன்சி ஆபிஸ்ல. அது ஒரு பொம்பள ரவுடி. அதுக்கு இந்நேரம் வெவரம் தெரிஞ்சிதுன்னா, டிக்கெட்ட போட்டு பத்தி விட்ரும். ஒன்ன எறக்கின பாவத்துக்கு அந்தப் பொம்பள முன்னாடி நின்னு நான் பேச்சி வாங்கணும். சும்மா போனாவே டவுசர அவுத்து உட்ரும் அந்தக் கெழவி. இரு, நான் பேசிப் பாக்கறேன். எதுக்கும் அந்தப் பையன் கம்ப்ளெயிண்ட் குடுத்துட்டானான்னு செக் பண்ணிப் பாரு.”

“எப்டி எப்டியோ கெஞ்சிப் பாத்துட்டண்ணே, குடுத்தே தீருவேன்னு நிக்கிறான். காலைலயே கௌம்பிப் போயிட்டான்.”

“அவன ஆஃப் பண்ற வழியப் பாரு. மேடம் தோ ஆபிஸ்ல தமிழ்ப்பொண்ணு இருக்கு. போன் அடிச்சி என்னா நெலவரம்னு கேக்கறேன். இப்பவே சொல்லிட்டேன். போலீஸ் கேஸ்னா என் பேர இழுத்து விடக்கூடாது. நான் ஏஜண்ட் தொழில் பாக்கறவன்னு

எங்கயும் சொல்லிப்புடாத, சரியா?”

“சரிண்ணே. அம்மாணை சொல்லமாட்டேன்.”

போனை வைத்துவிட்டு நெற்றியைச் சுற்றி அரும்பியிருந்த வியர்வைத் துளிகளை வழித்துக் கடாசியபடி போனைத துடைத்துப் பாக்கெட்டில் போட்டுக்கொண்டார் ரெங்கசாமி. ‘காலையிலேயே இவ்வளவு வெக்கையா இருக்கு இன்னிக்கு அடிச்சி ஊத்தப்போவுது.’ வெளில போகணும்னா குடைய கொண்டு போகணும் என்று நினைத்துக் கொண்டார்.

ஊரிலிருந்து வந்து பத்து வருடத்திற்கும் மேலாக கட்டிட வேலை, பெயிண்டிங் வேலை, எலக்ட்ரிகல் கம்பெனி என மாறி மாறி வேலை செய்து ஓய்ந்து இப்போது ஏஜண்ட் வேலை பார்க்கிறார். வேலைக்கு ஆள் வேண்டிய நிறுவனங்கள் எம்ப்ளாய்மெண்ட் ஏஜன்சி நிறுவனங்களை அணுகும். ஏஜன்சிகள் இதுபோன்ற இடைத்தரகர் ஆட்களை வைத்து ஊரிலிருந்து ஆட்களை இங்கு பணிபுரிய அழைக்கும். வேலையிலோ, சம்பளத்திலோ, மற்ற இடத்திலோ பிரச்சினை என்றால் ஏஜன்சியும், இடைத்தரகர்களும் சேர்ந்துதான் அதைத் தீர்க்க வேண்டும். அப்படியான ஒரு பிரச்சினைதான் ரெங்கசாமிக்கு வந்திருந்தது. ஒரு ஆளை வேலைக்கு இறக்கினால் இரண்டு பக்கமும் கமிஷன் வைத்து சம்பாதிக்கலாம். நாசூக்காக காசு வந்துபோகும் தொழில்தான். ஊரில் நான்கைந்து இடங்களில் இடம் வாங்கிப் போட்டிருக்கிறார். ஊரில் புதிதாகத் தொடங்கப்பட்ட பள்ளியில் இரண்டு பங்குகள். வட்டிக்குப் பணம் கொடுப்பது, வசூல் செய்ய ஒரு மகன். அவனுக்குத் தனியே ஒரு இரும்புக்கடை மற்றும் இங்கேயே உண்டியல் தொழிலும் உண்டு. ஏகபோக சம்பாத்தியம் அனைத்தும் இந்த ஆள் பிடிக்கும் தொழில் ஆரம்பித்த பிறகுதான். அதற்கு முந்தைய பத்து வருடங்களும் நாய்படாத பாடு. கடந்த ஆறேழு வருடங்களில் வரலாறு காணாத வளர்ச்சி. ஒரு ஆளை இறக்கினால் இந்திய மதிப்புக்கு இருபதாயிரத்துக்கு குறையாத கமிஷன். மாதத்திற்கு எப்படியும் முப்பது பேராவது இழுத்துவிடுவார்.

வருமானம் அதிகம் உள்ள வேலையாய் இருந்தாலும் அதிலும் ஒரு சிக்கல் இருக்கத்தான் செய்தது. இறக்கிவிட்ட ஆட்களின் சம்பளப்பிரச்சினையிலிருந்து, தங்குமிடப் பிரச்சினை, வேலை சரிவர செய்யாதது, அடிதடி, குடி, மட்டம் போடுவது என எல்லாவற்றிலும் புகுந்து பேசி சரிபண்ணியாக வேண்டியதிருக்கும்.

நாள் முழுக்க போனில் பேசிக்கொண்டே இருக்க வேண்டும். எதாவது ஒரு பிரச்சினை வருவதும் அதைத் தீர்க்கப் பேசுவதும் தினப்படி நடப்பதுதான். ஒன்றிரண்டு பெரிய பிரச்சினை இப்படி வருவதுண்டு. சமயங்களில் இந்த நாய்ப்பொழப்பு தேவையா என்று நினைத்துக் கொள்வார்.

அப்படிப்பட்ட ஒரு பஞ்சாயத்துடன் இந்த திங்கள் விடிந்திருக்கிறது. ஏதோ ஒரு கம்பெனிக்கு, ஏதோ ஒரு வேலைக்கு தஞ்சாவூர் பக்கமிருந்து இவர் இறக்கிவிட்ட ஆள்தான் செந்தில். வேற எதாவது ஏஜன்சில போட்ருந்தாக்கூட பேசிப்பாக்கலாம். மேடம் தோ வை நினைத்தபோதே இஞ்சிச் சாறு குடித்ததுபோல முகம் மாறியது ரெங்கசாமிக்கு. எழுந்து நேரம் பார்த்தார். எட்டு மணி கூட ஆகவில்லை. முந்தின தினம் உண்டியல் பணத்தை வசூல் செய்து மெயின் பார்ட்டியிடம் சேர்த்துவிட்டு வரவே அதிகாலை மூன்று மணியாகிவிட்டது. வந்து குளித்து பற்று எழுதி கணக்கு சரிபார்த்துவிட்டு சாயும்போது அதிகாலை நான்கு மணி. ஒவ்வொரு ஞாயிறும் இது வாடிக்கை.

ஒருக்களித்தபடி தலைக்கு வாகாக கையை மடக்கி வைத்து தூங்கியதில் தோளுக்குக் கீழே கை மரத்துப் போயிருந்தது. இன்னொரு கையால் லேசாக அழுத்தி உணர்வை மீளச்செய்துகொண்டிருந்தார். மேடம் தோ அலுவலகத்தை இன்னும் திறந்திருக்க மாட்டார்கள். அரை மணிநேரத்தில் குளித்து முடித்து வந்தால் ஜான்சியிடம் பேசி நிலவரம் கேட்கலாம் என்று நினைத்தபடி குளிக்கச் சென்றார்.

ஒருகணம் தன் நாடு திரும்பிப் போனால் என்னென்ன நிகழ்வுகள் நடக்கக் கூடும் என்பதை நினைத்துப் பார்த்தபடி அமர்ந்திருந்தான். காயம் ஆனது மட்டுமே நம் பிழை. அடித்ததில் பிழையிருப்பதாக அவன் கருதவில்லை. இதைக் காரணமாக வைத்து கம்பெனியில் ஊருக்கு ஏற்றிவிடப் பார்ப்பார்கள். போனால் திரும்ப வருவது மிகக் கடினம் என்பதைச் சொல்லியிருந்தார்கள். ஏன்; வரமுடியாமல் போகக்கூட சாத்தியம் உண்டு. வம்படியாக மறுத்துவிட வேண்டும். வருவதை பார்த்துக்கொள்ளலாம் என்று முடிவு செய்திருந்தான்.

தலைதுவட்டிக்கொண்டிருந்த போதே அழைத்துவிட்டார்கள்.

“சொல்லுத்தா ஜான்சி, ஏதோ பெரச்சினன்னு” சொன்னாங்க என்று இழுத்தார் ரெங்கசாமி.

“ஆமா, எங்கதான் புடிக்கறிங்களோ இந்தமாதிரி ஆளுங்கள” என்று அலுத்தபடி சொன்னாள். அவளுக்கு எல்லா விவரமும் சொல்லிவிட்டார்கள்.

"என்னமா பண்ணலாம்?"

"ஒண்ணும் பண்ண முடியாது. அந்தப் பையன் கம்ப்ளெயிண்ட் குடுத்தான்னா, இவன் கண்டிப்பா உள்ள போகவேண்டி வரும். பர்மிட்ட கேன்சல் பண்ணி டிக்கெட்ட போட்டு வைக்கிறேன். அந்தப் பையன ஓடனே ஆபிஸ் வந்து வாங்கிட்டு நேரா ஏர்போர்ட் போயிடச் சொல்லுங்க. ரெண்டு மூணு மாசம் கழிச்சு பெரச்சன லெவல் பாத்துட்டு வரலாம்" என்றாள்.

"வேற வழி இல்லயாம்மா?"

"வேற வழி இருந்தாலும் ஒண்ணும் பண்ண முடியாது சார், மேடம் கூப்பிட்டு கண்டிசனா சொல்லச் சொல்லிட்டாங்க."

"சரிம்மா, அந்தப் பயகிட்ட பேசிட்டு லைனுக்கு வரேன். வச்சிரட்டுமா.... வச்சிடறேன்" என்று சொல்லியபடி அணைத்துப் போட்டுக்கொண்டார்.

காலையில் அழைத்த அதே நம்பரைத் தேடி எடுத்து அழுத்தினார். தொட்டால் நகரும் திரை கொண்ட போனிலிருந்து அழைப்பதில் நிறைய சிக்கல் இருந்தது ரெங்கசாமிக்கு. அதை இயக்கும் சமயத்தில் எல்லாம் அவரின் வாய் ஆங்கில எழுத்தான ஓ வடிவத்திற்கு மாறி பின்பு சரியான வடிவத்துக்கு திரும்பி விடும். அழைப்பு வரும்போது பச்சைப் பட்டனை இடவலமாக இழுக்கும்போது அதிக விசை கொடுத்து இழுப்பார். புழுவை மீன் கடித்ததும் தூண்டிலைச் சொடுக்கி இழுப்பது போன்ற வேகத்தில் விசை கொடுப்பார்.

முழுதாக ரிங் போய் இணைப்பு துண்டிக்கப்பட்டது. எடுக்க மாட்டேங்கறானே என்று சலித்தபடி மறுபடி அதே நம்பரை அழுத்தினார். மறுபடி முழுதாக அடித்து ஓய்ந்து முடித்த அடுத்த நொடி ஜான்சியிடமிருந்து அழைப்பு வந்ததும் “அதுக்குள்ள எதுக்கு இவ அடிக்கறா?” என்று நினைத்தபடி பச்சை நிற கோடை இழுத்துப் பேசினார்.

“அந்தப் பய போனே எடுக்கலம்மா பேசிட்டு லைனுக்கு வரேன்" என்ற அவரின் குரலைக் கேட்காமலே ஜான்சி பேச ஆரம்பித்தாள்.

“பயல போலீஸ் வந்து கூப்பிட்டுப் போயிடுச்சாம். நாம ஒண்ணும் பண்ண முடியாது. அவனாச்சு, அவன் கேசாச்சு. கம்பெனி பாத்துக்கட்டும். நீங்க தலயிடதீங்க" என்றாள்.

"என்னம்மா சொல்ற? இப்பதான கொஞ்ச நேரத்துக்கு மின்னாடி பேசினான்" என்றார் அதிர்ச்சியுடன்.

“அடி வாங்கினவன் காலைலயே போய் சொல்லிட்டானாம், இப்போ ஆசுபத்திரில இருக்கான், ரெண்டு பேருமே ஒரு கம்பெனி ஆளுங்கதான், சைட்லயே ஏகப்பட்ட முறை சண்ட வந்திருக்குதாம். சூபர்வைசர் போன் பண்ணி சொன்னார். இனிமே நீங்க அதுல போகவேண்டாம். வந்தா இங்க கைகாட்டி விட்டுடுங்க" என்றாள்.

"சரிம்மா... கொஞ்ச நேரம் முன்னாடியே தெரிஞ்சிருந்தா எதாச்சும் செஞ்சிருக்கலாம். ஞாயித்துக்கெழமயா போச்சு. வெச்சுரட்டுமாம்மா" என்று சொல்லி வைத்தார்.பிரச்சினை நம் கையை மீறி சென்று விட்டது குறித்து சற்று ஆசுவாசம் அடைந்தாலும் வேறேதும் புதிதாக கிளம்பி வந்துவிடுமோ என்று யோசித்தபடி அன்றைய வேலைகளைப் பற்றி யோசிக்க ஆரம்பித்தார் ரெங்கசாமி.

டன்லப் தெருவும் ஜாலான் பசார் தெரும் சந்திக்கும் முனையொன்றின் கோப்பிக்கடையில் தே ஓ ஒன்றை பாக்கெட்டில் வாங்கி வழக்கம்போல இரண்டு ஐஸ் துண்டங்களை அதற்குள் போட்டு ஸ்ட்ராவை உள் நுழைத்து எடுத்துக்கொண்டு கடையிலிருந்து வெளியேறினான் சரவணன். இளஞ்சூட்டில் தாரே போடச்சொன்னால் மாஸ்டர் சுணங்குவது வாடிக்கையானபோது இவனே இரண்டு ஐஸ் துண்டங்களை எடுத்துப்போட்டுக்கொள்வது வழக்கமானது. கடை மொதலாளியும் கண்டுகொள்வதில்லை. ஐஸ் போடவில்லை என்றால் வாயில் வைக்க முடியாத சூடு. வந்த புதிதில் வாயில் சூடுபட்டபோது பழக்கமான உத்தி இது.

இரண்டு கரங்களில் ஒன்றில் தேள் படமும் இன்னொன்றில் வேல் படமும் பச்சை குத்தியிருந்தான் சரவணன். இடது கையில் தேள் ஒன்று தோள் வழியாக கழுத்தில் ஏறுவது போலவும் வலது கையில் வேல்கம்பு படமும் பச்சை குத்தியிருந்தான். சவரம் செய்யாத அவனது தாடி வாரம் ஒரு திசைக்குச் செல்லும்படி அடிக்கடி டிசைனை மாற்றுவான். தலைமுடியின் முன்புறம் மட்டும் மாதம்

ஒரு நிறத்தைக் கொடுப்பான் பின்புறம் அணில் வால் போல முடியை நீளமாக விட்டிருந்தான். வலது காதில் ஒரு கடுக்கன். விலை உயர்ந்த இறுக்கமான டீசர்ட், கீழே முக்கால் பாகத்திற்கு டவுசர். பார்க்கும் எவரும் இவன் நல்லவனாக இருக்க முடியாது என்ற எண்ணத்திற்கு வரும்படி தோற்றத்தை மாற்றியிருந்தான். இந்தத் தொழிலில் தோற்றம் மிக முக்கியம் என அவனுக்குச் சொல்லப்பட்டிருந்தது.

அலட்சியமாக தெருவில் இறங்கி வாயில் தேநீரை உறிஞ்சியபடி புகிட் திமா ரோடு பக்கம் சென்று கொண்டிருந்தான். டவுசரிலிருந்து சிகரெட் பாக்கெட்டை எடுத்து ஒரு சிகரெட் மட்டும் மேலெழும் வண்ணம் கீழே அழுத்தி உதட்டில் பொருத்திக்கொண்டான். பாக்கெட்டை மறுபடி உள்ளே வைத்து ஒரு கணம் நின்று சிகரெட்டை பத்திக்கொண்டான். நுரையீரலின் கடைசி அறைவரை புகை செல்லுமாறு நீண்ட இழுப்பு இழுத்து புகையை விட்டபடி ரோச்சார் சிக்னலை அடைந்தபோது சிவப்பு விளக்கு எரிந்துகொண்டிருந்தது.

எதிர்முனையில் சிக்னலுக்காக நிற்பவன் ஒரே ஊர்க்காரன். பூபாண்டிதான் அது என கூர்ந்து பார்த்து உறுதிப்படுத்திக்கொண்டதும் பார்வையை வேறுபக்கம் திருப்பிக் கொண்டான். பொதுவாக ஊர்க்காரர்களோடு அதிகம் பழக்கம் வைத்துக் கொள்வதில்லை சரவணன். தொழிலில் இறங்கியபிறகு அடியோடு நின்று போனது. பார்க்காமல் சென்றுவிடவேண்டும் என்று நினைத்தவனாய் கடந்துசெல்ல முற்பட்டவனைத் தடுத்துவிட்டு சரவணன் பின்னாலேயே வந்தான் பூபாண்டி.

பாண்டிக்கு சரவணன் மாப்ள முறைவேண்டும். ஆனால் அப்படி அழைப்பது தனக்குக் கவுரவக் குறைச்சல் என்று கருதியதால் பெயரிட்டே அழைத்தான் பாண்டி.

"எப்டி இருக்க சரவணா?"

"இருக்கறதுக்கு என்ன கொறச்சல்? வேலை இருக்கு, சட்னு சொல்லு" என்றான். சாலையைக் கடப்பவர்கள் இவர்களைக் கடந்து போனார்கள்.

"ஓம் மாப்ள செந்தில உள்ள புடிச்சிப் போட்ருக்காய்ங்க, சேதி தெரியுமா?" என்றான்.

அதிர்ந்தாலும் வெளிக்காட்டிக் கொள்ளாமல் "என்னவாம்?" என்றான்.

"சரக்கப்போட்டு ஒருத்தன்கிட்ட வம்பிழுத்துட்டான். லேசா அடி. ஆறு மாசம்னாய்ங்க, உள்ள போய் ரெண்டு வாரம் ஆச்சே! ஒனக்குத் தெரியும்னு நெனச்சேன்" என்றான்.

"சரி. என்னன்னு விசாரிக்கிறேன். அவசரமா ஒரு வேலை இருக்கு" என்றபடி கிளம்பினான்.

"கூட்டிக் குடுக்கற வேல பாக்கறதுக்கு என்னா அவசரமா பறக்குறான் பாரு" என்று மனதிற்குள் நினைத்துக்கொண்டே சிக்னலைக் கடந்து சென்றான் பாண்டி.

'எந்த வம்புக்கும் போகமாட்டானே! அவன் எப்படி சிக்கல் பண்ணிக்கிட்டான்' என்று குழம்பியவாறு மறுபடி வந்த பாதையிலேயே நடக்கத் தொடங்கினான்.

பள்ளிக்காலத்தின் எல்லாக் கோடை விடுமுறையும் செந்தில் இல்லாமல் கழித்ததில்லை. சொந்தத் தாய்மானின் மகன். செந்திலுக்கு ஒரு தம்பியும், தங்கையுமுண்டு. எல்லா எளியக் குடும்பங்களைப் போலவே சிறுவயதிலேயே சரவணனுக்குதான் செல்வி என்று பேசி வைத்திருந்தார்கள். இப்போது படியேறினாலே காலை வெட்டும் அளவுக்கு பகை. இருந்தாலும் செந்திலோடு எந்தப் பகையும் இல்லை. சும்மா சுற்றிக்கொண்டிருந்த சரவணனை டெஸ்ட் அடிக்கச்சொல்லி வேலை ஏற்பாடு செய்து இங்கு அழைத்து வந்ததே செந்தில்தான்.

'இரவு கலெக்‌ஷனுக்கு மீசுங் வருவான். அவனிடம் இதுகுறித்து விசாரிக்க வேண்டும்' என்று நினைத்துக் கொண்டான்.

கேம்பல் லேனைத் தாண்டும்போது இரண்டு ஆந்திராக்கார பெண்கள் இவனைப் பார்த்ததும் உற்சாகமாக கையசைத்து அழைத்தனர்.

"என்ன" என்றான்?

"இவளுக்கு காபி வேணுமாம்" என்று அவளை லேசாக தள்ளிவிட்டபடி சிரித்துக்கொண்டே தெலுங்கில் சொன்னாள்.

"மூதேவிங்களா! கூட்டம் கூடி கூத்தடிக்கிறீங்களா? வேற வேற இடத்துல போய் நில்லுங்க!" என்று அடிக்கக் கை ஓங்கியபடி சொன்னான்.

இரண்டு பேரும் சேலைத் தலைப்பை இழுத்தபடி பொய்யாய் பயந்து சிரித்துக்கொண்டே நகர்ந்தனர்.

"எத்தன கஸ்டமர்" என்றான் சைகையால்.

"லேதண்டி" என்று திரும்பிப்பார்க்காமல் சொல்லியபடி ஆளுக்கொரு திசையில் சென்றனர்.

மீசுங் உடன் பேசுவதைவிட பெரிய பாஸ் உடன் பேசினால் எதாவது செய்வார். ஆனால் அந்தாளை இதுவரை பார்த்ததே இல்லை. எல்லாம் போன் வழி ஏவல்கள்தான்.

மீசுங் மொத்தமாக முப்பது கிலோ கூட தேற மாட்டான். ஆனால் முப்பது பேர் வந்தாலும் பேசிச் சமாளிப்பதற்கான திறமை அவனிடம் இருந்தது. அதனால்தான் ஒரு ஏரியாவை கையில் கொடுத்திருக்கிறார்கள். கிச்சனர் ரோட்டிலிருந்து புக்கிட் திமா ரோடு வரை மீசுங் கட்டுப்பாட்டில் வரும். எவ்வளவு பெரிய தகராறாக இருந்தாலும் பேசியே தீர்த்து வைத்து விடுவான். அவனால் முடியாத காரியம் என்று எதுவும் இல்லை. மீறினால் மேலே தகவல் அனுப்பிவிடுவான் அவர்கள் தீர்த்து விடுவார்கள். அவனுக்குக் கீழே வேலை பார்க்கும் எத்தனையோ ஆட்களில் சரவணன் ஒருத்தன். என்றுமே அந்தப் பதவியை அவனைப்போன்ற ஏவல்காரனுக்குக் கொடுக்க மாட்டார்கள். அதற்கு வெள்ளைத்தோல் வேண்டும். மிகச்சரியாக பத்து மணிக்கு சைக்கிளில் காற்று போல பறந்து கலெக்ஷனை வாங்கிக் கொண்டு போவான். மீசுங்கிடம் பிடித்த விஷயம் நாம் எது சொன்னாலும் காது கொடுத்துக் கேட்டுக்கொள்ளும் பொறுமைதான். கஸ்டமர் இல்லாத நாட்களில் 'கலெக்ஷன் தொகை சிறிதாக இருந்தாலும் பரவால்ல நான் பேசிக்கறேன்' என்று ஆறுதல் சொல்வான்.

கலெக்ஷன் காசை வாங்கிக்கொண்டு கிளம்பும்போது மீசுங்கிடம் இதைப்பற்றி பேசினான்.

"அவன் என் சொந்தக்காரன். எனக்காக நிறைய செய்திருக்கிறான். அவனுக்கு இக்கட்டான சூழ்நிலையில் உதவ வேண்டியது என் பொறுப்பு. எனக்காக உதவி செய்ய முடியுமா" என்று கேட்டான்.

"உள்ள இருக்கறான்னா ஜாமின்தான் எடுக்கணும். ஜாமின் எடுக்கறதுக்கு ரொம்ப செலவாகும் பரவால்லயா?" என்று கண் சிமிட்டினான்.

"எவ்வளவு ஆகும்?"

"நான் என்ன அரசாங்கமா? என்ன கேட்டா எனக்கென்ன தெரியும்?" என்று சொல்லியபடி பின்புறம் கையைவிட்டு கனத்த பர்சிலிருந்து ஒரு அட்டையை எடுத்துக் கொடுத்தான்.

"நம்ம லாயர். நாளைக்கு போய் பாத்து கேஸ் என்னன்னு சொல்லு. மூவ் பண்ணி பாத்துட்டு ஜாமீன் தொகை சொல்வாரு. லாயர் பீஸ் அது இதுன்னு கொஞ்சம் செலவாகும். என்ன சொல்றாருன்னு பாரு. அப்புறம் முடிவு பண்ணிக்கலாம்" என்றான். சரவணனுக்கு கொஞ்சம் ஆறுதலாக இருந்தது. சீன மொழியில் நன்றி சொல்லி கைகொடுத்தான்.

"நீ ஒழுங்கா லைன பாரு, கலெக்ஷன் சரியில்லன்னு மேலருந்து கம்ப்ளைண்ட் வருது. ஒவ்வொருத்திக்கும் எவ்வளவு செலவு பண்றோம்னு தெரியும்ல? ஹோட்டல்ல தங்க வைக்கிறது, சாப்பாடு, துணிமணி, மேக்கப், அது இதுன்னு ஏகப்பட்ட செலவு. எல்லாம் வாங்கிக்குடுக்கற உனக்கு தெரியும். பாத்து எல்லாத்தையும் கண்ட்ரோல்ல வச்சிக்க. கேஸ் விஷயத்த நாளைக்கு என்னன்னு கேட்டுட்டு வந்து என்கிட்ட சொல்லு" என்றபடி சைக்கிளை மிதித்துச் சென்றுவிட்டான்.

எட்டாவது மாடியில் இருந்தது அந்த அலுவலகம். எலக்ட்ரானிக் கதவுகள். மணியடித்துக் காத்திருந்தான். உள்ளேயிருந்து யாரோ கதவு திறக்கும் பொத்தானை அழுத்தி விட்டிருந்தார்கள். தள்ளி உள்ளே நுழைந்தான்.

அந்த அலுவலகத்தின் எல்லா டேபிள்களிலும் அரை அடி உயரத்திற்கு பேப்பர்கள் நிறைத்திருந்தன. மிகப்பெரிய மானிட்டரைப் பார்த்தபடி எல்லோரும் எதையோ டைப் அடிப்பதும், தேடிக்கொண்டிருக்கவும் செய்தார்கள். மானிட்டர் ஒவ்வொன்றிலும் குறைந்தது பத்து லேபிள்கள் ஒட்டி அதில் எதோ குறிப்பெழுதி வைத்திருந்தார்கள்.

"என்ன விஷயமாக வந்திருக்கிறீர்கள்" என்று ஒருத்தி கேட்டாள்.

"லாயர் சுந்தரத்தைப் பார்க்கணும்" என்றான்.

சோபாவில் அமரச்சொல்லிக் காத்திருக்கச் சொன்னாள்.

மிக மிக அந்நியமாக இருந்தது. சீக்கிரம் இங்கிருந்து வெளியேறிவிட வேண்டும் என்று நினைத்துக்கொண்டான்.

"மீசுங் கீழ வேலை பாக்கறியா?" என்றார் லாயர்.

"ஆமா சார்."

"எத்தன வருஷமா?"

"இப்பதான் சார், ஒன்னற வருஷம் இருக்கும்."

"சரி. டீட்டெயில்ஸ் எழுதிக் குடுத்துட்டு போ. விசாரிச்சிட்டு சொல்றேன். மீதி விவரம் மீசுங் சொல்வான். போகலாம்."

அன்று மீசுங் வர தாமதமானது. அன்றைய கல்கெஷன் காசு வேறு பாக்கெட்டில் முட்டிக்கொண்டு தெரிந்தது. கையை உள்ளே நுழைத்து மறைத்துக்கொண்டான். வழக்கமாகச் சந்திக்கும் கோப்பிக்கடைக்கு எதிரில் நின்றுகொண்டான். எதற்காகவாவது காத்திருப்பது மிகுந்த வேதனையளிக்கும் விஷயமாக மாறிவிட்டது போல உணர்ந்தான். நினைத்தது உடனே நடந்துவிட நம்மிடம் அதிகாரம் குவிந்திருக்க வேண்டும். அப்படி ஒரு நிலை நமக்கு எப்போதும் வாய்க்கப்போவதில்லை. அண்டிப்பிழைப்பில் காத்திருப்பதுதான் முதல் தகுதி. கேள்விகேட்பது அறவே கூடாத செயல். இப்படி எண்ணவோட்டம் சென்றுகொண்டிருக்கும்போதே காற்றுபோல வந்தான் மீசுங்.

"ஜாமீனில் கொண்டு வரலாம். பிரச்சினையில்லை. தொகை பெரிது. அதனால் உனக்கென்ன லாபம்" என்றான் மீசுங்.

சரவணனிடம் பதில் ஒன்றும் இல்லை. ஆனால் சீக்கிரம் வெளியே கூட்டி வந்தால் நல்லது எனத் தோன்றியது. ஜாமீன் தொகை ஐந்து மாத மொத்தச்சம்பளம். காசு போனால் பிரச்சினையில்லை.

"ரெண்டு பேர் மேலயும் குற்றம் இருக்கு. சர்வைலன்ஸ் கேமராவில் பதிவாகியிருப்பதாக சொன்னான். பிணைத்தொகை செலுத்தி வெளியே வந்து வழக்கை ஒரு வருடம் இழுத்தடிக்கலாம். அந்த ஒரு வருட காலத்திற்கும் நீதான் அவனுக்கு செலவு செய்ய வேண்டும்" என்பதையும் யோசித்து முடிவெடுக்கச் சொல்லி கிளம்பினான் மீசுங்.

திடீரெனத் திரும்பி, "வேணும்னா ஒரு லைன அவனுக்கு கொடுத்து ஹான்ஸ் ஓட்டச்சொல். அதிலே இப்போ நிறைய காசு. பெரிய

கெடுபிடி ஒண்ணுமில்ல" என்றான்.

செந்தில் இதற்கு உடன்படுவானா தெரியாது. அதைப்பிறகு பேசிக்கொள்ளலாம். முதலில் வெளியே கொண்டு வரவேண்டும் என்பதால். மேற்கொண்டு ஆகவேண்டியதை செய்யலாம் என்றான். உள்ளுக்குள் குழப்பமாக இருந்தது என்றாலும் வேறு வழியில்லை.

குயின்ஸ் டவுன் சிறைக்கு முன்னால் சரவணன் நின்றிருந்தான். அது சிறை போலவே இல்லை. ஆடம்பர ஓட்டல் ஒன்றின் நுழைவாயில் போல இருந்தது. நெடுநேர காத்திருப்புக்குப்பின் லாயருடன் செந்தில் வந்துகொண்டிருந்தான். மொட்டைத்தலையுடன் சிரிப்பை இழந்த முகம். வழக்கமாக எதிர்கொள்ளும் அவனின் சினேகம் நிறைந்த புன்னகையை சிறைக்குள்ளேயே விட்டிருந்தது போல இருந்தது. அருகில் நேருக்கு நேராகப் பார்க்கும் தருணத்தில் இருவர் கண்களிலும் கண்ணீர் துளிர்த்திருந்தது, எதுவுமே பேசவில்லை. ஆதரவாக தோளைத்தொட்டுப் புன்னகைக்க முயன்ற சரவணனின் தொடுகையை செந்தில் ஏற்றுகொண்டதாகவே தெரியவில்லை. லாயருடனான பேச்சுக்குப் பிறகு டாக்சி பிடித்து அறைக்குத் திரும்பினார்கள். வழியில் ஒன்றுமே பேசவில்லை. ஆளுக்கொரு திசையில் முகத்தைத் திருப்பி ஆழ்ந்த சிந்தனையில் இருந்தனர்.

"காலைல ஆறுமணிக்கு ப்ளைட் இருக்கு. ரெண்டு மூணு பேர் வராளுங்க கூட்டிட்டு வரணும். வேலை இருக்கு நான் கௌம்பறேன்" என்றபடி சரவணன் ஐம்பது வெள்ளியை செந்திலின் மேல்சட்டைப் பாக்கெட்டில் வைத்தான். மறுப்பேதும் சொல்லாமல் நின்றபடி இருந்தவனைப் பார்த்து பெருமூச்சு விட்டபடி கிளம்பினான் சரவணன்.

ஏர்போர்ட்டில் இருவரும் காத்திருந்தார்கள். செந்தில் கொஞ்சம்போல இயல்பு நிலைக்குத் திரும்பி ஓரிரு வார்த்தைகள் பேச ஆரம்பித்திருந்தான். முழுதாக மாற ஒருவாரம் ஆகும். பிறகு வேலையைப் பற்றி பேசிக்கொள்ளலாம். ஒரு தமிழ், ரெண்டு ஆந்திராக்காரிகள் என்று மீசுங் சொல்லியிருந்தான். மூன்று பெண்களாக யாராவது இணைந்து வந்தால் அது நம்ம பார்ட்டிகள் என்று மனதுக்குள் நினைத்தபடி குடிநுழைவு வாயிலிலிருந்து வருபவர்களைப் பார்த்துக்கொண்டே இருந்தான்.

மூன்று பேரில் ஒருத்தி கூட பார்க்கச் சகிக்கவில்லை. ஒருத்தி அதீத குண்டு. ஒருத்தி ஒல்லியான தேகம். ஒருத்தி மட்டும் திரட்சியுடன்

அளவெடுத்தது போல இருந்தாள். முகலட்சணம் பொருந்தி வரவில்லை. எவன் இதையெல்லாம் அனுப்பித் தொலைக்கிறானோ என்று நினைத்தபடி டாக்சி ஒன்றில் ஏறி தங்க வேண்டிய ஓட்டலில் இறக்கிவிட்டு சாப்பாடு சொல்லிக் கிளம்பும்போது செந்தில் கேட்டான்.

"யார் கூட்டிட்டு வராங்க இவங்கள எல்லாம்?"

"அதெல்லாம் சொல்ல மாட்டாங்க. ஆள் வந்த ரிசீவ் பண்ணனும், ஹோட்டல்ல விடனும். அப்புறம் எங்க நிக்கணும், என்ன செய்யணும்னு அவளுங்களுக்கே தெரியும்."

"இதுக்கெல்லாம் இங்க கஸ்டமர் இருக்காங்களா?, இந்த மாதிரி பொம்பளைங்க ஊர்லயே கிடைப்பாங்கள்ல, கடல் கடந்து வெளிநாட்டுக்கு வந்தும் கூட ஏன் வெள்ளத்தோலுக்கு இல்லாத மதிப்பு இவங்களுக்கு இருக்கு, என்ன இது கன்றாவியான டேஸ்ட்..." என்றான்."

"இதில ஒரு சூட்சுமம் உண்டு. எனக்கும் ஆரம்பத்துல இந்த சந்தேகம் இருந்தது. ஆனா நம்ம ஆளுங்களுக்கு படக்குன்னு எல்லாத்தையும் அவுத்துப் போட்டுட்டு பார்க்கிற சோலி பிடிக்கறதில்ல. பாவாடைய மெல்ல தூக்கி, பிரா பட்டைய பாக்கும்போதுதான் அவனுக்கு மூடு வருது. வெள்ளத்தோலுக்கு காசு கூட ஆகற சமாச்சாரம். இப்பதான் வந்திருக்க போகப் போகத் தெரியும்."

செந்தில் இதற்கு சிரிக்கவில்லை. வெறுமனே கேட்டுக்கொண்டான். "இப்படியெல்லாம் சம்பாதிக்கணுமா?"

"நியாய தர்மம் பாத்த காலம்லாம் போச்சு செந்திலு. தோ, இதே வீராசாமி ரோட்டுல ஒரு கேட்டரிங்ல வேலை செய்வேன். பார்ட் டைம் வேல. காலைல ஏழு டு ஏழு கம்பெனி வேல முடிச்சி எம் ஆர் டி எடுத்து பத்து மணிக்கு ஆரம்பிச்சேன்னா ரெண்டு மணி வரைக்கும் வெங்காயம், தக்காளி வெட்டுவேன். எவ்ளோ குடுப்பானுங்கன்னு நெனைக்கிற? மணிக்கு மூணு வெள்ளி, மாசக்கடைசில சம்பளம் குடுக்க இழுத்தடிச்சிக் குடுப்பான். மணிக்கணக்கு போட்டுப்பாத்தா கொறையும். ஏன்னு கேக்க முடியாது. என்ன பண்றது காசு தேவை. ஒருவேளை சாப்பாடுதான் சகாயம். அதுவும் மீந்து போனது. ரெண்டு மணி நேரந்தான் தூங்குவேன். பஸ்ல, ட்ரெயின்ல போகும்போது தூங்கறதுதான். நிம்மதியான தூக்கம் கூட இல்லாம உழைச்சேன். என்ன மிஞ்சிச்சி? ஒண்ணுமில்ல.

ஒருநாள் புடிச்சிட்டாங்க. ஸ்பெசல் பாஸ் போட்டுக் குடுத்தாங்க. இப்ப நீ போறியே அதே மாதிரி வாரம் ஒருநாள் போய் கையெழுத்து போட்டு பாஸ் வாங்கிட்டு வரணும். போலீஸ் புடிச்சப்போ உள்ள வச்சிருந்து வெளிய வந்தன்னிக்கு நெறைய குடிச்சிட்டு ரோட்டுல கெடந்தேன். நம்மாளுங்க பாத்துட்டேதான் போனாங்க. எவனும் ஏன் என்னன்னு பாக்கல. மீசுங் வந்தான். பழக்கமாச்சி. அவங்கூடவே பொழப்பு ஓடுது. இதுவும் நிரந்தரமில்லன்னு தெரியும். எப்பவேணா என்ன வேணாலும் ஆகலாம்.

தோ அங்க வீல்சேர்ல உக்காந்திருக்கான் பாரு ஒரு சீனன். அவனுக்கு சுத்திலும் எப்பயுமே நாலு பேர் உக்காந்து குடிச்சிட்டு கும்மாளம் அடிப்பாங்க. ஒருநாள் விடாம தினமும் இது நடக்கும். சொந்தமா ரெண்டு கரோக்கி பப்பு வச்சிருக்கான். தினமும் ஓசி குடி குடிக்க எல்லாரும் வந்துருவாங்க. அவன் வண்டிய தள்ளிட்டுப் போறதுக்கு ஆள் வரும். எந்திரிச்சி கூட நிக்க முடியாது. ஆனா பாரு சந்தோஷமா குடிச்சி கூத்தடிச்சிட்டு இருக்கான். இதுவே அவங்கிட்ட காசு இல்லன்னு வையி, எவனாச்சும் அவன் கூட இருப்பானா? பிச்சதான் எடுக்கணும். எல்லாமே காசுதான் செந்திலு, காசு இல்லன்னா இந்த உலகத்துல நீ வேஸ்ட் லக்கேஜ் மாதிரி."

இரண்டாவது வாரம் கையெழுத்துப் போட்டு பாஸ் வாங்கி வந்த அடுத்த நாள் செந்தில் சொன்னான்.

"ரூம்லயே அடைஞ்சி கெடக்க போர் அடிக்குது. கேட்டரிங் போலாம்னு இருக்கேன்" என்றான்.

"கேட்டரிங் சரிப்படாது. எல்லா மொதலாளிங்களும் ஒண்ணுதான். எவனும் லேசுல காசு அவுத்துறமாட்டான். அப்டியே குடுத்தாலும் முழுக்காசு தந்த மொதலாளி இந்த உலகத்துலயே இல்ல."

வேற வேலை ஒண்ணு இருக்கு. நல்ல காசு வரும். தொழில் நேக்கு புரிஞ்சிடுச்சின்னா பூந்து வெளையாடலாம்.

அப்டி பாக்காத. என் வேலை மாதிரி இல்ல அது. நம்மாளுங்களுக்கு எப்பவுமே ஒரு போதை இருந்துட்டே இருக்கணும். ஹான்ஸ் புகையிலைக்குதான் இப்ப டிமாண்டு. இங்க வந்துட்டு இருந்ததையும் தடை பண்ணிட்டாங்க. நாலுல மூணு பேர் இது இல்லாம எந்த வேலையும் செய்ய மாட்டானுங்க. மீசுங் இருக்கான்ல, அவனுக்குத் தெரிஞ்ச சிங்கு ஒருத்தன் இறக்கறான். ஏரியா பிரிச்சி டெலிவரி

குடுக்கணும். பொட்டிக்கு இவ்ளோன்னு கமிஷன் உண்டு. பெரிய இடம், பெரிய காசு. இப்ப இறங்கினா ஆறு மாசத்துல கொஞ்சம் காசு பாக்கலாம். புடிச்சாலும் சிங்கு பாத்துக்கறேன்னு சொல்லிருக்கான்."

"ஏன்? அத சிங்கே செய்யலாம்ல? நம்மகிட்ட ஏன் குடுக்கறான்?"

"அவன் மொதலாளி, தெருவில இறங்கி அவன் ஏன் வேலை செய்யணும்?"

அதற்கடுத்த வாரத்திலேயே செந்தில் ஏரியா பிரித்து டெலிவரி செய்வதில் தேர்ந்திருந்தான். எல்லாமே ரகசியமாகத்தான் நடந்தது. அத்தனை வேகத்தை சரவணன் எதிர்பார்த்திருக்கவில்லை. நினைத்ததைவிட அதிகமாக மார்க்கெட்டில் இறங்கி செய்திருந்ததை மீசுங்கே பாராட்டியிருந்தான். காசு புழங்கத்தொடங்கியிருந்தது. ஜாமின் தொகையை ஆறே மாசத்தில் இருவரும் சேர்ந்து அடைத்திருந்தார்கள். தலையிலிருந்து பாம்பு முதுகு வழியாக இறங்குவதுபோல டாட்டு குத்தியிருந்தான் செந்தில். பணப்புழக்கம் ஆளை அடியோடு மாற்றியிருந்தது. பப்புகளில் இறைத்ததுபோகவும் கொஞ்சம் மிஞ்சியிருந்தது.

வீட்டில் அரசல் புரசலாகத் தெரிந்திருந்தது. ஊர்க்காரர்கள் சொல்லியிருப்பார்கள். திடீரென பணம் அதிகம் அனுப்பும்போது அவர்களுக்கே தெரிந்திருக்கும். அம்மா மூக்கைச் சிந்தினாள். இப்போதெல்லாம் அதிகம் பேசுவதில்லை. தங்கை பி.எஸ்.சி... கடைசி வருடம். அடுத்த வருடம் தம்பியை இஞ்சினியரிங் சேர்க்க வேண்டும். வேகமாக ஓடிக்கொண்டே இருக்கத் தோன்றியது. எப்போது வேண்டுமானாலும் விபரீதம் நடக்க வாய்ப்பிருக்கிறது. அதற்குள் எதாவது செய்து கொஞ்சம் பணம் தேத்திவிடவேண்டும்.

எல்லாம் கொஞ்சநாள்தான். ஹோட்டலில் கஸ்டமரை சோலி பார்த்த காசு தராமல் போதையில் பிரச்சினை பண்ணியிருக்கிறான். ஆந்திராக்காரி சரவணனுக்கு போன் அடித்திருக்கிறாள். போனதும் பிரச்சினை ஆகியிருக்கிறது. "காசு இல்லன்னா என்ன மசுருக்குடா சோலி பாக்க கௌம்பரிங்க" என்று இவனும், "இதுக்கெல்லாம் அம்பது வெள்ளி ஓவர்" என்று அவனும் சலம்பினான். பிரச்சினை பெரிதானது. எரிச்சலில் சரவணன் அவனைத் தள்ள... போதையில் இருந்தவன் நேராக போய் கண்ணடியில் தலைமுட்டி விழுந்திருக்கிறான்.

மீசுங் வருவதற்குமுன்பாகவே போலீஸ் வந்து சரவணனை கூட்டிச் சென்றுவிட்டார்கள்.

விஷயம் கேள்விப்பட்டதும் செந்தில் நேராகப் போய் மீசுங் முன்பாக நின்றான்.

நளினமாக ஒரு சிகரெட்டைப் பற்றவைத்தபடி மீசுங் சொன்னான்.

"பிரச்சினையில்லை. வெளில கொண்டு வந்துடலாம். உனக்கு ஆனதை விட பெரிய தொகை ஆகும்னு சொல்றாங்க. பாஸ்கிட்ட பேசி பாதிக்காசு வாங்கிடலாம். மீதிய நீ ஏத்துக்க."

"நீ என்ன சொல்ற?"

திகைப்பதற்கு ஒன்றுமில்லை. இது ஒரு சூழ்ச்சி. அண்டிப்பிழைப்பதின் இரண்டாவது தகுதி தன்னையே முதலாளியிடத்தில் ஒப்புக்கொடுப்பதுதான் என்று நினைத்தவனாய் நின்றிருந்தான் செந்தில்.

பிரார்த்தனை

போஷாக்கான உடல்வாகோடு எதிரே வந்துகொண்டிருந்த பெண் உடலை ஒட்டியபடி இறுக்கமான டீஷர்ட் அணிந்திருந்தாள். டீஷர்ட்டில் பிரபலமான பாடகர் ஒருவரின் படம் இருந்தது. யாராக இருக்கும் என எவருமே ஒருகணம் உற்றுப்பார்க்கத்தான் செய்வார்கள். கூர்ந்து கவனித்த என் கண்கள் அது ஆப்ரிக்க இசைக்கலைஞன் பாப் மார்லி என்று உணர்ந்ததும் சற்று உற்சாகமடைந்தேன். விசேஷம் என்னவென்றால் ஒடுங்கிய மார்லியின் கன்னங்கள் டீஷர்ட்டில் குஷ்புவின் கன்னங்கள் போல போஷாக்குடன் இருந்ததுதான். இவ்விதம் நோக்கலாகாது என்று மனது நினைத்தாலும் கண்கள் பிழை செய்துவிடுவது வாடிக்கையாகவே நடந்து கொண்டிருக்கிறது. அவளும் கவனித்து “ஆண்களே இப்படித்தான்” என்பதுபோல சற்று

கடுகடுப்புடன் கடந்துசென்றதுபோல பிரமை எனக்குத் தோன்றியது.

என்னைக் கேட்காமலே உதட்டில் நயமாக பஃபல்லோ சோல்ஜர் என்ற மார்லியின் பாடல் வந்தமர்ந்துகொண்டது. காலையில் பர்சைத் தொலைத்த கணத்திலிருந்து அலைந்த அலைச்சலுக்கு மனது இயல்பைத் தேடித்திரிந்து இப்பாடலைக் கண்டடைந்து பாட மூளைக்கு கட்டளையிட்டிருக்கிறது என உணர்ந்தாலும் பர்ஸ் காணாது போன சோகத்தில் கூட எப்படி உன்னால் பாட்டுப்பாட முடிகிறது என்று என்னையே நான் கடிந்துகொண்டேன்.

மெர்சிக்கு போன் பண்ணி சொல்லவேண்டும். போலீஸ் ஸ்டேஷன் சென்று புகார் அளித்து திரும்ப சற்று தாமதமாகும். எடிக்கு சமாதானம் சொல்லி காத்திருக்குமாறு அறிவுறுத்தவேண்டும். அலுவலகம் முடிந்த அரைமணி நேரத்தில் எடி என்கிற எட்வினாவின் முன் இருப்பது வழமை. இன்று அதற்கொரு சிக்கல். அதையும் விட முக்கிய சிக்கல் என்னவென்றால், பர்ஸ் காணாமல் போன விஷயத்தை இன்னமும் மெர்சிக்கு தெரியப்படுத்தவில்லை. தேவன் மீதான என் விசுவாசக்குறைபாடுதான் எல்லாப் பிரச்சினைக்கும் காரணம் என்பதில் ஆரம்பித்து ஞாயிறுகளில் தேவாலயம் செல்லாதது வரை நீட்டி முழக்கி பெரியதொரு பிரசங்கம் செய்வாள். அதைக் கேட்டுக்கொள்ளும் பக்குவத்தைக்கூட தேவன் இன்னும் எனக்கு அருளியிருக்கவில்லை. முழு இரவு ஜெபக்கூட்டங்களுக்கு மட்டும் அவளுடன் போவதுண்டு. அகாலத்தில் தனியாக வீடு திரும்ப வேண்டியதிருக்குமே என்பதால் போவதேயொழிய ப்ரார்த்தனைக்கென்று செல்வதில்லை. ஒரு முழு இரவும் தேவனை நோக்கி ப்ரார்த்திப்பதென்பது அவரை வன்கொடுமை செய்யும் செயல் என்பது என் எண்ணம்.

அதையெல்லாம் விளக்கிச் சொல்வதில்லை. ஃபாதருக்கு ஒரு வணக்கம் சொல்லி மூன்றாவது பாடலிலேயே எழுந்து சென்று சர்ச்சின் இடது பக்கத்திலிருக்கும் சிறுவர் மைதானத்தின் ஓரமாக அமர்ந்து தூங்கிவிடுவது எல்லா முழு இரவு ப்ரார்த்தனையிலும் நடக்கும் செயல். எட்வினா சர்ச்சிலேயே பிள்ளைகளோடு விளையாடி தூங்கியிருப்பாள். அவளை வீடுவரை தூக்கி வருவது தலையாய கடமை.

அடுத்த நிறுத்தத்தில் ரோச்சார் போலீஸ் ஸ்டேஷன் வந்து விடும். பேருந்தை விட்டு இறங்கியதும் மெர்சிக்கு அழைக்கவேண்டும்.

ஸ்டேஷன் அடைவதற்குமுன்பு விஷயத்தைச் சொல்லி அழைப்பைத் துண்டித்துவிடவேண்டும் என்று மனதுக்குள் நினைத்துக்கொண்டேன். இடதுபுறம் காளியம்மன் கோவிலைக் கண்டதும் பஸ் நிறுத்துவதற்கான பொத்தானை அழுத்தினேன். அழுத்தாவிட்டாலும் பேருந்து நிற்கத்தான் செய்யும் என்றாலும் பொத்தானை அழுத்தும் செயல் சிற்றின்ப வகை. அழுத்தியது பேருந்தின் முன்புறம் எரியும் சிவப்பு விளக்கு; அதைத்தொடர்ந்து வரும் டிங் டாங் ஒலி. சிறுவயதிலிருந்தே கூட வரும் பழக்கம். இவ்வகை சிற்றின்ப செயல்களைக் கூடுமானவரை குறைத்துக்கொள்ள வேண்டும். மெர்சி ஒவ்வொருமுறையும் "உன்ன பாத்துதான் எடீ கெட்டுப்போறா, பொம்பள பிள்ளைய விளாட்டுத்தனமா பழக்கி வைக்கக் கூடாது" என்பாள். மூவரும் பேருந்தில் செல்லும்போது ஒவ்வொரு நிறுத்தத்திலும் பொத்தானை அழுத்தி ஒலியெழுப்ப வைப்பது எடியின் செல்ல விளையாட்டு. அழுத்த வகையில்லாமல் கையைப் பிடித்து வைத்தாலும் திமிறிக்கொண்டு சிரித்தபடியே பொத்தானை அழுத்திவிடுவாள். உடனே மெர்சி என்னைப் பார்த்து முறைப்பாள்.

பெருமூச்சொன்றை உதிர்த்து பேருந்து நின்றதும் ஆசுவாசப்படுத்துவது போல அதன் கதவுகள் விரிந்தன. அனிச்சையாக கை பின்புறம் பர்சை தேடிச்சென்று பின்புதான் "அதான் காணாம போச்சே" என்று உணர்ந்து சில்லறை போட்டு டிக்கெட் எடுத்த விஷயம் நினைவுக்கு வந்தது. பேண்டுக்குள் கையை நுழைத்து போனை எடுத்து மெர்சிக்கு அழைத்தேன். முதல் ரிங்கிலேயே எடுத்துவிட்டதும் பதட்டத்தில் என்ன சொல்வதென்று மென்று முழுங்க ஆரம்பித்துவிட்டன வார்த்தைகள்.

"மெர்சி... நான் இன்னிக்கு வர லேட்டாகும்... ஏன்னா..." என சொல்ல ஆரம்பிக்கும்போதே

"ஏன்.... ஏன் லேட்டாகும்? எடி கத்த ஆரம்பிச்சிடுவா... சீக்கிரம் வரப்பாருங்க" என்றாள்.

"அதுல்லடி.... காலைல ஒரு க்ளையண்ட் மீட்டிங். எப்படியாச்சும் ஆளப்புடிச்சி இன்னிக்கு செக் வாங்கிடலாம்னு நெனச்சிப் போனேனா... அவர் ரெஸ்டாரண்ட்ல மீட்டிங் வச்சிக்கலாம்னு சொன்னாரு. நானும் போய்ப்பேசி செக்க வாங்கிட்டேன். ஆனாப் பாரேன். இந்த பர்சை எடுத்து டேபிள்ல வச்சிருந்தேனா...

எழுந்துபோய் கைகழுவி வந்து பாக்கறதுக்குள்ள" என்பதற்கு முன்பு அவள் தொடர்ந்தாள்.

“அடிச்சிட்டு போயிட்டானா? நான் எத்தனை முறை சொல்லிருக்கேன். எங்க உக்காந்தாலும் பர்சை எடுத்து டேபிள்ல வைக்காதிங்கன்னு. நான் சொல்றதை ஒருமுறையாச்சும் கேட்டிருக்கிங்களா? இப்போ போச்சா? கடவுளுக்கு விரோதமா செஞ்சிட்டு இருந்தா இப்படிதான் நடக்கும். அதுசரி எவ்வளவு வச்சிருந்திங்க?"

"ஒரு நூத்தம்பது வெள்ளி இருக்கும்." நூறைக் குறைத்துதான் சொன்னேன். அவளிடமிருந்து வந்த எதிர்வினைக்குப் பிறகு இன்னும் நூறைக் குறைத்திருக்கலாமோ என்று தோன்றியது.

“நீ வேற என்னை டென்ஷன் பண்ணாத... போலீஸ் ஸ்டேஷன்தான் போயிட்டுருக்கேன். தகவல் சொல்லலாம்னுதான் போன் பண்ணேன். எடிகிட்ட அப்பா வர லேட்டாகும்னு சொல்லி சாப்பிட வை. நான் சீக்கிரம் வந்திடறேன்" என பதிலை எதிர்பார்க்காமல் போனைக் கட் செய்தேன்.

நல்லவேளை! மீட்டிங்கின்போது போனை நோண்டினால் வாடிக்கையாளர் கோபித்துகொள்வார் என அதை மயக்கநிலை அடைய வைத்து பேண்ட் பாக்கெட்டில் வைத்திருந்தேன். இல்லையென்றால் அதையும் டேபிளில் வைத்துவிட்டுச் சென்றிருந்தால் என் நிலைமையை மெர்சியிடமிருந்து தேவனால் கூட காப்பாற்ற முடியாது.

நிறுத்தத்தில் இறங்கி ப்ராட்வே ஹோட்டலின் சிக்னலில் நின்று க்ராஸ் செய்து ஹிண்டு ரோட்டில் நடந்துகொண்டிருந்தேன். நேராகச்சென்று இடதுபுறம் திரும்பினால் “ரோச்சார் தோழமை காவல் நிலையம்” வந்துவிடும். எப்படி புகார் அளிப்பது என மனதுக்குள் ஒத்திகை செய்துகொண்டேன். எப்படி ஒத்திகை பார்த்தாலும் போலீசாரைப் பார்த்த நொடியில் மனம் இருளத்தொடங்கிவிடும். உள்ளூர எதோ ஒரு நரம்பு அமைப்பில் காவல்துறையைப் பற்றிய அச்சம் நீக்க முடியாதபடி பதிந்துவிட்டிருக்கிறது.

கண்ணாடிக்கதவைத் திறந்து உள்ளே நுழைந்தபோது மணி எட்டாகியிருந்தது. அவ்வளவு பரபரப்பில்லை. ஒரே ஒரு போலிஸ்காரர் கணினியின் முன்பு அமர்ந்து புகார் அளிப்பவர்களின் வார்த்தைகளை கணினி மூலமாக பதிந்துகொண்டிருந்தார். எனக்கு

முன்பாக வரிசையில் எட்டு பேர் இருந்தார்கள். மிக நீண்ட நேரமாக காத்திருந்ததற்கான அலுப்பு அவர்களின் முகத்தில் தெரிந்தது. ஒன்பதாவது ஆளாக வரிசையில் அமர்ந்துகொண்டேன். நீல நிற உடையணிந்த போலீஸ்காரர்கள் வருவதும் போவதுமாக இருந்தனர். புகார் பதிவு செய்பவர்களின் எண்ணிக்கையைக் கூட்டலாம். நேர விரயம் தடுக்கலாம் இத்தனை போலீஸ்காரர்கள் நடமாடும் இடத்தில் ஒரே ஒருவரை மட்டும் புகார் பதிவு செய்ய அனுமதித்திருப்பது முறையாகப் படவில்லை.

புகாரை பதிவு செய்யும் நபர் மிக விலாவாரியாக, மிக நுணுக்கமாக கேட்டறிந்து பதிவு செய்துகொண்டிருந்தார். அவர் கேட்டறியும் விதம் இப்போதே விசாரணையை முடித்து அனுப்பும் வகையில் இருந்தது. ஒரு புகார் பதிவு செய்ய குறைந்தது அரை நிமிட நேரம் எடுத்துக்கொண்டார். கணக்குப் போட்டுப்பார்த்தால் என் முறை வர எப்படியும் மூன்று மணி நேரம் ஆகலாம். எப்போது வீடடைவது, எடிக்கு எப்படி சமாதானம் சொல்வது என்ற குழப்பம் என்னை சூழ ஆரம்பித்தது.

புகார் அளிக்க வந்தவர்களில் வயது முதிர்ந்த ஒரு ஆள் அமர்ந்தபடியே உறங்க ஆரம்பித்திருந்தார். மெல்லிய குறட்டை ஒலி அவரிடமிருந்து வந்துகொண்டிருந்தது. அழுக்கு உடையோடு முந்தின இரவு உறக்கம் தொலைத்த முகத்தினால் நிலையாக இருக்க முயன்று முடியாதவாறு இங்கும் அங்கும் பார்த்துக்கொண்டிருந்தார். அவரிடம் என்ன புகார் என்றேன். “குட்ச்சிட்டி பட்துருந்தேங்க ஃபுல் மட்டையாச்சி, போனு, பர்சு, எல்லாத்தையும் அடிச்சிட்டுப் போய்ட்டானுங்க. பர்மிட்டு இல்லாம வேல செய்ய முடியாது. புதுசா வாங்கணும்னா கம்ப்ளயிண்டு வேணும்னாங்க. அதான் குடுக்கலாம்னு வந்தேன். இம்மா நேரம் இழுத்தடிக்கறானுங்க” என்று புலம்ப ஆரம்பித்தார். எதிரே பதிவு செய்துகொண்டிருந்த போலீஸ்காரர் முறைத்ததும் அப்படியே அடங்கிக்கொண்டார்.

நேரம் கரைந்துகொண்டிருந்தது நான் பொறுமை இழந்துகொண்டிருந்தேன். உள்ளே நுழைந்து ஒரு மணி நேரம் ஆகியிருந்தது. இன்னும் எவ்வளவு நேரம் ஆகும் என்று தெரியவில்லை. புகாரைப் பதிவு செய்துகொண்டிருந்தவருக்கு கடுமையான தடுமம் பிடித்திருக்கிறது. பின்புறம் துடைக்க உபயோகிக்கும் உருளை திசுத்தாளைக் கொண்டு மூக்கின் துவாரத்தில் எவ்வளவு முடியுமோ அவ்வளவு தூரம் நுழைத்து சளியைத் துடைத்துக்கொண்டிருந்தார்.

ஒரு புதிய உருளைத் திசுத்தாள் முழுவதுமாக முடிந்து விட்டிருந்தது. சிறிய கூடை வெள்ளை நிற திசுத்தாள்களால் நிறைந்து காணப்பட்டது. ஆனாலும் ஊற்று போல அவர் மூக்குகளின் இரு துவாரங்களிலும் சளி வந்துகொண்டே இருந்தது. யாரும் கவனிக்காத வண்ணம் துடைத்து போடத்தான் அவரும் விரும்பினார். ஆனால் அவரின் மூக்கு அதற்கு ஒத்துழைக்கவில்லை. ஒருகட்டத்தில் கட்டிடமே அதிரும் வகையில் உறிஞ்சித் துடைத்து கூடையில் போட்டுக்கொண்டிருந்தார். சட்டென அவர் மேல் பரிதாபம் ஒட்டிக்கொண்டது. விடுப்பு எடுத்து வீட்டில் இருந்திருக்கலாம் அவர். புகார் அளிக்க வந்தவர்களில் சிலர் வெளிப்படையாகவே அவருக்கு கேட்கும் விதத்தில் “மூக்கு உறிஞ்சும்” சப்தத்தினால் அதிருப்தி அடைந்து அதை வார்த்தைகளால் தெரிவித்துக்கொண்டிருந்தனர்.

அவரின் மூக்கு அவர் கட்டுப்பாட்டில் இல்லை. தும்முவதும், உறிஞ்சுவதும், துடைத்துப் போடுவதுமாக இருந்தார். முன்பிருந்த எட்டு பேருக்கும் எட்டு விதமான பிரச்சினைகளை அவர் விலாவாரியாகப் பதிவு செய்தாகவேண்டிய கட்டாயம். வேறு எவரும் இல்லை.

பேண்ட் பாக்கெட்டிலிருந்து மெல்ல போனை உருவி எடுத்தேன். நான்கு குறுஞ்செய்திகள் வந்திருந்தன. பத்தடி தூரம் நகர்ந்து யாரும் கேட்காவண்ணம் மெல்ல மெர்சிக்கு போன் அடித்தேன்.

“இன்னுமா கம்ப்ளெயிண்ட் குடுத்துட்டு இருக்கிங்க?'' எனக்கு சந்தேகமா இருக்கு.

“நான் வேணா போலீஸ்காரர்கிட்ட போனை குடுக்கிறேன், பேசறியா?”

“வேணாம், எடி எவ்வளவு சொன்னாலும் அழுதுட்டே இருக்கா....” பக்கத்து வீட்டு ஆண்டி வேற அவகிட்ட ”ஓங்கப்பாவ போலீஸ் புடிச்சிட்டு போயிட்டாங்கன்னு” விளையாட்டுக்கு சொல்லிட்டாங்க அத நம்பி ரொம்ப அழறா... கொஞ்சம் சீக்கிரம் வாங்க.''

“நான் என்ன பண்றது மெர்சி... ஒரு ஆள்தான் இருக்கார். நாளைக்கு கொடுத்துக்கலாம்னு நினைத்து வரமுடியல. உடனே புகாரளித்தால் எதாவது பலன் கிடைக்கும். ஏன் தாமதம்னு கூட கேள்வி கேப்பாங்க. கொஞ்சம் பொறுத்துக்க. நான் வந்துடுவேன்.

“திரும்பக் கிடைக்கும்னு எல்லாம் நம்பிக்கை இருக்கா உங்களுக்கு?”

“சரி... நீ வேற என்னை இம்சை பண்ணாத, போனை எடிகிட்ட

குடு, நான் பேசறேன்"

"எடிச்செல்லம், அப்பா வர இன்னிக்கு கொஞ்சம் லேட் ஆகும். அம்மாகிட்ட சாப்ட்டு தூங்கணும் சரியா?"

"உன்ன போலீஸ் புடிச்சிட்டு போயிட்டாங்களா டாடி?" அழுகையுனூடே எடியின் குரல் கசிந்து வந்தது.

"புடிச்சிட்டுப் போவலடா எடிக்குட்டி... அப்பா பர்ஸ ஒரு பேட் பாய் தூக்கிட்டுப் போயிட்டானா... அதான் போலீஸ்ல சொல்லி புடிக்கலாம்னு வந்துருக்கேன். சீக்கிரம் வந்துடுவேன். அழாம இருக்கணும். ஓகேவா."

"சீக்கிரம் வரணும்பா... நான் வெய்ட் பண்ணுவேன்"

சரிடா செல்லம்... அப்பா சீக்கிரம் வரேன். போனை அணைத்து பாக்கெட்டில் நுழைத்து மறுபடி அதே இருக்கையில் அமர்ந்தேன்.

இன்னும் மூன்று பேர் எனக்கு முன்னால் புகாரளிக்கக் காத்திருந்தார்கள். இடையில் ஒரு மூதாட்டி வந்து என்னவோ சீன மொழியில் பேசிக்கொண்டிருந்தாள். காத்திருந்தவர்கள் முறைதவறிச்செல்லும் வரிசையை எண்ணியவாறு உக்கிரத்துடன் ஆட்சேபம் தெரிவிக்க எழுந்த உடன் வேறு போலீஸ்காரர்கள் சிலர் வந்து அம்மூதாட்டியுடன் பேச்சுவார்த்தையில் ஈடுபட்டனர்.

வழக்கத்தைவிட இன்று புகாரளிப்பவர்களின் எண்ணிக்கை அதிகமாகிவிட்டது என்றுதான் படுகிறது. திடீரென நகரில் குற்றங்கள் அதிகமாகி விட்டனவா என்பது புரியவில்லை. எந்நேரமும் கையில் வைத்திருக்க வேண்டிய அதி அவசியமான பொருட்கள் தொலைந்து போகையில் அதேபோல இன்னொன்றைப் பெற புகார் அவசியமாகிறது. எனக்குமே கூட அடையாள அட்டை முக்கியம், இன்னொரு நகலைப்பெற வேண்டுமானால் புகார் அவசியம். இங்கிருப்பவர்களின் பாதிப்பிரச்சினை அதுவே. மீதிப்பாதி கம்பெனி தகராறுகள், விபத்துகள், கொடுக்கல் வாங்கல், பெட்டிக்கேசுகள் போன்றவை.

காத்திருக்கும் நேரத்தில் நான் முன்பு தொலைத்த பொருட்கள், அதற்கு நான் பெற்ற தண்டனைகள் ஒவ்வொன்றாக நினைவுக்கு வந்தன.

எங்கள் கிராமத்தில் பொருட்களைத் தொலைப்பவர்கள் என்ற

பிரிவின் கீழ் நான் நிபுணத்துவம் பெற்றிருந்தேன். ஒரே நொடியில் எங்கு வைத்தோம் என்பதை மறந்துபோவதில் நான் முதலாவது எண்ணில் வருவேன். சைக்கிளை நான் பூட்டக்கூடாது என்ற எழுதப்படாத விதி வீட்டில் இருந்தது. சவுதியில் இருந்து சித்தப்பா வந்திருந்தபோது அப்பாவுக்கு ஒரு வாட்ச் வாங்கி வந்திருந்தார். நேரத்தைச் சொல்லும் என்ற வழக்கமான பணியிலிருந்து சற்றே கூடுதலான அதிகாரம் ஒன்றை வைத்திருந்தது அந்த கைக்கடிகாரம். அதிகாலையில் எழும்ப வேண்டி அலாரத்தை வைத்துக்கொள்ளலாம் என்பதுதான் அந்த வசதி. உண்மையில் வீட்டில் யாருக்குமே அதிகாலையில் எழுந்திருக்கவேண்டிய அவசியம் இருந்திருக்கவில்லை. ஆனாலும் வீட்டின் அனைவரையும் கவர்ந்திருந்தது அந்த வாட்ச். அதில் அதி விசேஷமான காரியம் ஒன்றிருந்தது. அது எழுப்பும் விதம். அசல் சேவலைப் போல அது கூவியது. காலைவேலை என்றில்லை எப்போது சொன்னாலும் அது கூவியது சிறுபிள்ளைகளான எங்களுக்கு வேடிக்கையாக இருந்தது.

வழக்கம்போல மின்னனு சாதனங்களை பிரித்து மேய்ந்துபார்க்கும் எனக்குதான் அதைக் கூவச்செய்ய முதலில் தெரிந்தது. அதை எனக்கே சொந்தமாக்கச் செய்ய நான் எடுத்த முயற்சிகள் கடைசி நேரத்தில் வெற்றியைத் தேடி தந்தன. அப்பாவின் கையிலிருந்த அதை என் கைக்கு மாற்ற நான் சில நாடகங்கள் ஆட வேண்டிருந்தது. மூன்று நாட்கள் எவரிடமும் பேசாமல் சாப்பிடாமல் இருந்து பெற்றதை இரண்டே நாட்களில் தொலைத்தபோது அப்பா உக்கிரமாக வாசலில் நின்று ஆடினார். அதேபோல ஒரு வாட்ச் இந்தியாவிலேயே எவரிடமும் இல்லை என்று வாதாடினார். நீண்ட காலம் என்னை மன்னிக்கவேயில்லை. வாய்ப்பு கிடைக்கும்போதெல்லாம் வாட்ச் குறித்து சொற்பொழிவாற்றினார். கோபால் அண்ணன் வீட்டுக் கிணற்றை தூர்வாரும்போது அதே வாட்ச் மறுபடி கிடைத்தது. மேலிருந்து கிணற்றில் குதித்து விளையாடும்போது தவறி நீரடியில் சென்றிருக்கவேண்டும். வார்ப்பட்டை பாசிபிடித்து, வளையங்கள் துருப்பிடித்து மீண்டும் கையில் கிடைக்கும்போது உள்ளே இருந்த சேவல் மடிந்திருந்தது.

அதற்கு முன்பு ஒரு சம்பவம். சிறுவயதில் மிகவும் குள்ளமாக இருந்தபோது நண்பர்களால் கேலிசெய்யப்பட்டேன். அக்குறையைக் களைய பெட்டிக்கடை வைத்திருந்த குள்ளமணி அண்ணன் ஒரு உபாயம் சொன்னார். அவரிடம் பாரகன் டபுள் டக்கர்

செருப்பு ஒன்றிருந்தது. அவர் மனைவியோடு தெருவில் நடந்து செல்லும்போது சிறிதே சிறிதளவு குள்ளமாகத் தெரிவார். அந்தச் செருப்பைப் போட்டுக்கொண்டு நடந்தபோது அந்த அவப்பெயர் மறைந்திருந்தாகவும் தானும் தன் மனைவியும் ஒரே உயரத்துடன் இருந்ததாகச் சொல்லி அந்தச் செருப்பைப் பரிந்துரைத்தார். விலை கூடிய வார் செருப்புகளைக் காட்டிலும் விலை அதிகமாயிருந்தது. மறுபடி உண்ணாநோன்புகள், போராட்டங்கள் பல கடந்து அந்தச் செருப்பை அப்பா வாங்கிக்கொடுத்தார். அம்மாவின் தொடர் வற்புறுத்தல்களால் அப்பா வாங்கித்தரச் சம்மதித்தார். சைக்கிளின் பின் கேரியரில் என்னை அமர வைத்து உஸ்மான் பாய்க் கடையில் வாங்கித்தந்த அந்தக் கணம் இன்றும் நினைவில் உள்ளது. சைக்கிளில் போகும்போது பின்புறம் அமர்ந்திருந்த என் தொடையை துழாவி நறுக்கென்று அப்பா ஒரு கிள்ளு கிள்ளினார். வீடடையும் வரையும் சிவந்திருந்தது அந்தக் கிள்ளல். உண்மையில் அந்தச்செருப்பு பலன் கொடுத்தது. கொஞ்சம்போல என் உயரத்தை தூக்கிக் காட்டியது அது. அந்தச்செருப்பு முழுத்தேய்மானம் அடைந்து வீசும் நிலை வரும்போது எனக்கு இரண்டு வயது கூடியிருக்கும் என்று நினைத்துக்கொள்வேன். ஆனால் வழக்கம்போல அதுவும் தொலைந்து போனது. விசேஷ நிகழ்ச்சி ஒன்று வீட்டில் நடந்தபோது வந்த கூட்டத்தில் யாரோ ஒருவர் அடித்துச் சென்றுவிட்டார். நான் வேறு எங்கேயோ சென்று தொலைத்துவிட்டதாக சொன்னார்கள். வீட்டில் தொலைய வாய்ப்பில்லை என்று அடித்துச்சொன்னார்கள். எப்பொருளையும் அடம்பிடித்து வாங்கும் என் செயலை அன்றோடு நிறுத்தினேன். இதுக்கும் மேல் உனக்குத் தண்டனைகள் தர எனக்கு விருப்பமில்லை என்பதுபோல அப்பா விலகிக்கொண்டார்.

சொந்தச் சம்பாத்தியத்தின் பொழுதுகளில் அனேகமாக தொலைப்பது குறித்த சிந்தனை அடியோடு மாறிவிட்டது. பொருட்கள் எதையுமே தொலைப்பதில்லை. ஒரு கட்டத்தில் தண்டனை இல்லை என்றானபோதுதான் நான் தொலைப்பதை நிறுத்தியிருந்தேன். உள்ளூர தண்டனை பெற்றுக்கொள்வதில் ஆழ்ந்த விருப்பம் இருந்தது. தன்னைத் தானே நொந்துகொள்ளுதல் மூலம் பிறர் வாஞ்சையைப் பெற்று விடலாம் என்ற கப்பித்தனமான பிள்ளைச்செயல்கள் அவை.

நேரம் பத்துமணியைத் தாண்டியதும் மெல்ல எரிச்சல் கிளம்பியது. 'ஒரு புகார் அளிக்க இத்தனை நேரமா' என்ற கேள்வி குடைய ஆரம்பித்தது. வீட்டிலிருந்தால் இந்நேரம் எடிக்கு கதை சொல்லியபடி

தூங்க வைத்துக்கொண்டிருப்பேன். ஒரு சிறிய தவறானது அந்நாளின் அத்தனை வேலை அடுக்குகளையும் அராஜகத்துடன் கலைத்துப்போடுவதை ஏற்றுக்கொள்ள இயலாதவனாய் பார்த்துக் கொண்டிருக்கிறேன். இருப்புக்கொள்ளாமல் எழுந்து கண்ணாடி வழியாக வெளியே நடப்பதை பார்த்துக்கொண்டிருந்தேன். தெரு மெல்ல ஆழ்நிலைத் தியானத்திற்கு தன்னை தயார்படுத்திக்கொண்டிருந்தது. ஆள் நடமாட்டம் சுத்தமாக இல்லை.

பதிவுசெய்பவர் ஒரு கண்ணை கணினிமீதும் மறுகண்ணை அங்குமிங்கும் நடந்துசெல்லும் என்மீதும் வைத்துக்கொண்டிருந்தார். யாருக்கோ அவர் சமிக்ஞை செய்திருக்கவேண்டும். ஒரு சீன போலீஸ்காரர் என்னிடம் வந்து இருக்கையில் அமருமாறு கேட்டுக்கொண்டார். அவரை எரிச்சலோடு மேலிருந்து கீழ்வரை பார்த்துவிட்டு ஒன்றும் செய்ய இயலாதவனாய் இருக்கையில் போய் அமர்ந்துகொண்டேன். எரிச்சல் என் உடல்மொழியில் வெளிப்படுமாறு என் நடத்தையை மாற்றிக்கொண்டேன். கிட்டத்தட்ட அனைவருமே அந்த மனநிலையில்தான் இருந்தோம்.

என் முறை வந்தது. நான் அழைக்கப்பட்டதும். அதுவரை என் உடலில் இருந்த அலட்சியம் கடந்துபோய் மெல்ல ஒரு அடிமைத்தனம் ஒட்டிக்கொண்டதுபோல பணிவுடன் அவர்முன்பு அமர்ந்தேன். பூர்வாங்கப் பணிகளைத் தொடங்கும் முன்பு சம்பிரதாயங்கள் செய்பவரைப்போல அவர் தனது மூக்கினை ஆழ உறிஞ்சி சளியை திசுத்தாளில் பிடித்து மேல் கீழ் இடவலமாகத் துடைத்து மேலும் எதாவது ஒட்டியிருக்க வாய்ப்பிருக்கிறதா என்பதை தனது விரலால் மூக்குப்பகுதிகளில் தடவி உறுதிப்படுத்திக்கொண்டார்.

"பேர் சொல்லுங்க மிஸ்டர்."

"சுனில் குமார்"

"உங்க பிரச்சினை என்ன?"

"பர்சு தொலைந்துவிட்டது சார்."

"எங்கே? எப்படி, எப்போது? கொஞ்சம் விலாவாரியாக சொல்ல முடியுமா?"

பறவைக்கொணத்தில் ஒருமுறை சம்பவத்தை அவருக்கு விலாவாரியாக விளக்கினேன். விருப்பமே இல்லாமல் இடையிடையே மூக்கு

துடைத்தவாறு கேட்டுக்கொண்டிருந்தார்.

“நீங்கள் அமர்ந்த உணவகத்தில் காமிராக்கள் இருந்தனவா?”

"இருந்தன. உரிமையாளரிடம் கேட்டேன். காட்ட மறுத்துவிட்டார். கடையில் கூட்டம் அதிகமாக இருந்த காரணமாக இருக்கலாம்."

"பர்சில் என்னென்ன பொருட்கள் இருந்தன என்பது நினைவில் உள்ளதா?"

"250 வெள்ளி பணம், என்னுடைய அடையாள அட்டை, வங்கி அட்டை, ட்ரைவிங் லைசென்ஸ், பேமிலி போட்டோக்கள், சில விசிட்டிங் கார்டுகள். ரசீது தாள்கள்."

"வங்கிக்கு தகவல் சொல்லி விட்டீர்களா?"

"தொலைந்த ஒரு மணி நேரத்திலேயே தகவல் சொல்லிவிட்டேன்." கொஞ்சம் பெருமையோடு சொன்னேன்.

"உங்களுடைய அடையாள அட்டை நகல், பாஸ்போர்ட் நகல் எதாவது உள்ளதா?"

புகார் அளிக்கக் கிளம்பும் முன்பே நண்பர்கள் சொல்லியிருந்தனர் அனைத்திலும் ஒரு நகல் எடுத்து வந்திருந்ததைக் கொடுத்தேன்.

வாங்கித் திருப்பிப் பார்த்தார். பெரும் பணி ஒன்றுக்கு ஆயத்தமாவதைப்போல இருக்கையை சரிசெய்து அமர்ந்து டைப் அடிக்கத் துவங்கினார். இடையிடையே முகத்தை யோசிக்கும் விதமாய் மாற்றி வேறு திசையில் பார்த்தவாறு உள்ளுக்குள் சொல்லிக்கொண்டார். எதோ ஒன்றை எங்கிருந்தோ பெற்ற மகிழ்ச்சியின் முகபாவத்தோடு திரும்ப அடிக்கத் துவங்கினார். அனைவரின் தாமதத்திற்குமான காரணம் இப்போது எனக்குப் புரிந்தது. புகாரை விசாரிக்கப்போகும் அதிகாரிக்கு அதிக வேலை வைக்காமல் குற்றச்சம்பவத்தை நேரடியாக பேப்பரில் அவர் பார்த்துப் புரிந்துகொள்ளும் விதமாக மிக எளிதாகவும் அதே சமயம் விரிவாகவும் பதிவு செய்துகொண்டிருந்தார்.

எனது புகார் மிக எளிதானதுதான். பொருள் தொலைந்துவிட்டது. மாற்றுப்பொருட்கள் கிடைக்க புகார் அவசியம். என் தேவை காணாமல் போனதற்கான காவல்துறையின் சான்று. பொருள் விவரம் பதிந்து கொடுத்தால் போதுமானது. தொலைந்து போன சூழல், தொலைத்தவரின் கையறுநிலை, பின்னணி விவரங்கள்

எதுவும் தேவையில்லாதது. ஒருவேளை விசாரணை அதிகாரிக்குத் தேவையாக இருக்கலாம் என்று நினைக்கிறேன்.

பத்துநிமிட டபடப ஓசைகளுக்குப்பிறகு கீழேயிருந்த பிரிண்டரில் இருந்து இரண்டு பேப்பரை எடுத்து என்னிடம் நீட்டினார். வாசித்துப் பார்த்து "சரியாக இருக்கிறதா" என்பதை பார்க்க வேண்டினார். நாவலாசிரியராக வர எல்லாத் தகுதியும் அவரிடம் இருப்பதாக அப்புகார் சொன்னது. ஒரு காவியத்தன்மையுடன் எழுதியிருந்தார். மேலோட்டமாக வாசித்துவிட்டு சரியாக இருக்கிறதென அவரிடம் நீட்டினேன்.

கையெழுத்திட்டு வாங்கிக்கொண்டு கிளம்பும்போது பதினொன்றரை மணி ஆகிவிட்டது.

போனை உயிர்ப்பித்தபோது 7 தவறிய அழைப்புகள் இருந்தன. அறிவுறுத்தும் குறுஞ்செய்திகள் சிலது இருந்தன. எல்லாமே மெர்சியிடமிருந்துதான். அகாலத்தில் அழைக்கும் நட்பை பேணுவதில்லை என்ற உறுதிமொழியை நான் ஏற்று நீண்ட நாட்களாகிறது. குறுஞ்செய்திகளைப் படித்துத் தெரிந்துகொள்ளவேண்டிய அவசியம் பெரும்பாலும் எனக்கிருந்ததில்லை. அவை கோரி வரும் செய்திகள் ஒன்றுதான். வாழ்வில் எப்படியாவது ஒழுங்கைப் போதித்து விடத் துடிக்கும் குறுஞ்செய்திகள்தான் அவை. அல்லது மளிகை/பலகார நினைவூட்டல்கள். இரண்டாவதைக் கவனத்தில் கொள்வதுண்டு.

புகிட் பாஞ்சாங் வரை பேருந்தில் செல்வது நாற்பது நிமிடங்களை எடுத்துக்கொள்ளும் நேரம் என்பதால் டாக்சியை பிடிப்பதுதான் ஒரே சிறந்த வழி. விரைவில் கூடடையலாம். அங்கொரு சின்னஞ்சிறிய குருவி எனக்காகக் காத்துக்கொண்டிருக்கும். அவளுக்குச் சொல்லப்போகும் கதையின் பாத்திரங்கள் கூட காத்திருப்பது போன்ற பிரமை தோன்றி மறைந்தது. இரவு நேரம் கூடுதல் செலவுதான். என்றாவது ஒருநாள் செய்வதில் பாதகமொன்றுமில்லை என்ற சமாதானத்தைக் கூறிக்கொண்டு டாக்சி பிடித்து வீடடைந்தபோது சரியாக பன்னிரண்டு மணியானது. வாயைப்பிடுங்கும் டாக்சி ட்ரைவர் அமையாதது கூடுதல் சகாயமாக இருந்தது.

மெதுவாக கதவு திறந்து உள்ளே நுழைந்தபோது ஜெபித்துக்கொண்டிருந்தாள் மெர்சி. எடி ஆழ்ந்த உறக்கத்தில் இருந்தாள். தேவனிடம் மன்னிப்பைக் கோரி இடையே

என்னிடம் "சாப்பாடு டேபிளில் உள்ளது" என்றாள். அவள் ஜெபித்துக்கொண்டிருப்பது தேவன் எனக்கு செய்த நற்காரியம் என்று நினைக்கும்போதுதான் இவ்வளவு நேரம் சாப்பாடு குறித்த எவ்வித யோசனையையும் இல்லாதிருந்தது நினைவுக்கு வந்தது. சாப்பிடும் மனநிலை அறவே இல்லை. சாப்பிடாமல் போனால் பூமராங் போல காலையில் அதே இரவுணவு தட்டில் இருக்கும். மீதம் வைப்பதோ, பாழாக்குவதோ மெர்சிக்கு சுத்தமாகப் பிடிக்காத காரியம். சாப்பிட முடியாமல் முழிபிதுங்கும் நேரங்களில் நானும் எடியும் மெர்சிக்குத் தெரியாமல் உணவை வீசி எறியும் சூழ்ச்சியைப் பழகி இருந்தோம். ஆனால் அதற்கு நேரமில்லை. சாப்பிட்டுதான் ஆகவேண்டும். கொஞ்சம் அள்ளிப்போட்டுக்கொண்டால் தேவலாம் என்றுதான் உடலும் வலியுறுத்தியது.

சாப்பிட்டு வந்து படுக்கும்போது பர்ஸ் தொலைந்தது குறித்த பேச்சை மெர்சி எடுக்காமல் இருந்தது சற்று ஆறுதலாக இருந்தது. சொல்லாமல் இருப்பது எனக்குக் குற்ற காரியமாகப் பட்டது. கேட்கும்போது சொல்லிக்கொள்ளலாம் என்ற நினைவோடு உறங்கிப்போனேன். அத்தனை நேர காவல் நிலையக் காத்திருப்பு, நாள் முழுக்க அங்கலாய்த்த கணங்கள் தூக்கத்தை விரைவாக வரவழைத்திருந்தது.

காலையில் எழும்போதே முந்தின தின தாமதம் குறித்து நீண்ட புகார் ஒன்றை வாசித்தாள் எட்வினா. ஏதோ ஒரு கணத்தில் அவளுக்கு போலீஸ் என்றால் தவறான அர்த்தத்தை சொல்லிக்கொடுக்க அவர்கள் மீதான பயம் அவளைவிட்டு வாழ்நாள் முழுக்க விலகாதிருக்குமாறு பதிந்துவிட்டிருந்தது. என் தரப்பு நியாயங்களை சொல்லிப்புரிய வைக்கும் அளவுக்கான வயதை அடைந்திருக்கவில்லை.

எடிக்குட்டியின் இரு கன்னங்களைப் பற்றியபடி சொன்னேன். “என் செல்லக்குட்டி... அப்பா ஒன்னு சொல்லுவேன் சரியா புரிஞ்சிக்கணும். ஓகேவா...”

“ஓகேப்பா...”

“அப்பா எந்த தப்பும் செய்யல, தப்பு செஞ்சாதான் போலீஸ் புடிக்கும், அதனால என்னை போலீஸ் புடிக்கமாட்டாங்க. அப்பா இனிமே லேட்டா வந்த பயப்படாம தூங்கணும். சரியா?"

மகிழ்ச்சியோடு "சரிப்பா” என்றாள்.

அன்றிரவு உணவு முடிந்த வேளையில் படுக்கப் போகும் முன்பு மெர்சி சிலுவையின் முன்பு மண்டியிட்டபடி ப்ரார்த்தனை செய்து கொண்டிருந்தாள். அருகே உறங்கத் தயாராகியிருந்த எடிக்குட்டி மெல்ல என்னிலிருந்து உருவிக்கொண்டு அவள் அம்மாவின் அருகில் அவளைப்போலவே மண்டியிட்டுப் பிரார்த்திக்கத் தொடங்கினாள். வழக்கமாக எடிக்குட்டி பிரார்த்தனை செய்பவள் அல்ல. ஆச்சரியமாக இருந்தது. நான்கு வயதுக் குட்டிக்கு என்ன வேண்டுதல் இருக்கக்கூடும்? என்று யோசித்தபடி பார்த்துக்கொண்டிருந்தேன்.

சிறிய தோள்களைச்சுற்றி புரண்டுவிழும் முடி, கண்கள் மூடி இரு கைகளையும் கோர்த்துக்கொண்டு அவள் ப்ரார்த்திக்கும் தோற்றத்தை கர்த்தர் பார்க்க நேர்ந்தால் வாஞ்சையுடன் வாரியணைத்துக் கொள்ளக்கூடும் என்று நினைத்துக்கொண்டேன்.

மெல்ல மெர்சியின் காதுக்கு மட்டும் கேட்குமாறு அவளிடம் கேட்டேன் “அவளுக்கு ப்ரார்த்தனை செய்ய சொன்னியா?”

“நான் சொல்லலிங்க, அவளே வந்து செய்யும்போது ஏன் என்னைக் கேக்கறிங்க? அவளுக்கு எதாவது இருக்கும்... கடவுள்கிட்ட கேக்கறா. உடனே என் மேல வந்து விழாதிங்க."

எடிக்கு எது தோன்றுகிறதோ அதைச் செய்யட்டும், இரவுப்பிரார்த்தனைக்கு வலுக்கட்டாயமாக அவளை அழைக்கக் கூடாதென முன்பொருமுறை சண்டை நடந்திருக்கிறது. வளர்ந்து ஆளாகும்போது அவள் விருப்பட்டால் நம்பிக்கைகளைத் தொடரலாம். அதுவரை அவளைத் தொந்தரவு செய்யக்கூடாதெனச் சொல்லி, அது நடைமுறையில் இருக்கும்போது அவளாகவே அமர்ந்தாள் என்பது ஆச்சரியமாக இருந்தது.

அன்று மட்டுமல்ல! அதைத் தொடர்ந்து வந்த எல்லா தினங்களிலும் இரவில் அவள் அம்மாவுடன் பிரார்த்திக்கத் தொடங்கினாள். அவள் கண்கள் மூடிப் பிரார்த்திக்கும் கணங்களில் இப்பூவுலகு மொத்தமும் சாந்தமடைவது போன்று தோன்றியது. மெல்ல கண்கள் விலக்கி நெஞ்சில் சிலுவைக்குறியிட்டு எழுந்து வருவது வாடிக்கையானது.

ஆச்சரியம் விலகாமல் ஒருநாள் எடிக்குட்டியிடம் "என்ன ப்ரார்த்திக்கிறாய்" என்று கேட்டபோது. “தொலைஞ்சு போன பர்சை மீட்டுக்குடுங்கன்னு கேக்கிறேன்” என்றாள்.

இந்நகரத்தில் தினமும் நூற்றுக்கணக்கான குற்றச்சம்பவங்கள்

நடந்துகொண்டுதான் இருக்கிறது. குற்றமிழைத்தவர், பாதிக்கப்பட்டவர் எல்லோரும் இந்நிலத்தின் மீதுதான் வாழ்கிறார்கள். இதெல்லாம் ஒரு தினத்தின் அன்றாட நிகழ்வுகள். எல்லாவற்றுக்கும் கடவுள் ஆஜராகி நீதியை நிலைநாட்டுவது இயலாத காரியம். எல்லாம் ஒரு நம்பிக்கைதான். அதன் அடிப்படையில் சமாதானம் கொள்ளலாம். ப்ரார்த்தித்துப் பலன் அடைவது என்பது நிஜத்தில் நடக்க வாய்ப்பில்லை. இதுவரை இந்நகரத்தில் ஆயிரக்கணக்கான பர்சுகள் காணாமல் போயிருக்கலாம். அதில் ஒன்றுகூட திரும்பக் கிடைக்க வாய்ப்பில்லாத சம்பவங்கள்தான். தவறி நல்லவர்கள் கையில் கிடைத்தால் ஒருவேளை திரும்பக்கிடைக்கலாம். திருட்டுப்போகும் பர்சுகள் திரும்பக்கிடைப்பது அரிதும் அரிது.

ஒருவாரம் கழித்து காவல் நிலையத்திலிருந்து அழைத்திருந்தார்கள். சாப்பாட்டுக் கடையிலிருந்து வீடியோ பதிவு எடுத்திருப்பதாகவும் ஆள் அடையாளம் தெரிகிறதா என்று பார்க்க வரச்சொன்னார்கள்.

டேபிளில் இருந்து ஒரு கை பர்சை எடுத்துச் செல்வது தெளிவாகப் பதிவாகி இருந்தது. அவன் கை முழுக்க டாட்டூ வரைந்திருந்தான். முகம் தெரியாதபடிக்கு தலையில் தொப்பி அணிந்து குனிந்தபடி எடுத்துச்செல்வது தெரிகிறது. எடுத்துச் செல்லும்முன்பு எங்கள் இருவரின் கவனமும் வேறு திசைக்குச் செல்லும்படி ஒரு சம்பவத்தை அவனே அங்கு உருவாக்கிவிட்டு எடுத்துச் சென்றிருக்கிறான். நல்ல கருத்த நிறம். இதற்கு முன்பு பார்த்த நினைவில்லை என்று சொன்னதும் விசாரணை தொடர்வதாகச் சொல்லி அனுப்பிவிட்டார்கள். கண்டுபிடித்ததும் அழைப்பார்களாம். இவன் இதே முறையில் பல திருட்டுசம்பவங்களில் ஈடுபட்டுத் தேடப்பட்டு வருவதாக சொன்னார்கள்.

கிடைக்க வாய்ப்பில்லை, அதற்குக் காத்திருப்பதும் வீண் என்றான பிறகு எதற்காக அதுவரை காத்திருக்கவேண்டும்? புதிதான அடையாள அட்டைக்கு விண்ணப்பித்த விதத்தில் 180 வெள்ளிகள் செலவு. ட்ரைவிங் லைசென்ஸ் 25 வெள்ளி செலவு, இரண்டு வங்கி அட்டைகளில் ஒன்று ஐந்துவெள்ளியும் இன்னொன்று 20 வெள்ளியும் வாங்கிக்கொண்டார்கள். தொலைந்துபோன வகையில் ரொக்கத்தோடு சேர்ந்து இழந்த பொருள் மீட்டலுக்கான பிறகு நானூறு வெள்ளிகளுக்கு மேலான விரயச்செலவு. மெர்சியுடனான சிறு ஊடல்களுக்கு பிறகான வாக்குவாதத்தில் இச்செலவு முக்கிய பாடுபொருளாக மாறியது. சில நாட்களுக்குப்பிறகு சொல்வதை

நிறுத்தினாள். பாடுபொருள் மாறினாலும் பாடல் ஒன்றுதான்.

சில்லறைகளையும், வெள்ளித்தாள்களையும் பேண்ட் பாக்கெட்டில் இட்டுக் கையாள்வதைப் பார்த்த மெர்சி ஒருநாள் இரக்கப்பட்டு நகரின் விலையுயர்ந்த தோல்பொருட்கள் விற்கும் கடையொன்றில் தொலைந்து போனதை விட தரமான பர்சு ஒன்றை வியப்பூட்டும்படியான நிகழ்வாக வாங்கித் தந்தாள். வாஷிங் மெஷினில் துணிகளை இடும் முன்பு என் பேண்ட், சட்டை பாக்கெட்டுகளை துழாவி எங்கு பார்த்தாலும் சில்லறைக் காசுகள், குறிப்பெழுதிய சீட்டுகள், பணம் கசங்கி இருப்பதைக் கண்டு அவளுக்கே எண்ணமுண்டாகி வாங்கினதாகச் சொன்னாள். ஒருவகையில் இது நானே எதிர்பார்த்ததுதான். அவளுக்காகவே தோன்றி வாங்கித் தரட்டும் என்று காத்திருந்தேன். இன்னொரு வகையில், தொலைத்ததற்காக எனக்கு நானே கொடுத்துக்கொண்ட தண்டனை.

மேல்பாக்கெட்டிலும் கீழ்பாக்கெட்டிலுமாக கலைந்துகிடந்த அட்டைகள், விசிட்டிங் கார்டுகள், சில்லறைகளை எல்லாம் அதனதன் இடத்தில் பொருத்தி வைத்து என் முன்பாக நீட்டினாள் எடிக்குட்டி. "பத்திரமா வச்சுக்கணும்" என்ற பொய்யான கண்டிப்புடன் நீட்டும்போது சத்தியப்ரமாணம் செய்து வாங்கிக்கொண்டேன். இதைப் பத்திரமாக வைத்துக்கொள்ளவேண்டும் என்று தன்னுணர்வு தோன்றியது.

முந்தின பர்ஸ் தொலைந்ததுகூட எளிதில் ஜீரணித்துக்கொள்ளலாம். மெர்சி வாங்கிக்கொடுத்த பர்சு எதிர்காலத்தில் தொலைந்து போக நேரிட்டால் வரக்கூடிய இன்னல்களை நினைத்து இப்போதே கிலியாக இருந்தது. உடலோடு வைத்துத் தைக்க ஒரு வாய்ப்பிருந்தால் தைத்துக்கொள்ளலாம் கங்காருவுக்கு இருப்பதுபோல. மனம் எவ்வளவுதான் விழிப்புடன் இருந்தாலுமேகூட ஒரு கணம் அது ஓய்வெடுத்துதானே ஆகவேண்டும். அக்கணம்கூட அகலாதிருந்து பாதுகாத்திட வேண்டும் என்று முடிவுசெய்துகொண்டேன்.

எல்லாம் நல்லாக போய்க்கொண்டிருந்த ஒருநாளில் காவல் நிலையத்தில் அழைத்திருந்தார்கள். நான் புகார் கொடுத்து நான்கு மாதங்களாகியிருந்தது. புகாரின் பிரத்யேக எண், புகாரின் முகாந்திரம் குறித்தெல்லாம் சொல்லிக் கடைசியில் தொலைந்த பொருள் கிடைக்க வாய்ப்பில்லாததாலும் அவர்களின் விசாரணையை வேறு முக்கிய

வழக்குகளுக்கு முடுக்கிவிட வேண்டியிருப்பதாலும் வெறுமனே தொங்கிக்கொண்டிருக்கும் இப்புகாரை அப்படியே மூடி வைத்து தங்கள் உழைப்பை வேறுவகையில் செலுத்த விரும்புவதாகவும் சொல்லி முடித்துக்கொண்டார்கள். எனக்கு ஏதேனும் சொல்ல விருப்பமிருந்தால் சொல்லலாம் என்றபோது மவுனமாகி பின்னர் ஒன்றுமில்லை என்று வைத்துவிட்டேன்.

அரித்துக்கொண்டிருந்த ஒரு விஷயம் ஊர்ஜிதமாகிவிட்டது. இனி கிடைக்க வாய்ப்பில்லை என்பதால் கேஸ் மூடிவிட்டார்கள் என்று மெர்சியிடம் சொன்னபோது அவள் ஒன்றும் பெரிதாக முனைப்பு காட்டவில்லை. அன்றைய இரவுப் பிரார்த்தனையின் போது எடிக்குட்டி வழக்கம்போல என்னிடமிருந்து உருவிக்கொண்டோடி மெர்சியுடன் மண்டியிட்டு அமர்ந்து பிரார்த்திக்கத் தொடங்கினாள். இன்று அவளிடமும் இந்த விஷயத்தைக் கூற வேண்டும். பர்ஸ் திரும்பக் கிடைக்க வேண்டும் என்பது மட்டுமே உனது பிரார்த்தனையாக இருந்தால் அது விரயம் என்பதைச் சொல்லவேண்டும். பிரார்த்தனை முடிந்து கட்டிலுக்குத் திரும்பும் வரை காத்திருந்தேன்.

“எடிக்குட்டிக்கு அப்பா ஒன்னு சொல்வேன், கேப்பியா?”

மலர்ந்த புன்னகையுடன் எதிர்கொண்டு "கேளுப்பா" என்றாள்.

“யாருக்காக ப்ரேயர் பண்ணறிங்க?”

"பேட் பாய் எடுத்துட்டுப்போன பர்ஸ் திரும்பக் கிடைக்கணும்னு, யேசப்பா கேட்டா குடுப்பார்னு சர்ச்ல ராஜி ஆண்டி சொன்னாங்க."

“சரி, அப்பாவுக்குதான் வேற பர்ஸ் வாங்கியாச்சுல்ல, அதுமில்லாம போலிஸ் அங்கிள் அப்பாவுக்கு போன் பண்ணி இனிமே கிடைக்க வாய்ப்பில்லன்னு சொல்லிக் காத்திருக்க வேண்டாம்னு சொல்லிட்டாங்க. அதனால இனிமே உனக்குப் பிரார்த்தனை இருந்தா வேற எதாவது விஷயம் வேண்டிக்கணும். பர்ஸை மறந்துடலாம்... சரியா?"

அரை மனதுடன் இடவலமாக தலையாட்டி ஏற்றுக்கொண்டாலும் அவள் முகத்தில் ஏமாற்றம் அப்பட்டமாகத் தெரிந்தது.

மெர்சி கூட "குழந்தையிடம் ஏன் இதையெல்லாம் சொல்லிக் குழப்புறிங்க, அவள் ப்ரேயர் பண்றது உங்களுக்குப் புடிக்கல" என்று பாய்ந்தாள்.

நிறைவேற வாய்ப்பில்லாத ப்ரார்த்தனைகளை கர்த்தர் செவிக்கு கொண்டு செல்வதன் பயன் பற்றி நான் பிரசங்கம் செய்யலாம் என்று உரை நிகழ்த்த ஆரம்பிக்கும் முன்பாகவே 'தேவையில்லை' என்பது போல போர்வையை இழுத்துப் போர்த்திக்கொண்டாள்.

முந்தின தினம் எடிக்குட்டியிடம் சொன்னதற்கு பலன் ஒன்றுமில்லை. வழக்கம்போல மெர்சியின் இரவுப் பிரார்த்தனையின்போது எழுந்து போய் மண்டியிட்டுக் கொண்டாள்.

எதோ ஒரு வேலைக்காக தேக்கா சென்று திரும்பலாம் என்று நினைத்தபோது மனதில் இருந்து ஒரு உந்துதல் எழவே, பர்ஸ் காணாமல் போன அதே உணவகத்திற்குச் சென்று அதே டேபிளில் அமர்ந்து ஒரு தே ஓ லிமா ஆர்டர் செய்தேன். இம்முறை பர்ஸ் எனது பாக்கெட்டிலிருந்து வெளியே எடுக்கவில்லை. அமரும் முன்பு எடுத்து வைக்கும் பழக்கம் இப்போது மாறிவிட்டது. மெல்ல குடித்து எழுந்து ரோவல் ரோட்டு வழியாக காளியம்மன் பேருந்து நிறுத்தத்தை அடைந்து விடலாம் என்றெண்ணி சென்று கொண்டிருந்தபோது ஒரு குரல் என்னை நிறுத்தியது.

ஒரு இளைஞன் என்னிடம் ஓடி வந்து உங்கள் பெயர் சுனில் குமாரா?" என்றான்.

"ஆம்" என்றேன்.

"என்னோடு வரமுடியுமா உங்களுடைய பொருள் ஒன்று என்னிடம் உள்ளது" என்றான்.

அவன் என்னை ஒரு கடைக்குள் அழைத்துச் சென்றான். அது ஒரு இணைய வசதி அளிக்கும் கடை. ட்ராயரை இழுத்து பர்ஸ் ஒன்றை என்னிடம் தந்தான். காணாமல் போன அதே பர்ஸ். "எப்படி இங்கே வந்தது" என்று கேட்டேன்.

எப்படி வந்தது என்று எனக்குத் தெரியாது. ஆனால் எங்களின் கம்ப்யூட்டர் ஒன்று பழுதுபட்டிருந்தது. அதைப் பிரித்துப் பார்த்தபோது அப்பெட்டியினுள் இது இருந்தது. உங்களை இந்தப் பக்கம் அடிக்கடி பார்த்திருக்கிறேன். நீங்கள் வந்தால் இதைத் தந்துவிடலாம் என பத்திரப்படுத்தி வைத்திருந்ததாக சொன்னான்.

ஒருவாறு என்னால் யூகிக்க முடிந்தது. பர்சைத் திருடிய திருடன் உடனே இக்கடைக்குள் புகுந்து ஒரு கேபினில் வைத்துப் பிரித்துப்

பார்த்து பணத்தை மட்டும் எடுத்துக்கொண்டு உடனே கண்டுபிடிக்க முடியாதவாறு பர்சை கம்ப்யூட்டர் பெட்டியினுள் வைத்துவிட்டுச் சென்றிருக்கிறான். பர்சைப் பிளந்து பார்த்தேன். வங்கி அட்டை, அடையாள அட்டை, ரசீதுகள் என எல்லாமே இருந்தது. பெரிய நோட்டுகள் மட்டும் இல்லை. இரண்டு வெள்ளி நோட்டுகளும் சில சில்லறைகளையும் அப்படியே விட்டுவிட்டான். அவன் சில்லறைகளை விரும்பவில்லை என்று யூகித்தேன். "சில்றத்திருடன்" என்று தன்னை அழைப்பதைக்கூட விரும்பாதவனாக இருப்பான் போல.

கடைக்காரரிடம் நன்றி சொல்லிப் புறப்பட்டபோது எடிக்குட்டியின் நினைவு வந்தது. அதனூடாக அவளின் நீண்ட பிரார்த்தனை நினைவுக்கு வந்தது. அவளிடம் இதைக்கூற வேண்டும். இப்போது என்னிடம் இரண்டு பர்சுகள் உள்ளது.

ப்ளூடூத் ஜோஹன்

ப்ளூடூத் என்ற சாதனம் கண்டுபிடிக்கப்பட்டதும் அது தானாகவே வந்து ஜோஹனின் காதுகளில் அமர்ந்துகொண்டது. அது தரம் உயர்த்தப்பட்டு வெவ்வேறு வடிவம் எடுத்தாலும் உடனுக்குடன் எப்படியாவது அவரை வந்தடையும் ரகசியம் யாரும் அறியாதது. அவற்றின் வழியேதான் நானாவித உலகப் பிரச்சினைகளுக்கும் தீர்வு சொல்லிக்கொண்டிருந்தார்.

சிலுவாருக்குள் நேர்த்தியாக நுழைக்கப்பட்ட சிவப்பு பனியனும் இடையில் பெல்ட்டும் அணிந்து புல்தரையில் அவர் பேசிச்செல்லும் விதம் பார்க்க “காதலின் தீபம் ஒன்று” பாடலை நினைவுபடுத்தும் விதமாக இருக்கும். நெருங்கிச்சென்று என்ன பேசுகிறார் என்று

கவனித்தால், யாருக்கோ தலை போகிற பிரச்சினை ஒன்றில் தீர்வு சொல்லிக் கொண்டிருப்பார். வானத்தின் கீழ் உள்ள அத்தனைப் பிரச்சினைகளுக்கும் அவரிடம் தீர்வுகள் இருந்தன. சாத்தியக்கூறுகளைப் பற்றியெல்லாம் அவர் கவலைப்படுவதேயில்லை. அடுப்புக்கரிக்குச் சவால் விடும் நிறத்தில் இருப்பார். அவரிடம் யாரும் நிறம் குறித்து பகடியெல்லாம் செய்ய முடியாது. செவுளில் அறைந்து விடுவார். அப்படி வாங்கிய ஓரிருவரை நேரடியாக நான் அறிவேன்.

ஒரு நாளைக்குப் பத்து பிரச்சினைகளுக்காவது தீர்வு சொல்லவில்லை என்றால் தலை வெடித்து விடும் என்பதுபோல போவோர் வருவோரிடம் எல்லாம் "என்ன பிரச்சின ஒனக்கு... சொல்லு ப்ரோ" என்பார். உண்மையில் அவருக்கு எல்லாவித பிரச்சினையிலும் அனுபவம் இருந்தது. ஆனால் விபரம் தெரிந்தவர் எவரும் அவரிடம் தீர்வு காண வருவதில்லை. சிலர் வேண்டுமென்றே நக்கலுக்காக அவரிடம் வந்து "இதை எப்படி செய்யணும் ப்ரோ" என்று கேட்பார்கள். அதையெல்லாம் அவர் உணர்வதில்லை.

எத்தனை வழிகளில் அதைச் செய்து முடிக்கலாம்; எதில் செலவு அதிகம்; எதில் கம்மி; யாரைப் பார்க்க வேண்டும்; எந்த வித கோப்புகள் வேண்டும் என எல்லாவற்றையும் ஒரு ஏ4 பேப்பரில் எழுதி நீட்டுவார். அப்படி அவர் நீட்டும் பேப்பரை அவரையே திரும்பப் படிக்கச்சொன்னால் திணறி விடுவார். எழுத்துகள் கொச கொசவென பேப்பர் முழுவதும் நிறைந்து இருக்கும். அப்படி அவர் தீர்வுகள் சொல்லி முடித்ததும் பெருமை பொங்க சுற்றி இருப்பவர்களின் முகத்தைப் பார்ப்பார். அங்கீகாரத்தை எதிர்நோக்கியபடி இருக்கும் கண்களில் ”சூப்பரா சொன்னிங்க ப்ரோ" என்று எவராவது சொல்வாரானால் அவர் நீண்ட காலம் ஜோஹனின் நண்பராக நீடிக்கக் கூடிய அந்தஸ்தைப் பெற்றுவிட்டார் என்று பொருள். ஒருவேளை அவரின் தீர்வுகளை நிராகரித்து நீங்களாக ஒரு தீர்வை சொல்பவராக இருப்பின் சந்தேகமேயில்லாமல் அவரின் முதல் எதிரியாகிவிட அனைத்துச் சாத்தியங்களும் உண்டு.

பூர்ணம் விஸ்வநாதன் ஒரு படத்தில் "யாரும் என்னை அவ்வளவு சீக்கிரத்துல ஏமாத்திட முடியாது; யாரையும் பாத்த உடனே நான் சொல்லிடுவேன் அவங்க நல்லவங்களா கெட்டவங்களான்னு" என்று சொல்வார். ஆனால் எல்லோரிடம் ஏமாந்து நிற்பார்.

இம்மி பிசகாமல் அது ஜோஹனுக்கு பொருந்தும். அவருக்கு வயது அறுபதுக்கு மேல் இருந்தாலும் ஐந்து, வயதிலிருந்து நூறு வயது வரை உள்ளவர்களை பாரபட்சமில்லாமல் ப்ரோ என்றே விளிப்பார். தலையில் ஒரு முடி கூட கருமை நிறம் கிடையாது. பார்பி பொம்மையின் செயற்கை கேசம் போல எல்லாமே மங்கிய வெண்மை நிறம். கட்டை மீசை. மீசையிலும் ஒன்று கூட கருப்பு நிறமில்லை. சராசரிக்கும் குள்ளம். இவ்வளவு குள்ளமானவர் எப்படி இராணுவத்தில் பணிபுரிந்திருப்பார் என்ற சந்தேகம் எங்கள் அனைவருக்கும் உண்டு. ஆனால் எவரும் கேட்பதில்லை. கேட்பதற்குத் தைரியமும் எவருக்கும் இல்லை. கேட்காமலே ஓய்வான சமயங்களிலோ தீர்வுகள் தேவைப்படாத தருணங்களிலோ தான் இராணுவத்தில் செய்த சாதனைகளை சொல்லிக்கொண்டிருப்பார். அதாவது போர்க்காட்சிகள் நம் கண் முன்னே நிகழ்வது போல சொல்வது அவரின் தனித்தன்மை. அவை எல்லாமே சுவாரஸ்யமாக இருக்கும் என்பது மறுப்பதற்கில்லை. நம்பும்படியாக இருக்காது என்பது மட்டும் அனைவரும் அறிந்திந்திருந்தோம்.

பெரும்பாலும் அவரை நாடி வருபவர்கள் எளிய கூலித்தொழிலாளிகளான பங்களாதேசிகள், இந்தியர்கள்தான். 'கம்பெனி மாத்தணும். மொதலாளி கேன்சல் பண்ண மாட்டேங்கறான்' என வந்து நிற்பார்கள். "எவன் சொன்னான் கேன்சல் பண்ண முடியாதுன்னு? புல்ஷிட், வேல புடிக்கலன்னு சொல்றதுக்கு எல்லா உரிமையும் உனக்கு உண்டு. வா நான் உன் மொதலாளிகிட்ட பேசறேன். முடியாதுன்னா, மினிஸ்ட்ரி ஆஃப் மேன்பவர் போலாம்" என அதே சூட்டோடு டாக்சி பிடித்து கம்பெனிக்குப் போய் ஒரு ஏறு ஏறிவிட்டு வருவார். வேலையிடத்துப் பிரச்சினை, இன்சூரன்ஸ் கேஸ், லாயர் இழுத்தடிப்பது, இழப்பீடு தொகை குறைவாக வருவது, இன்கம்டாக்ஸ் பிரச்சினைகள், பணம் கைமாத்து வாங்கி ஏமாற்றும் சம்பவங்கள், சில்லறை சண்டைகள் என ஒரு நாளைக்கு ஏகப்பட்ட பிரச்சினைகளை தீர்க்கும் வைக்கும் நிபுணராக எங்களிடையே திகழ்ந்தார்.

அவரால் பலனடைந்தவர் ஏராளம். இதற்கெல்லாம் எங்கும் காசு எதிர்பார்க்க மாட்டார். கொடுக்க சக்தியுள்ளவர்களிடமும் கேட்டு வாங்கிக்கொள்வதில் கூச்ச சுபாவமுடையவர். அவரால் எனக்கும் ஒருமுறை பலன் கிடைத்திருக்கிறது. அந்தச் சம்பவத்திலிருந்து எனக்கும் நண்பரானார் ஜோஹன்.

இவ்வளவு விஷயங்களுக்குத் தீர்வு சொல்கிற ஒருவர் இணைய மோசடிகளில் எப்படிப்போய் ஏமாந்தார் என்பதுதான் நான் வியந்த ஒரு விஷயம்.

ஆப்பிரிக்க சகோதரர் ஒருவர் தனது சொத்து முழுவதையும் இவர் பெயருக்கு எழுதி வைக்க முடிவு செய்திருப்பதாக அன்பொழுக எழுதிய கடிதத்தைப் படித்ததும் கலங்கிப்போனார். சொத்து முழுவதும் என் பெயரில் இருந்தாலும் என்னால் அதை அனுபவிக்க முடியாதபடி உயில் எழுதப்பட்டிருக்கிறது என்றார். அதில் உள்ள சட்டச் சிக்கல்கள் இரண்டு பக்கத்திற்கு விலாவாரியாக எழுதப்பட்டிருந்தது. பொறுமையாக வாசித்துப் பார்த்தார். கடைசி வாசகம் அவரை கலக்கமுறச் செய்தது. “பல்லாயிரக்கணக்கான கோடி சொத்துகளை உங்கள் பெயருக்கு மாற்றியவுடன், ஏதோ நீங்கள் பார்த்து திரும்பக் கொடுப்பதை ஏற்றுக்கொள்கிறேன்” என உறுதிமொழி ஏற்றிருந்தார். ”என்ன செய்ய வேண்டும் ப்ரோ” என இவர் அனுப்பிய கடிதம் கண்டதும் உற்சாகமாகியிருக்க வேண்டும் அந்த ஆப்பிரிக்கத் தோழன். அடுத்தடுத்து சொத்து மாற்றுவதற்குண்டான சாத்தியக்கூறுகள் இமெயிலில் பரிமாறப்பட்டன. தன் கடைசி காலத்தை ஆப்பிரிக்க காடுகளில் வனவிலங்குகளை நேசித்துக்கொண்டே கழிக்கலாம் என்று கனவு கண்டார் ஜோஹன். கடைசி மெயிலாக 1000 அமெரிக்க டாலர்களை அனுப்பினால் பூர்வாங்கப் பணிகள் தொடங்க ஏதுவாக இருக்கும் என்று பதில் வந்ததும் நேராக வெஸ்டர்ன் யூனியன் சென்ற ஜோஹன், தன் கையிருப்பில் இருந்து அனுப்பிவிட்டு வந்தார். அதற்கு அடுத்த தினத்திலிருந்து ஆப்பிரிக்கர் மெயில் அனுப்புவதை நிறுத்திவிட்டார். நான்கைந்து நாட்கள் சோகமாகக் காணப்பட்ட ஜோஹன் நேரே என்னிடம் வந்து விஷயத்தைச் சொன்னதும் சிரிப்பை அடக்கமுடியாமல் சிரித்து விட்டேன்.

“ஏன் ப்ரோ, இதுபோல ஆயிரக்கணக்கான இமெயில்கள் தினமும் அனுப்புகிறார்கள். ஏமாந்த சோனகிரி எவனாவது ஒருத்தன் மாட்டுவான். உலகத்துக்கே தீர்வு சொல்ற நீங்க இதுல போய் எப்படி ஏமாந்திங்க?” என்று கேட்டேன்.

“அவனோட பேலஸ் புகைப்படம், தோட்டம் துறவு எல்லாமே அனுப்பினானே அவ்வளவும் பொய்யா?” என்று அப்பாவியாய் கேட்டார் ஜோஹன்.

“அதெல்லாம் இருக்கறது உண்மையா இருக்கலாம். ஆனா அவனுக்குச்

சொந்தமா இருக்கறது வாய்ப்பில்ல ப்ரோ” என்றேன்.

“ஆமால்ல, எங்கியோ இருக்கற ஆப்ரிக்காகாரன் எனக்கு எதுக்கு தானம் தரணும்னு நான் யோசிச்சிருக்கணும். என் தப்புதான். இந்த விஷயம் நமக்குள்ள இருக்கட்டும் வெளியே தெரிய வேணாம் ப்ரோ” என்றபடி வலது கையால் காதில் உள்ள ப்ளூடூத்தை அழுந்தப்பிடித்து பேசிக்கொண்டே சென்றார். அப்போது கூட பத்து மைலோ ஒன்றாக கலக்கிக் குடித்த தெம்போடு பேசிக்கொண்டே சென்றார்.

தினமும் இரவு நேரங்களில் அவர் தலைமையில் ஒன்று கூடி பேசிக்கொண்டிருப்போம். அவர்தான் நடுநாயகமாகப் பேசிக்கொண்டிருப்பார். எவர் எதைக்குறித்துப் பேசினாலும் “இப்டிதாம்பா நம்ப ஆள் ஒருத்தன் அங்க போனாம்பாரு” என்று அவிழ்த்து விடுவார். எதுவாக இருந்தாலும் கூட்டத்தில் ஒருவன் எதாவது பேச்சை ஆரம்பிக்க வேண்டும் அதிலிருந்து பேச்சை நள்ளிரவு வரை இழுத்துக்கொண்டே செல்வது தன் கடமை என்று பேசிக்கொண்டிருப்பார்.

“ஏன் ப்ரோ... உங்களுக்கு சொந்தமா பாசிரிஸ்ல வீடு இருக்குன்னு கேள்விப்பட்டேன். ஆனா ஹோட்டல்ல ரூம் எடுத்து தங்கிருக்கிங்க” என்று கேட்டேன்.

“அது ஒண்ணுமில்ல ப்ரோ. வீட்ல நான் மட்டுந்தான் தனியா இருக்கேன். பயங்கரமா போர் அடிக்குது. சாப்பாடு செஞ்சி சாப்பிடறதுல இருந்து, துணிமணி தொவச்சி போடற வரைக்கும் எல்லாமே பிரச்சினதான். ஒராளுக்கு என்னன்னு சமச்சி, கழுவி கமுத்தறது. பொண்டாட்டி இருந்தவரைக்கும்தான் வீடு அவ இல்லன்னா வீடே கெடையாது. அவங்க செத்ததுக்கு அப்புறம் இப்படி ஹோட்டல் ஹோட்டலா தங்கி சுத்திட்டு இருக்கறதுதான் பிடிச்சிருக்கு. நாலு செவுத்துக்குள்ள எப்டிப்பா ஒரு மனுஷனால வாழ முடியும். அதுவும் என்னப்போல பேசிகிட்டே இருக்கறவன் எப்டி இருப்பான். அதான் இப்டி சுத்திட்டே இருக்கேன்.”

“பிள்ளைங்கலாம் இல்லியா?”

“ஏன் இல்ல? ரெண்டு பொண்ணு ப்ரோ. கட்டிக்குடுத்தாச்சி. ஒண்ணு சுவீடன்ல இருக்கு. இன்னொன்னு ஆஸ்திரேலியா. இப்பக்கூட போய் பாத்துட்டுதான் வந்தேன். நமக்கு வாழ்க்கைல எல்லா சுகத்தையும்

பாத்தாச்சுங்க ப்ரோ. என் வாழ்க்கையில இனி பொதுச்சேவை செய்யணும்னு முடிவு பண்ணிட்டேன். அதான் போற வர்ற ஏழை பங்களாதேஷி, மலாய்க்காரன், இந்தியாக்காரனுக்கு ஒதவி செய்யலாம்னு இங்க வந்துட்டேன்."

ஃப்ளை எமிரேட்ஸ் என்று எழுதப்பட்ட கழுத்துச் சட்டையில் பை கிடையாது. இறுக்கமாக இருந்தது. பனியனின் உட்புறம் தோள்பக்கமாக எப்போதும் ஒரு சிகரெட் பாக்கெட் சொருகி வைத்துக்கொள்வார். விழ வாய்ப்பில்லாத இடம். அங்கிருந்து சிவப்பு நிற மார்ல்ப்ரோ பாக்கெட்டை எடுத்து ஒரு சிகரெட் பற்ற வைத்துக் கொள்வார். "நாளைக்கு காலைல ஒரு அப்பாயிண்ட்மெண்ட் இருக்கு ப்ரோ. அப்புறம் பார்க்கலாம்" என்று அன்றைய கூட்டங்கள் இப்படித்தான் நிறைவுறும்.

எப்போதும் நலிவுற்றவர்களைக் குறித்தே சிந்தித்துக்கொண்டிருந்த ஜோஹன் ஒருவார பயணமாக இந்தியா போனார். போவதற்கு ஒருவாரம் முன்பே அலப்பறைகளை நான்கு புறமும் சிதறிவிட்டுத்தான் சென்றார்.

"என் தலைமுறைல யாருமே ஊருக்குப் போகல லா. நாந்தான் மொத ஆள். தாத்தாவுக்கு ஏகப்பட்ட சொத்து இருக்கு. எல்லாத்தையும் போய் தானம் குடுத்துட்டு வரப்போறேன். ஒருவாரம் தங்கி எவ்வளவு நிலம் இருக்கு எல்லாத்தையும் அளந்து பாத்துட்டு ஏழை பாழைங்களுக்கு குடுத்துட்டு வரலாம்னு இருக்கேன்" என டீக்கடையிலிருந்து ஹோட்டலில் துணி வெளுக்கும் பர்மாகாரன் வரை ஒருத்தரை விடாமல் சொல்லிக்கொண்டிருந்தார்.

'டிக்கெட்டு போட காசிருக்காது பெருசுகிட்ட, ஆனா பீத்தல் தெருவ பொளக்குது' என்ற உள்ளுணர்வுடன் எல்லோரும் அவர் சொல்வதைக் கேட்டுக்கொண்டுதான் இருந்தனர்.

அவர் சென்ற ஒருவாரத்தில் அவர் விட்டுச்சென்ற வெற்றிடத்தை கிட்டத்தட்ட அனைவருமே உணர்ந்திருந்தோம். மூன்று நிமிடத்திற்கு ஒருமுறை சிகரெட் ஒன்றைப் பற்ற வைத்து இருட்டில் புகைக்கு நடுவே அவர் ஆவேசமாக பேசிக்கொண்டிருப்பது ஏதோ பெரிய சதித்திட்டம் ஒன்றைத் தீட்டிக்கொண்டிருக்கும் தோற்றத்தைத் தரும். நடமாட்டமில்லாத தெருமுனை ஓரத்தில் நான்கு பேர் நின்று விடிய விடிய பேசுவது அந்த ஒருவாரத்தில் இல்லாமலே போனது. வேலை முடிந்து வந்த அத்தனை தலைகளும் ஜோஹன்

வழக்கமாக நின்றிருக்கும் இடத்தை பார்த்து ஏமாற்றத்துடனே திரும்பிக்கொண்டிருந்தனர். சில்லறைப் பிரச்சினைகளுக்கு அவரைத் தேடி எத்தனை பேர் வந்து போகிறார்கள் என்று தெரிந்தது. யார் வந்தாலும் டீ சொல்லும் ஜோஹன் இல்லாது போனது எல்லோருமே உணர ஆரம்பித்தார்கள். ஒன்றிரண்டு பேர் “ஜோஹன் இன்னும் வரலியா” என எட்டிப்பார்த்து விசாரித்துச் சென்றனர்.

“ஒருவாரம்தான சொல்லிட்டுப் போனாப்ல, எங்க இன்னும் காணோம்” என டீமாஸ்டர் கூட ஹோட்டலில் வந்து விசாரித்துவிட்டுப்போனார். எல்லோரும் வழிமேல் விழிவைத்துக் காத்திருந்தபோதுதான் ஊரிலிருந்து அழைத்தார்.

“இங்க பெரிய பிரச்சின பண்றாங்கப்பா... காசுலாம் காலியாயிருச்சி, டிக்கெட் போட்டு அனுப்பி வைங்க. நான் வந்ததும் காசு செட்டில் பண்றேன்னு” என்று சொன்னாராம். தகவல் வந்ததும் தெரியாதது போல எல்லோரும் விலகிச்சென்றனர். இரண்டொரு நாளில் அவருக்கு டிக்கெட் போட்டு அனுப்பியதும் வந்து சேர்ந்தார் ஜோஹன். யாருக்கும் அவர் மீது காழ்ப்புகள் இல்லை. அவர் அளித்த தினசரி கேளிக்கைகளை விரும்பியவர்கள் சிலர் டிக்கெட்டுக்கு உண்டான பணத்தைப் பங்கிட்டுக்கொண்டனர்.

ஊர் வந்த நாளே அலப்பறைகளை ஆரம்பித்துவிட்டார். கையடக்க கேமிராவில் ஒரு வீடியோ வைத்திருந்தார். அதில் தென்னந்தோப்பு, கிணறு வயல்வெளி, கொய்யாத்தோப்பு, மரங்கள், தரிசு நிலம் என வீடியோ ஓடிக்கொண்டிருந்தது. நடு நடுவே அவரும் வீடியோவில் பதிவாகியிருந்தார். அங்கேயும் ப்ளூடூத்தும் காதுமாகத்தான் சுற்றியிருக்கிறார். “இவரு எனக்கு பங்காளி முறை வேணும். இவர எப்டி கூப்பிடறதுன்னு தெரியல. ப்ரோ உங்கள எந்த மொறைல கூப்புடணும்” என்றார். அவர் பார்க்க ஜோஹனைவிட இளையவராகத்தான் இருந்தார்.

“எல்லாமே நம்ம சொத்துதான் ப்ரோ, அளந்து பாத்துட்டேன் மொத்தம் நானூறு ஏக்கர். தேனியில் எதோ ஒரு ஊர் சொன்னார். ஊர்ல இருக்கற மக்கள் எல்லாரும் பாவம்யா. தவிச்ச வாய்க்கு தண்ணி இல்லாம தடுமாறிக்கிட்டு இருக்காங்க. நம்ம நெலத்துக்குக் கீழ ஒரு காலத்துல ஆறு ஓடுச்சாம். நீரோட்டம் அதிகமா இருக்கற இடம்னு சொல்றாங்க. எல்லாருக்கும் சுத்திகரிக்கப்பட்ட தண்ணி இலவசமா தரலாம்னு ஒரு ப்ராஜெக்ட் முடிவு பண்ணிட்டேன்.

நாலு இடத்துல போர் போட்டு தண்ணிய சுத்திகரிக்க ஒரு ஃபாக்டரி கட்டப்போறேன். பக்காவா ப்ளான் எல்லாம் ரெடி. இங்க வாட்டர் மேனேஜ்மெண்ட்ல நம்ம கூட்டாளி ஒருத்தர் வேல செய்றாரு. அவர்கிட்ட போய் ப்ளான் சொல்லி ஐடியா கேக்கப்போறேன். நிறைய வேலை இருக்குய்யா" என்று தெருமுனையில் முழங்கிக்கொண்டிருந்தார்."

வழக்கம்போல வாயைப்பிளந்து எல்லோரும் கேட்டுக்கொண்டோம். அடுத்து வந்த இரண்டு நாட்களில் எல்லோருக்கும் அந்த வீடியோ காண்பிக்கப்பட்டிருந்தது.

“ஊர்ல நானூறு ஏக்கர்னா சும்மாவா... ஜோஹன நாமல்லாம் மண்ட ஓடின்னு நெனச்சிட்டு இருந்தோம். ஆளு பெரிய எடந்தான் போல” என்று பேசிக்கொண்டிருந்தோம்.

“யோவ்... அந்தாளு ரீலு உடறான்யா... நானூறு ஏக்கர நாப்பது அம்பது வருசம் கழிச்சி போனா ஒடனே தூக்கிக் குடுக்கறவன் நல்லவன் எவன்யா இருக்கான். அவனுக்கு ஆயிரம் சொந்தம் இருந்துருக்கும். எவன் எவனோ ஆண்டுகிட்டு இருந்துருப்பானுங்க. இவரு போன ஒடனே இந்தா புடிச்சிக்கன்னு குடுத்துருவானுகளா? அவர்தான் சொல்லிகிட்டு இருக்காருன்னா நீங்களும் இளிச்சவாயன் மாதிரி கேட்டுகிட்டு இருக்கிங்க. இவர் போய் யாரு என்ன விவரம் எடம்லாம் எங்கெங்க இருக்குன்னு விசாரிக்க ஆரம்பிச்சதுமே பாஸ்போர்ட்ட புடுங்கி வச்சிக்கிட்டு தொறத்தி விட்டாங்களாம். விட்டா போதும்னு ஓடியாந்த மனுசன் வந்து விடற ரீல பாத்தியா” என்று கலாய்த்தார் ஒருவர்.

“ஆமால்ல, நாலு செண்ட் இடத்தையே நாலஞ்சி வருசம் சும்மா விட்டா வேற ஒருத்தன் பட்டா போட்டுகிட்டு வந்து நிப்பான். நானூறு ஏக்கருக்கு சும்மாவா விடுவாங்க. மனசாட்சியே இல்லாம ரீல் விடறான்யா இந்தாளு” என்று புலம்பியது ஒரு குழு.

அதைப்பற்றியெல்லாம் கவலைப்படாமல் மறுநாள் வரைபடங்களை பாதுகாப்பாக சுருட்டி வைக்கும் குழாயினை முதுகில் மாட்டியபடி உற்சாகமாக வந்திறங்கினார். கெத்தாக குழாயைத் திறந்து ஒரு பெரிய வரைபடத்தை எங்கள்முன் விரித்துக் காண்பித்தார். மேலே கொட்டை எழுத்தில் “வள்ளி வாட்டர் ப்ளாண்ட்” என்று எழுதியிருந்தது. சட்டக வரைபடத்தில் சுற்றிலும் காம்பவுண்ட் சுவர் எழுப்பி நடுவில் பெரிய கோபுரம் வைத்ததுபோல பெரிய

பாக்டரி. கேட்டிலிருந்து வரிசையாக லாரிகள் வந்து போவதுபோல வடிவமைக்கப்பட்டிருந்தது.

"என்ன ஜோஹன் இதெல்லாம்" என்றோம்.

“வாட்டர் ப்ராஜெக்ட் லா... கொஞ்சம் நிலத்தை வித்து கம்பெனி ஆரம்பிக்கப்போறேன். தேனிய சுத்தி எங்கெல்லாம் தண்ணிப்பஞ்சம் இருக்குதோ அங்கல்லாம் வீடு வீடா தண்ணி குடுக்கப்போறேன்.”

”இலவசமா” என்றதும் அதிர்ச்சியுடன் ஒருவரை ஒருவர் பார்த்துக்கொண்டோம்.

“ஆமாம் லா... இருக்கப்போறது இன்னும் கொஞ்சநாள்தான். புண்ணியத்தை தேடி வச்சிட்டுப் போவமேன்னுதான் பண்ணிட்டுருக்கேன். மனுசன் எவ்ளோதான் எடுத்துகிட்டு போவ முடியும். சொல்லு ப்ரோ...” என்று எங்கள் எல்லோரையும் பார்த்தார்.

“கெழவனுக்கு முத்திடுச்சி” என்று சிலர் முணுமுணுத்தனர். ஹோட்டலில் வேலை செய்யும் அருண் ஒரு பீடியைப் பற்ற வைத்துக்கொண்டு எல்லாவற்றையும் கேட்டுக்கொண்டார். இடையிடையே நக்கலாக சிரிக்கவும் செய்தார். ஜோஹனுக்கு புன்னகையில் பேதம் பிரித்தறிய தெரியாதது. அவர் குற்றமல்ல. நக்கலுக்கு சிரித்தால் கூட மகிழ்ச்சி என்றே பொருள் கொள்ளும் புனித ஆத்மா.

ஒருவாரகாலத்தில் அந்த வரைபடம் ரோவல் ரோட்டில் அனைவருமே பார்த்த விஷயமாக ஆனது. பேசிய விஷயத்தையே திரும்பத் திரும்ப ஒரேநாளில் பல தடவை பேசுவது இந்த மனிதனுக்கு சங்கடமளிக்காதா என்று தோன்றும் அளவுக்கு வள்ளி வாட்டர்ப்ளாண்டை சிங்கப்பூர் பிரபல்யம் அடையச் செய்தார்.

கொஞ்ச காலத்தில் அவரே மறந்துபோய் உள்ளூர் பிரச்சினைகளுக்குத் தீர்வு காண்பதில் பிசியாகிவிட்டிருந்தார். யாராவது நினைவில் வைத்திருந்து “அந்த வள்ளி ப்ராஜெக்ட் என்னாச்சு ப்ரோ?” என்று விசாரிக்கும்போது மட்டும் பெருமூச்சொன்றை விட்டபடி அயற்சியாக சொல்வார்.

“ஊர்ல யாருமே நியாயமா இல்ல ப்ரோ. என் தாத்தா பேரு முனியன். பாட்டி பேரு வள்ளி. அந்தக் காலத்துலயே இங்க வந்ததினால சொந்தம் விட்டுப்போச்சு. அவரும் இங்கயே செட்டில் ஆயிட்டாரு.

டாகுமெண்ட்ஸ்லாம் எங்கருக்குன்னு கூட தெரியல. எல்லாமே வாய்வழி வரலாறுன்னு ஆகிப்போச்சு. நீதான் முனியனுக்குப் பேரனான்னு கேக்கறாங்க. அப்படி ஒரு ஆளே இல்லன்னு சொல்றாங்க. ஒண்ணுமே புரியல ப்ரோ. நல்லது செய்யக்கூட விடமாட்றாங்க” என அலுத்துக்கொள்வார். தினப்படி வள்ளி வாட்டரை யாராவது நினைவுபடுத்திக் கேட்பதும் அவர் புலம்புவதும் நடந்தது.

திடீரென ஒருநாள் “யூரோப் டூர் போறேன். மகளைப் பார்த்து ரொம்ப நாள் ஆச்சு. அங்க போய் தங்கி ரெஸ்ட் எடுத்துட்டு ரெண்டு மூணு மாசம் கழிச்சி வரலாம்னு இருக்கேன் ப்ரோ" என்றார்.

அப்போதுகூட “ப்ரோ, நீங்க போய்ட்டீங்கன்னா யார் எல்லோருக்கும் சட்ட உதவிகளை செய்யறது?” என்றே நக்கலாக கேட்டனர்.

“வந்துருவேன் ப்ரோ, சும்மா கொஞ்ச நாளக்கிதான. எங்கபோனாலும் ரோவல் ரோடுதான் என் அட்ரஸ் ப்ரோ. என் உயிர் போனாலும் இங்கதான் போகும்” என நெகிழ்வாய் பேசி எல்லோரையும் கலங்க வைத்தார்.

“எங்க போனாலும் நம்ம மூலக்கடை மரணவிலாஸ் மீகோரிங் சாப்புடாம நம்மளால இருக்க முடியாது. பேரன் பேத்திகள பாத்து ரொம்ப நாள் ஆச்சு. ஏற்கனவே மாரப்பொளந்து ஆபரேஷன் பண்ணிருக்கேன். எப்பவேணாலும் டிக்கெட் வாங்கிட்டுப் போற கண்டிஷந்தான ப்ரோ. அதுக்கு முன்னாடி பாத்துட்டு வந்துட்டா மனசுக்கு நிம்மதியா இருக்கும்ல. மனுசனுக்கு அப்பப்போ ஒரு மாறுதல் வேணும் ப்ரோ. நதி மாரி ஓடிட்டே இருக்கணும். போய் அப்படியே யூரோப்ல ஒரு ரவுண்டு அங்கேருந்து நேரா ஆஸ்திரேலியால சின்ன மகள பாத்துட்டு நேரா ரோவல் ரோட்டுக்கு ரிட்டர்ன் ஆயிடுவேன். எல்லா ஊர்லயும் நாட்கள் கொஞ்சம் மந்தமா நகரும் ஆனா சிங்கப்பூர்ல நாட்கள் எல்லாம் ரெக்க கட்டிட்டுப் பறக்கும். வந்துருவேன் ப்ரோ.”

இப்படியெல்லாம் சமாதானம் சொல்லிவிட்டுதான் எங்களிடம் இருந்து விடைபெற்றார். “உண்மைலயே இந்தாளு யூரோப் போறானா இல்ல நம்மகிட்ட பீலா விடறானா” என்று கூட சிலர் நமட்டுச் சிரிப்புடன் அவர் சென்ற பிறகு பேசினர். போன சில நாட்களில் “அவர் உண்மையிலேயே சுவீடனுக்குதான் சென்றார்" என அருண்

வந்து சொன்னார். "46 ல இருந்து போன் வந்துச்சுய்யா. நம்மள எவன் எதோ ஒரு நாட்டுலருந்து கூப்பிடறான்னு பாத்தா நம்ம ஜோஹன்" என்று அருண் அண்ணனே வந்து சொன்னார்.

அகால வேளைகளில் புதுப்புது எண்களில் இருந்து அழைப்பு வரும். ப்ரான்ஸ் என்பார். அடுத்த வாரம் "லண்டன்ல இருந்து ஜோஹன் பேசறேன் ப்ரோ" என்பார். அவருக்குப் பிடித்த மான்செஸ்டர் அணி விளையாடும் கால்பந்து மைதானத்தில் இருந்து எடுத்தது என்று போட்டோ அனுப்பினார். சிலநாட்கள் தகவல் ஒன்றுமே இல்லாமல் இருக்கும். சடாரென எதோ ஒரு நாட்டிலிருந்து அழைப்பார். இப்படியே மூன்று மாதம் சென்றது.

ஒருநாள் வந்திறங்கினார். ரோவல் ரோடே அல்லோகலப்பட்டது. எல்லோரையும் கட்டியணைத்துதான் பேச்சையே ஆரம்பித்தார். "ரொம்ப மிஸ் பண்ணிட்டிங்களா ப்ரோ" என்று கண்ணடித்தபடி கேட்டார். "ஆமால்லா நீங்க இல்லாம கூட்டம் கூடறதில்ல, கோப்பிக்கடைக்காரர் தினமும் கேக்க ஆரம்பிச்சிட்டார். ரோவல் ரோட்டின் ரோமியோ ஜோஹன் இல்லாம களையிழந்து போச்சு" என்றோம்.

"வந்துட்டன்ல. இனிமே டெய்லியும் மீட்டிங்குதான்" என்றவுடன் அந்த இடமே கலகலப்பானது. தினசரி யூரோப் டூர் பற்றிய கதைகளை வாய்பிளந்தபடி கேட்டோம். "வெள்ளக்காரன் வெள்ளக்காரந்தாய்யா.... அவன அடிச்சிக்க முடியாது. என்னா மாதிரி நாகரீகமானவங்க தெரியுமா. ஏர்போர்ட்ல நான் போற ப்ளைட் வர கொஞ்சம் தாமதமாச்சி. அந்தக் கொஞ்ச நேரத்துக்கு காம்பன்சேஷன் குடுக்கறான்யா. அந்தமாதிரி எவனாலயும் தர முடியாது. எல்லா ஹோட்டல்லயும் நமக்கு ஒரு ப்ரெண்டு கெடச்சிடறான். நல்ல ஜாலியா இருந்துச்சி. ப்ரான்ஸ்ல இருக்கும்போது ஒரு ஜப்பான்காரன் மொழி தெரியாம திண்டாடும்போது நான் உதவி பண்ணேன். சிங்கப்பூர் வந்தா கால் பண்றேன்னு சொல்லி நம்பர்லாம் வாங்கிருக்கான். அனேகமா வருவான் இங்க கூட்டிட்டு வந்து பார்ட்டி வைக்கறேன்னு சொல்லிருக்கேன்லா." இந்த உற்சாகமான மனிதரைத்தான் இத்தனை நாள் நாங்க மிஸ் பண்ணோம்.

தினசரி தீர்வுகளில் பழையபடி மூழ்கினார் ஜோஹன். அவருக்கென தினசரி எதாவது ஒரு பிரச்சினையும் அதைத் தொடர்ந்து சென்று தீர்ப்பதிலும் கவனம் செலுத்த ஆரம்பித்தார். அப்படியொரு

நாளில்தான் அந்தச் சம்பவம் நடந்தது. அவருடைய ஈமெயில் கணக்கில் ஒரு மடல் வந்திருந்தது.

> "பூரண வாழ்த்துகள்" ஒருங்கிணைந்த பிரிட்டன் தேசிய லாட்டரியில் உங்களுக்கு இரண்டு பில்லியன் பரிசு விழுந்திருக்கிறது. கடந்த மாதம் நடந்த லாட்டரி குலுக்கலில் எங்கள் கணினி உங்கள் பெயரைத்தான் தெரிவு செய்திருக்கிறது. நீங்கள் இன்று முதல் இரண்டு பில்லியன் லண்டன் பவுண்டுக்குச் சொந்தக்காரர். உங்களது பரிசுத்தொகை லண்டன் லாட்டரி கருவூலத்தில் பத்திரமாக இருக்கிறது. இப்போது அதன் உரிமையாளர் நீங்கள். சட்டப்பூர்வமான நடவடிக்கைகளுக்குப் பிறகு மொத்தப்பணமும் உங்கள் வங்கிக்கணக்கிற்கு மாற்றப்படும் என்று தெரிவித்துக்கொள்கிறோம். கடிதத்தில் குறிப்பிடப்பட்ட குலுக்கல் எண் மற்றும், இக்கடிதத்தின் பிரத்யேக எண்ணையும் குறிப்பிட்டு உங்கள் வங்கிக்கணக்கு விபரங்களை எங்களோடு பகிர்ந்து கொள்ளுமாறு கேட்டுக்கொள்கிறேன்.

தலைமைச் செயலாளர்.
சைமன் பீட்டர்தன்

கடிதத்தின் கீழே நிறைய எண்கள் குறிப்பிட்டிருந்தது. இரண்டாவது வரி படிக்கும்போதே இது ஒரு ஏமாற்றும் ஓலை என்று. முழுதாக படிக்காமல் நிராகரித்தால் இதை நம்பி விபரங்களை தந்தாலும் தந்துவிடுவார் என்பதால் முழுதாக வாசித்தேன்.

"ஜோஹன் ப்ரோ... லண்டன்ல எதாச்சும் லாட்டரி வாங்கனீங்களா?"

"இல்ல ப்ரோ...."

"அப்புறம் எப்படி இது உண்மைன்னு நம்பறிங்க?"

"நான் நிறைய இடத்துல என்னோட ஈமெயில் குடுத்துருந்தேன்ல. அவங்க இணைய சர்வரில் பதிவாகியிருக்கும் அதுல இருந்து என்னை செலக்ட் பண்ணிருக்கலாம்ல."

"ப்ரோ... அப்படிலாம் இல்ல. குப்பனுக்கோ, சுப்பனுக்கோ ஒரு ஈமெயில் இருந்தாலும் அதுக்கும் இப்படிதான் அனுப்புவாங்க.

எல்லாமே ஏமாத்தற கூட்டந்தான்."

"போங்க ப்ரோ. வெள்ளக்காரனுங்க ஏமாத்த மாட்டானுங்க. யாரப்பாத்தாலும் ஏமாத்தறவன்னே சொல்லிட்டு இருக்கிங்க" என்று அலுத்தபடி சென்றுவிட்டார்.

அடுத்தநாள் ஜோஹனுக்கு விழுந்த லாட்டரி பற்றிதான் ரோவல் ரோடு முழுக்கப் பேச்சு அடிபட்டது. விபரம் தெரியாதவர்கள் அதை உண்மை என்று நம்பித்தான் போனார்கள். அதற்கும் வாய்ப்பிருக்கிறது. மனிதர் அத்தனை உறுதியோடும், தன்னம்பிக்கையோடும் மக்களிடையே பிரிட்டிஷ்காரர்களைப் பற்றி உயர்வாக பேசி நம்ப வைத்திருந்தார்.

"கெழவனுக்கு முத்திடுச்சி... சீக்கிரம் அள்ளிப்போட்டு போய் பைத்தியக்கார ஆஸ்பத்திரில சேத்துடுங்க" என்று ஜோஹனை வெறுப்பவர்கள் ஒருபக்கம் சொல்லிக்கொண்டிருந்தனர்.

அதைப்பற்றியெல்லாம் என்றுமே கவலைப்படுபவரல்ல ஜோஹன். பார்க்கும் நேரத்தில் எல்லாம் "அதை நம்பாதிங்க" என்று சொல்லிப்பார்த்தாலும் கேட்கும் மனநிலையில் இல்லை. அவர் எண்ணம் முழுக்க இரண்டு பில்லியன் பவுண்டை எப்படி இங்கே கொண்டு வருவது என்பதில்தான் இருந்தது. தினமும் அதற்காக சைமனுடன் பேச்சுவார்த்தையில் இருந்தார்.

திடீரென மறுபடி நிறைய பேப்பர்கள் அடங்கிய கோப்பு ஒன்றுடன் நடமாட ஆரம்பித்தார். அவரே ஒருநாள் என்னிடம் வந்து இரண்டு பில்லியனுக்கான திட்டங்களை சொன்னார்.

"சொன்னா எவனும் நம்ப மாட்டேங்கறான் ப்ரோ. உண்மையிலே எனக்கு லாட்டரி அடிச்சிடுச்சி. இந்தமுறை ஏமாற மாட்டேன். சைமன்கிட்டயே பேசிட்டேன். என்கிட்ட ஒரு அருமையான திட்டம் இருக்கு."

சிரிப்பதா அழுவதா என்று தெரியாமல் என்ன திட்டம் ப்ரோ என்றேன்.

அதற்காகவே காத்திருந்தவர் போல கோப்புகளில் இருந்து ஒரு பேப்பரை உருவி எடுத்தார். "புதிதாக ஒரு கம்பெனி திறந்திட்டேன். வள்ளி ஏர்லைன்ஸ்" லாட்டரிப் பணத்தை வச்சு ஏர்லைன்ஸ் ஆரம்பிக்கப் போறேன். இந்தியாவுக்கும், பங்களாதேஷுக்கும்

ரொம்ப சீப்பா ப்ளைட் விடப்போறேன். இனிமே யாரும் ரெண்டு வருஷம், ஒரு வருஷத்துக்குன்னு ஊருக்குப் போகவேணாம். வார இறுதிய வீட்ல கொண்டாடற மாதிரி ரொம்ப ரொம்ப குறைவான கட்டணத்துல இது நடத்திக்காட்டுவேன். டைகர், ஏர் ஏசியாகாரன்லாம் அலறி அடிச்சிகிட்டு ஓடப்போறான் பாருங்க. நம்ம ஆளுங்க இனிமே வீட்டைப் பிரிஞ்சி ரொம்ப நாள் இருக்க வேண்டிய அவசியம் இருக்காது. மாசம் ஒருமுறையாச்சும் போய் வர்ற மாதிரி வரலாறு மாறப்போகுது."

அடுத்து அவர் சொன்னதுதான் பெரிய அதிர்ச்சியாக இருந்தது. "நேரா சிங்கப்பூர்ல ப்ளைட்ட டெலிவரி பண்ணா ரொம்ப செலவாகுமாம். இந்தோனேசியாவுல இருந்து வாங்கப்போறேன். அங்க வெல கொஞ்சம் கொறவுதான்" என்றார்.

கண்டிப்பாக பிசகிவிட்டதுதான். சொன்னால் ஏற்றுக்கொள்ள மாட்டார். ஊதுகிற சங்கை எல்லோருமாக சேர்ந்து ஊதிப்பார்த்து சோர்வடைந்து விட்டாயிற்று. எல்லோரும் செய்கிற கிண்டலால் அதற்குப்பிறகு கம்பெனி, லாட்டரி தொடர்பான விஷயங்களை எங்களோடு பகிர்ந்துகொள்வதைத் தவிர்த்தார். முன்புபோல நின்று பேசுவதில்லை.

ஒருநாள் திடீரென பெட்டியுடன் ஹோட்டலை காலிசெய்தார். சக்கரம் வைத்த பெட்டியை இழுத்துக்கொண்டே வந்தவர் என்னைப் பார்த்ததும் நின்றார்.

"எங்க ஜோஹன். லண்டனுக்கா?" என்றேன் சிரித்தபடி.

"இல்லலா... இங்கதான் இந்தோனேசியா போறேன். ரெண்டு ப்ளைட் வந்து சேர்ந்துடுச்சாம். தகவல் சொன்னாங்க. இங்க கொண்டு வர்றதுக்கு முன்னாடி பெயிண்டிங் வேலை, பேர் எழுதற வேலை, அப்புறம் கொஞ்சம் எக்ஸ்ட்ரா பிட்டிங் வேலை எல்லாம் இருக்கு. இங்க செஞ்சா ரொம்ப செலவாகும். இந்தோனேசியாவுலயே எல்லாத்தையும் முடிச்சிட்டு இங்க கொண்டு வரணும். ஒரு ஆள் பக்கத்துல இருந்தா வேலை சீக்கிரம் நடக்கும்ல. அதான் நானே கெளம்பிட்டேன். அடுத்து நீங்க ஊருக்குப் போறது நம்ம வள்ளி ஏர்லைன்ஸ்லதான் ப்ரோ. மொத டிக்கெட் ஒங்களுக்குதான். போகவர முற்றிலும் இலவசம்" என்றார். இவரெல்லாம் தன்னம்பிக்கை வளர்ச்சி குறித்த பேச்சாளராக வந்திருந்தால் நிறைய பேர் பலனடைந்திருப்பார்கள் என்று நினைத்துக்கொண்டேன்.

வழக்கம்போல இறுக்கி அணைத்தபடி “சீக்கிரம் ப்ளைட்ல வரேன் ப்ரோ” என விடைபெற்றார்.

அப்படிச் சொல்லிச் சென்று ஐந்து வருடங்களுக்கு மேலாகிறது. இந்தோனேசியாவுக்கு சென்றவர் அதற்குப் பின் என்ன ஆனார் என எங்கள் எவருக்குமே தெரியவில்லை. அவரைப்பற்றி விசாரிக்க அவரைத் தவிர வேறு எவரையும் எங்கள் யாருக்கும் தெரியவில்லை. தினமும் அவரைத் தேடி யாராவது வருவதும் சலிப்புடன் ”ஆள் இல்லையென்று” பதில் அளிப்பதே எங்கள் வேலையாகிப்போனது. எவராவது ஒருவர் ஜோஹன் குறித்த தகவலைத் தாங்கி வருவாரா என வெளிப்படையாக இல்லாவிட்டாலும் உள்ளுக்குள் ஒவ்வொருவரும் ஏங்கினோம். யாரும் வராததால் நாளடைவில் மறந்தும் போனோம். ‘ஒருவேளை பெயிண்ட் கெடைக்காம தேடிகிட்டு இருப்பாரோ’ என்றுகூட கிண்டலாக நினைத்துக்கொள்வதுண்டு. என் வாழ்வில் சந்தித்த தன்னம்பிக்கை மிகுந்த மனிதன் ஜோஹன் ஒருவர்தான்.

தலைக்கு மேலே விமானம் பறந்து செல்லும் சத்தம் கேட்கும்போதெல்லாம் சிறுபிள்ளை போல அண்ணாந்து வானத்தைப் பார்ப்பதுண்டு. ஒருவேளை அது “வள்ளி ஏர்லைன்ஸ்” ஆகக்கூட இருக்கலாம் என்ற நம்பிக்கைதான். அதுதான் ஜோஹன்.

பை சைக்கிள் தீவு

நியூசிலாந்து ஆப்பிள் பெட்டிகளுக்கு தனித்த மணமுண்டு என்று நம்பினார் அலி.

அவர் உறங்கிக்கொண்டிருப்பது ஆப்பிள்களை அடுக்கிவிட்டு தூக்கி வீசப்படும் அட்டைப்பெட்டிகளின் மீதுதான். அந்தக்கட்டிடத்தின் இரண்டாவது தளத்தின் வராண்டாவில்தான் அவர் உறக்கம் கொள்வது ஓய்வெடுப்பது எல்லாமே. அலி இங்கு வந்து சில மாதங்களாகின்றன. எவரும் தொந்தரவு தருவதில்லை. அக்கட்டிடத்தின் இடதுபுறத்தில் இருக்கும் படிக்கட்டுகள் வழியாகவே அனைவரும் செல்வதால் வலதுபுறம் இருக்கும் இந்தப் படிக்கட்டுகளை

யாரும் உபயோகிப்பதில்லை. நீண்டகாலம் துப்பறிந்துதான் இதைக் கண்டறிந்தார் அலி. நீங்கள் நினைப்பது போல அலி என்பவர் முசல்மான் அல்ல. அவரின் முழுப்பெயர் அமுத லிங்கம். முற்காலத்தில் எவரோ முழுப்பெயரையும் உச்சரிக்க பிரயத்தனப்படாமல் இரண்டெழுத்துக்களாக அதை சுருக்கி அழைக்க அதுவே அவரது பெயராக நிலைத்துப் போனது. அலி என்ற அழைப்பின் பொருட்டு அவர் முஸ்லிம் என்று கருதப்படும்போதெல்லாம் அதை மறுத்திருக்கிறார். தன்னுடைய முழுப்பெயரையும் சொல்லி விளக்கிடுவார். பிற்பாடு சோர்வடைந்து எதையும் சொல்லாமல் ஏற்றுக்கொண்டார். இன்னமும் இஸ்லா மிய வழக்கில் முகமன் கூறும் சிலர் உண்டு. அவரும் முகமன் சொல்லப் பழகிக்கொண்டார்.

அவர் உறங்கிக்கொண்டிருந்த வெள்ளை நிற ஆப்பிள் பெட்டி மிகுந்த அழுக்கடைந்திருந்தது. அதை மாற்றுவதற்கான தருணத்தை அவர் எதிர்நோக்கியிருந்தார். பக்கத்து என்.டி.யு.சியில் பழங்கள் மாற்றும் நாளில் புதிய அட்டைப்பெட்டிகளை விரிக்கலாம் என்று காத்திருக்கிறார். சமீபத்தில் பிஜி, போலந்து, ஆஸ்திரேலிய ஆப்பிள் பெட்டிகளையே அவர் கண்டிருந்தார்.

அதில் உறங்க அவருக்கு எப்போதும் விருப்பம் இருந்ததில்லை. நியூசிலாந்து நாட்டின் ஜாஸ் வகை ஆப்பிள் பெட்டிகள் எப்போது வீசுவார்கள் என்று காத்திருந்து எடுத்து அதை விரித்துப் போட்டுதான் உறங்குவார். கடைசியாய் அவர் கண்டெடுத்த அட்டைகள் மிகுந்த அழுக்கடைந்துவிட்டன. ஜாஸ் வகை ஆப்பிள்களில் புள்ளிகள் இருப்பதில்லை.

புள்ளிகள் இல்லாத பழங்கள் உயர்ந்தது என்று கருதினார். அதிலிருந்து வரும் மணம் வேறு எந்த வகை ஆப்பிளிலும் வருவதில்லை. அவை அடைக்கப்பட்டிருந்த அட்டைப்பெட்டிகள் கூட அந்த மணத்தை நீண்ட நாட்கள் தாங்கி இருப்பதாக உணர்ந்தார். ஆகவே அத்தகைய பெட்டிகள் வீசப்படும் நாட்களுக்காக காத்திருப்பதாக உறுதி பூண்டிருந்தார். பழங்கள் பிரிவில் விற்பனை செய்யும் பிலோமினாவிடம் விபரம் கேட்டாலும் முன்புபோல் அவள் முகம் கொடுத்து பேசுவதில்லை. தன் வேகம் குறித்து அவளுக்கு ஒருநாள் உணர்த்தவேண்டும் என்று மனதிற்குள் எண்ணிக்கொண்டார். அங்காடியின் பின்புறம் தினசரி வருகை தந்து வீசப்படும் அட்டைப்பெட்டிகளைப் பொறுக்கிக்கொண்டு செல்லும் கூன்

விழுந்த சீனக்கிழவியிடமும் அவர் சொல்லிவைத்திருந்தார்.

வெறுமனே சொல்லிச்செல்வதால் பயனில்லை என்று பாக்கெட்டில் கோப்பிகோசம் ஒன்று வாங்கிச்சென்று அவளுக்குக் கொடுத்து பிறகுதான் சொன்னார். அவள் கோப்பியை வாங்கி சீசே சொல்லி உறிஞ்சிப்பார்த்து கோசம்தான் என்பதை உறுதிசெய்துகொண்டாள். நாள்பட்ட சர்க்கரை நோய் உண்டு என்பது அலிக்கு முன்பே தெரியும் என்பதால் கோசத்தை தெரிவு செய்து வாங்கிச்சென்ற தன் புத்திசாலித்தனத்தை நினைத்து பெருமிதப்பட்டார். தாஜா பண்ணிக்கூட அவள் நமக்கு ஒன்றும் செய்வதில்லையே என்று அலுத்துக்கொண்டது அவர் மனது.

நேரம் எத்தனை என்று தெரியவில்லை. யாராவது கடந்து சென்றால் கேட்கலாம் என்றாலும் யாரும் இப்படிக்கட்டு வழியாக கடந்து செல்வதில்லை. சீனத்தோரணங்கள் செய்யும் கடை இன்னும் திறக்கவில்லை. அப்படியென்றால் ஒன்பது ஆகவில்லை. வெக்கை அதிகரிக்க ஆரம்பித்திருந்தது.

வாகனங்கள் அதிகம் செல்ல ஆரம்பித்த பிறகு தூங்கமுடியாது. பக்கத்தில் சீனு இன்னமும் உறங்கிக்கொண்டிருந்தார். இரவு சாப்பிட்ட மீகோரிங் அப்புறப்படுத்தப்படாமல் இன்னமும் திறந்தபடி இருந்தது. சிவப்பு நிற புழுக்கள் அதில் நெளிவதுபோல அவருக்குத் தெரிந்தது. கண்களை ஒருமுறை கசக்கிக்கொண்டு மறுபடியும் சிதறியிருந்தவற்றைப் பார்த்தார். அவை வெயிலில் உலர்ந்த மண்புழுக்கள் போல இருந்தன. அணிந்திருந்த பனியனைக் கழட்டி உதறினார். சிறிய மண் துகள்கள் சிதறி ஓடியது. அதைக்கொண்டே வியர்த்திருந்த முகத்தை அழுந்த துடைத்துக்கொண்டார். மெல்லிய முடைநாற்றம் வீசுவதுபோல இருந்தது. சாம்பல் நிறப்புறா ஒன்று தயக்கத்துடன் சீனுவின் அருகே வந்து திறந்திருந்த பொட்டலத்தில் தொங்கிக்கொண்டிருந்த நூடுல்சை கொத்தி உதறிக்கொண்டிருந்தது. ஒருகணம் அதை உற்றுப்பார்த்துக்கொண்டிருந்தார்.

அகன்று நீண்ட முதுகின் பின்னால் முன்பொருகாலத்தில் அவர் பச்சை குத்தியிருந்த புலியின் படம் வியர்வை வழியலோடு அக்காலை வெயிலில் மின்னியது. காலம் கடந்ததில் அப்பச்சை நிறப்புலி தன் நிறத்தின் இயல்பைத் தொலைத்திருந்தது. தோல் சுருக்கம் கொள்வதற்கு முன் உடலசைவில் புலி நகர்வது போன்ற தோற்றத்தை அளிக்கும். அவரது கூட்டாளிகள் கம்பீரமான அந்த

முதுகையும் கர்ஜித்த நிலை புலியையும் கண்டு பொறாமையுடன் கூடிய உவகை அடைந்திருக்கின்றனர். அப்படம் வரையப்பட்டு இருபதாண்டுகள் கடந்திருக்கலாம். மலேசியாவுக்கு காய்கறி லோடு ஏற்றச்சென்ற காலத்தில் சுங்கைப் பட்டாணி அருகே ஒரு பெண் வரைந்த பச்சைப்புலி அது. வரையப்பட்ட காலத்தில் அவரின் கருத்த தேகத்தில் பச்சை மினுமினுப்புடன் நிறைய பேரை ஈர்த்திருந்தது. தன் பின்புறம் இருக்கும் புலி அவருக்கு நினைவு வரும்போதெல்லாம் அதை வரைந்தவளோடு அன்று கொண்ட உடலுறவும் அவர் நினைவுக்கு வரும். மூர்க்கமான அக்கலவியின் பின் அதுபோல் ஒன்று அவருக்கு அமையவேயில்லை. உண்மையில் அன்று அவள்தான் அவரை வழிநடத்தினாள். முனகலினூடே இதைப்போல புலியொன்றை இன்னொருவருக்கு வரையப்போவதில்லை என்று உறுதிகொடுத்திருந்தாள்.

சீனுக்கிழவர் எழுந்திருப்பதற்கான அசைவுகள் அவரிடமிருந்து வந்தன. போர்த்தியிருந்த போர்வையில் இருந்து மெல்லிய மூத்திர நாற்றம் அலியை வந்தடைந்தது.

அவர் எவ்வித முகபாவத்தையும் காட்டவில்லை. அது அவருக்கு பழகியிருந்தது. சீனு இவரிடம் வந்தடைந்தது ஒரு சுவாரசியமான சம்பவம். வீடற்றவருக்கு வீடற்றவரே ஆதரவு.

அன்று அலியிடம் சுத்தமாக காசு இல்லை. காலையிலிருந்து சாப்பிடாமல் கண்கள் இருண்டிருந்தது. எதாவது சைக்கிள் தட்டுப்பட்டால் திருடி விற்கலாம் 20 வெள்ளி கிடைத்தால் கூட பரவாயில்லை என்ற நிலையில்தான் கிட்சனர் ரோடு கோப்பிக்கடை வாசலில் ஒரு சைக்கிள் நின்றிருந்ததைப் பார்த்தார். புதியது என்று மதிக்க முடியாவிட்டாலும் தோற்றப்பொலிவு உள்ள மலிவு சைக்கிள்தான். மிக மலிவான பூட்டுகொண்டு பூட்டப்பட்டிருந்தது. மிதமான பலம்கொண்டு இழுத்தாலே அத்துக்கொண்டுவிடும்.

இதைப்போல மலிவு பூட்டுவார்களை இடது கையாலேயே இழுத்து உடைக்கும் வலிமை இன்னமும் இருந்தது. நின்று சுற்றிலும் பார்த்து எடுத்துச்செல்லும்போதுதான் சீனுக்கிழவர் பார்த்த நிகழ்வு நடந்தது. பியர் குடித்துக்கொண்டிருந்தார் சீனு. அலி பூட்டுத்திறந்து சைக்கிள் எடுத்துச்செல்வதைப் பார்த்து பின்னாலேயே சென்று பத்துவெள்ளி கேட்டார். பிறகு இரண்டு பேருமாக சேர்ந்து சென்று சையத் ஆல்வி ரோடு சங்கே சைக்கிள் கடையில் விற்று வந்த 20 வெள்ளி

காசில் தொடங்கிய நட்பு.

எதோ ஒரு ப்ளோக் அடியில் படுத்து உறங்கிக்கொண்டிருந்த சீனுக்கிழவர் நிரந்தரமாக அலியுடன் ரோச்சார் கேனல் ரோடு பில்டிங்கில் தங்கத்தொடங்கினார்.

சீனுக்கிழவருக்கு இரண்டு மகன்கள். போலவே இரண்டு மருமகள்கள். அவ்விரண்டு மருமகள்களும் ஒற்றுமையாக கூடிப்பேசி தத்தமது வீட்டில் சேர்க்காமல் இருக்க சூழ்ச்சிகள் பல செய்து அவரை விரட்டியிருந்தனர். கோயில்களில் பகல் பொழுது உணவை முடித்துவிட்டு இரவு எங்காவது தூங்கி விடுவார். மாதத்தில் முதல் ஐந்து நாட்களுக்கு மட்டும் குளிப்பார். பிறகு அடுத்த மாதம் வரை ஒரே உடைதான். மறுமாதம் உதவித்தொகை கணக்கில் விழுந்ததும் ஓடோடிச்சென்று எடுத்து ஹோட்டலில் ரூம் புக் செய்து நாள் முழுக்க ஆனந்தக்குளியல். அக்குளியல் ஒருமாதத்திற்கு போதுமானதாக இருக்குமளவு குளிப்பார். மலிவு விலையில் மாற்று உடை வாங்கி பழையதை தோம்பில் எறிந்துவிடுவார். கடந்த இரண்டு வருடமாக இதுதான் அவரது வாழ்க்கையாக இருந்தது. அலியுடனான நட்பிலிருந்து இரண்டு பேரும் நிரந்தரமாக தேடிக்கொண்டதுதான் ரோச்சார் படிக்கட்டு.

இளம் வயதில் மதுக்கூடங்களில் பவுன்சராக நின்றார் அலி. இரவு வேலை, அளவில்லாத குடி, மூர்க்கமான கோபம் எல்லாம் சேர்ந்து வேலைக்கு உலை வைத்தது.

குடித்து அடாவடி செய்பவர்களை அப்புறப்படுத்துவது அவருக்கான வேலை. அப்படியான வேலை நாள் ஒன்றில் குடித்துவிட்டு உள்ளே பாட்டில் உடைத்து சண்டையிட்டவனை அப்படியே தூக்கிக்கொண்டு போய் ரோட்டில் எறிந்தார். எறிந்தவன் மண்டை உடைபட்டு கோமாவில் போக இவர் ஜெயிலுக்குப் போனார். திரும்ப வந்தபோது வேலையில்லை வீட்டிலும் சேர்க்கவில்லை. அந்தக் காலத்திலேயே எந்த பப்புக்குள்ளும் நுழைய தடையிருந்தது.

இப்போது அடையாளம் தெரியாதவாறு வயதாகிவிட்டாலும் கூட எந்த பப்புக்குள்ளும் போவதில்லை. பப்புகளுக்கு போகும் அளவு பணம் நிற்பதில்லை.

ஆரம்பத்தில் வீடு காலி செய்யும் நிறுவனத்தில் வேலை. இப்படியான வேலையில் முதல் தகுதியே தாட்டியான உடம்புதான். அலிக்கு

அந்த உடம்பு இருந்தது. நான்கு பேர் வேண்டிய வேலையில் ஒரே ஆளாக பொருட்களை ஏற்றி இறக்கும் சாமர்த்தியமும் உடல் வலுவும் இருந்தது. முதலாளியோடு அமர்ந்து குடிக்கும் அளவுக்கு செல்வாக்கு இருந்தது. தொடர் குடியினால் உடல் தளர்ந்து ஒருகட்டத்தில் வேலை சுமையாக தெரிந்தது. ஒரு வீடொழிக்கும் வேலையில் அவ்வீட்டின் முதலாளி விலையுயர்ந்த சைக்கிள் ஒன்றை இனாமாக கொடுக்கப்போக அதை விற்கையில்தான் சைக்கிளுக்கென ஒரு சந்தை இருப்பது தெரிந்தது. அன்று முதல் சைக்கிளைத் திருட ஆரம்பித்தார். ஆரம்பித்த சில வருடங்களிலேயே சைக்கிள் பூட்டுகளைத் திறக்கும் அத்தனை நுட்பங்களையும் இயல்பாகவே அவரிடம் சேர்ந்துகொண்டது.

சாவிகொண்டு திறக்கும் பூட்டுகள் யாவையும் சத்தமில்லாமல் இரண்டு நிமிடங்களில் திறக்கும் வல்லமை அவரிடம் இருந்தது. நம்பர் வைத்து திறக்கப்படும் பூட்டுகள்தான் அவருக்கு மிகுந்த சவாலாக இருந்தது. நகரில் பெரும்பாலான சைக்கிள்காரர்கள் நம்பர் வைத்த பூட்டுகளைப் பூட்ட ஆரம்பித்ததும் சோர்வடைந்தார். எல்லா விதிகளுக்கும் ஒரு எதிர்விதி உண்டென்பதைப் போல அதற்கும் ஒரு வழி கண்டுபிடித்தார். பெரிய இரும்பு வடச்சங்கிலிகளை அறுக்கும் கட்டர் ஒன்றை ஹார்ட்வேர் கடையில் வாங்கினார். நம்பர் பூட்டு வார்களை அது வெகு சுலபமாக ரிப்பன்கட் செய்வதுபோல இருந்தாலும் எந்த நேரமும் அதை காவிச்செல்வது இயலாதது. தரைக்குக் கீழே செல்லும் ரயில்களில் எடுத்துச் செல்ல முடியாது. சிறியதாக இருந்தால் பாக்கெட்டில் வைத்துக் கொள்ளலாம். இரண்டு பியர் பாட்டில் உயரத்திற்கு இருந்தது. இரு கைகளாலும் இயக்கவேண்டிய கருவி மிக கனமானது.

விலை உயர்ந்த சைக்கிள் வாங்கும் கனவான்கள் எந்த பூட்டையும் போடுவதில்லை. குறிப்பாக வெள்ளைக்காரர்கள், சாகச சைக்கிள் ஓட்டிகள். இந்தியர்களும் சீனர்களும் மிகமோசம். சில சமயங்களில் சைக்கிளை விட பூட்டுகள் விலை உயர்ந்தவையாக இருப்பதுண்டு. அச்சமயங்களில் சைக்கிளை விட்டு விட்டு பூட்டை மட்டும் கராங்குனி தெருவில் விற்றுவிடுவார். இத்தீவில் நல்ல விலையுயர்ந்த சைக்கிள்கள் எந்தப்பகுதியில் இருக்கும் என்பது அவருக்குத் தெரியும்.

பயா லேபர் ரோட்டில் நடந்து வந்துகொண்டிருந்தார் அலி. இருபுறமும் தரை வீடுகள் ஆழ்ந்த உறக்கத்தில் உள்ளது போல இருந்தது. நேற்றைய தினம் அடித்த சைக்கிளை விற்கும்போது

சங்கே கடையருகில் பழைய கூட்டாளியை பார்த்திருந்தார். பழைய கூட்டாளி 'வீடு சுத்தம் செய்ய ஆள் வேணும். நீ ஒருநாள் மட்டும் என் கூட வா' என்று இங்கு கூட்டி வந்திருக்கிறார். தரைவீடு அது. ஆட்கள் யாரும் தங்கியிருப்பது போலத்தெரியவில்லை. விலை உயர்ந்த பொருட்களால் நிறைந்திருந்தது வீடு. தோட்டத்தில் இலை தழைகளை கழித்து சுத்தம் செய்துவிட்டு உள்ளறைகளில் லேசாக படிந்திருந்த தூசிகளை துடைப்பதுதான் வேலை.

பலநாட்கள் உடல் உழைப்பைச் செலுத்தாதிருந்ததால் அலி விரைவில் சோர்ந்திருந்தார். அவ்வீட்டின் ப்ரிட்ஜைத் திறந்து ஒரே ஒரு பியரை எடுத்துப் போய் கழிவறையில் அமர்ந்து குடித்ததும் தளர்ந்திருந்த உடலில் உற்சாகம் தொற்றிக்கொண்டது.

60 வெள்ளியை கொடுத்தனுப்பினான் கூட்டாளி. எப்படியும் 100 குடுத்திருப்பார்கள். நாற்பதை கமிஷன் அடித்திருக்கிறான். போகட்டும் என வந்துகொண்டே இருக்கும்போதுதான் வழியில் உள்ள இண்டஸ்ட்ரியல் பில்டிங் உட்புறம் ஒரு பெராரி சைக்கிள் நிற்பதைக் கண்டார். இதுபோல ஒரு சைக்கிளை அடித்து விற்றால் ஒருவாரத்திற்கு எங்கும் செல்லத் தேவையில்லை. சங்கே கடையில் குடுத்தால் மிகக் குறைவாக கேட்பான். நேராக தெருவில் இறங்கி எவனிடமாவது தள்ளிவிடலாம்.

மலாய்க்கார செக்யூரிட்டி நின்றிருந்தான். அவன் ஒண்ணுக்கு போகும்வரை வெளியே நின்றிருந்தார். அவன் இருக்கையை விட்டு எழுந்ததும் ஓடிப்போய் சைக்கிளை உருட்டிக்கொண்டு வந்து மிதித்ததில் சையத் ஆல்வி ரோடு சங்கே கடையில்தான் நிறுத்தினார். இதுவரை அவர் ஓட்டிய சைக்கிள்களிலேயே உயர்மதிப்புடைய சைக்கிள் அதுதான். காற்றில் பறப்பதுபோல இருந்தது. துளிகூட சத்தமின்றி விசையுடன் சென்றது சைக்கிள். எப்படியும் இருநூறு வெள்ளி கிடைக்கும் என்று கணித்திருந்தார். இன்று மிகுந்த பொறுமையுடன் காத்திருந்து சங்கே கடையில் விற்றுவிடவேண்டும். இரண்டு தாளுக்கு குறைவாக ஒருவெள்ளிகூட குறையாது பேரம் பேசவேண்டும்.

சங்கேவுக்கும் அலிக்கும் நடக்கும் பேரம் விசித்திரமானது அடித்த சைக்கிளை ஓட்டிக்கொண்டே வந்து சங்கே கடை வாசலில் நிற்பார். அங்கே ஒரு உருவம் நிற்பது சங்கேவுக்கும் தெரியும். ஆனால் தலை உயர்த்தி பார்க்கமாட்டார். அலிக்கும் தான் வந்ததை சங்கே

அறிந்திருப்பார் என்பதை அறிவார். ஆனாலும் கவனிக்காது தன் வேலையில் மூழ்கியிருப்பதைப்போல காட்டிக்கொள்வார். இந்த விளையாட்டு பத்து நிமிடம் நடக்கும். இந்த இடைவெளியில் அலி உயிரே போனாலும் சங்கேவை அழைக்க மாட்டார். என்றாவது கொலைப்பசியில் அழைத்துவிட்டால் மிகுந்த சலிப்புடன் வந்து விலையை தரைமட்டமாக்கி விடுவார். அலி வந்து நின்றதும் அவர் கையில் உள்ள சைக்கிள் என்ன வகை, எந்த நாட்டில் தயாரித்தது, விலை போகுமா? அதன் பாகங்கள் உபயோகப்படுமா என்பதை கணக்குப்போட்டு ஒரு விலையை நிர்ணயித்து காத்திருப்பார். அலிக்கும் கூட தான் கவர்ந்த சைக்கிள் எவ்வளவு விலை போகும் என்பதை அறிந்திருப்பார். ஆனாலும் தரத்திற்கேற்றபடி விரல் காண்பித்து பேரத்தை ஆரம்பிப்பார்.

கடையில் நிறைய பேர் நின்றிருந்தாலும் இவர்கள் பேரத்தை அவ்வளவு எளிதில் கண்டுபிடிக்க முடியாது. வழக்கமாக பத்து நிமிடமாவது காத்திருக்க வைக்கும் சங்கே அன்று வந்து நின்றவுடன் கவனித்துவிட்டதை அலி உணர்ந்தார்.

இரண்டு விரலை உயர்த்திக் காட்டினார் அலி. சைக்கிள் ரிம்மை உருட்டிப் பார்த்துக்கொண்டிருந்த சங்கே கழுத்தில் தொங்கிக்கொண்டிருந்த கண்ணாடியை எடுத்து அணிந்தபடி பார்த்தார். விரலைப் பார்த்து சங்கே புன்னகைத்ததும் ஆச்சரியப்பட்டார் அலி. சங்கே புன்னகைத்துவிட்டால் பேரம் முடிந்தது என்று அர்த்தம். மூன்று விரலை காண்பித்திருக்கலாமோ என்று நினைத்துக்கொண்டார். இத்தனை வருட திருட்டு வாழ்க்கையில் முதல் முறையாக ஒரு பேரம் சில நொடியில் முடிந்திருக்கிறது.

ரோட்டிலிருந்து கடையின் உட்புறம் வந்து சைக்கிளை ஓரமாக நிறுத்திவிட்டு நின்றதும் சங்கே உள்ளே குரல் கொடுத்தார். அங்கே கவுண்டரில் சங்கேயின் மனைவியும் மகனும் அமர்ந்திருந்தனர். எதையோ சத்தமாக முணுமுணுத்தாள் சங்கேயின் மனைவி. எண்ணி வாங்கிக்கொண்டதும் மனது உற்சாகமானது. அவரால் ஆச்சரியத்தை அடக்கவே முடியவில்லை. இருநூறு எதிர்பார்த்திருந்தவருக்கு கையில் கிடைத்தது இரண்டாயிரம் வெள்ளி. துள்ளிக்குதிக்காத குறையாக ஓடோடி வந்தார். சைக்கிள் திருட ஆரம்பித்ததில் இருந்து இவ்வளவு தொகைக்கு விற்ற ஒரே சைக்கிள் இதுதான்.

எந்த நிறுவனத்தின் சைக்கிள் என்பதை பார்த்துக்கொள்ள மறந்துவிட்டார். இனிமேல் மாதத்திற்கு ஒன்று எடுத்தால் போதும். அம்மாதம் முழுக்க வேறெந்த வேலையும் செய்யத் தேவையில்லை. சீக்கிரம் கரைந்துவிடாமல் மெல்ல மெல்ல செலவழிக்க வேண்டும். புனிதவள்ளியை சந்தித்து நீண்டநாட்கள் ஆகிறது. அவளோடு ஓரிரவுக்கு ஆகும் செலவு மட்டும் கணக்கு பார்க்கத்தேவையில்லை. உடலுக்கு சுகம் கொடுத்து நீண்ட நாட்கள் ஆகியிருந்ததை உணர்ந்தார். முடிந்தால் ஜேபி அழைத்துச்சென்று நாள்முழுக்க அவளைத்தழுவியபடி உறங்கவேண்டும் என மனதுக்குள் ஏராளமான திட்டங்கள் உதயமானது. சீனுக்கிழவர் உடை நாறுகிறது. அழைத்துக்கொண்டுபோய் 81 ஹோட்டலில் ஒரு முழுநாள் ரூம் புக் செய்து குளிக்க வைத்து புதுத்துணி போடச்சொல்லவேண்டும். தூக்கத்தில் மூத்திர நாற்றம் மூக்கில் ஏறி அன்றைய எல்லாமே மூத்திர நாற்றத்தோடு இருப்பது போலத் தோன்றும்.

மேயோ முனை 81 ஹோட்டலில் இருவரும் குளித்துவிட்டு வெளியே வந்தபோது இருட்டி விட்டது. இருவரும் புத்தம்புதிய உடை அணிந்திருந்தார்கள். நேராக பள்ளத்திற்கு சென்றார்கள். கிழவர் ஒன்றும் பேசவில்லை

பியர் உள்ளே போனால்தான் சக்தி வரும். அதுவரை ஹீனமாக அவர் பேசும் வார்த்தைகள் ஒன்றும் காதில் விழாது. இப்போதெல்லாம் கிழவர் பேசுவது எதுவும் புரியவில்லை. தனது காதுக்கு வந்தடைவதற்குள் சொற்கள் காற்றில் மடிந்துபோகின்றன. இரண்டு மிடறு உள்ளே சென்றதும் உடல் நிமிர ஆரம்பிக்கும். அப்புறம் அவர் வாயை யாரும் மூட முடியாது. மூன்று மொழிகளைக் கலந்து வசைகளை ஆரம்பிப்பார். தனித்து விட்டுச்சென்ற மனைவியில் ஆரம்பித்து தெருவில் விட்ட மகன்களில் நின்று பிறகு தன் ஈனத்தனமான தெருவாழ்வில் வந்து முடிப்பார். அன்று ஏனோ எதுவுமே பேசாமல் இருந்தார். அலியும் தொந்தரவு செய்யவில்லை.

பரோன்ஸ் சொல்லச்சொன்னார். வெள்ளிகள் கூட இருந்தால் பரோன்ஸ் அடிப்பது வழக்கம் என்றாலும் கிழவர் தாங்க மாட்டார் என்பதாக நினைத்தார் அலி. அன்று இருவருமே நிறைய குடித்தார்கள்.

குடித்து எழும்போது தடுமாறி கீழே விழுந்தார் சீனுக்கிழவர். சற்று நேரம் கிழவரையே பார்த்துக்கொண்டிருந்த அலி கிழவரை அப்படியே தூக்கி இருகைகளிலும் ஏந்தி ஜாலான் பசார் ரோட்டுக்கு

வந்தார். கை வலித்ததும் பிளாட்பாரத்தில் கிழவரை படுக்க வைத்தார். பேருந்து நிறுத்தத்தில் சூப்பர் மார்க்கெட் டிராலி இருந்தது. கிழவரை அதில் தூக்கிப்போட்டு உருட்டிக்கொண்டே ரோச்சார் வந்தார்.

படிக்கட்டில் இருந்து தூக்கி வந்து இரண்டாவது தளத்தில் கிடத்தி படுத்தபோது உடல் தூக்கத்திற்கு அலைந்தது. எப்போது அலி எழுந்தாலும் தலைமாட்டில் அப்பொழுது நிரப்பப்பட்ட ஒரு தண்ணீர் புட்டி இருக்கும். கிழவர் எழுந்ததும் கீழே சென்று பிடித்து வைப்பது. அன்று அலி எழும்போது தலைமாட்டில் தண்ணீர்புட்டி இல்லை. எழுந்து சீனுக்கிழவரைப் பார்த்தார். அவர் சுவரோரம் ஒருக்களித்து படுத்திருந்தார்.

இரண்டு குரலுக்கு எழும்பவில்லை என்பதால் நகர்ந்து சென்று கையைத் தொட்டு எழுப்பினார். கை இரும்புபோல உறுதியாய் இருந்தது. பிரட்டிப்பார்த்தால் வாய் பிளந்திருந்தது. அதைக் கைவைத்து மூடிப்பார்த்தார். தாடைகள் இறுக்கமடைந்து விட்டிருந்தது. நள்ளிரவே உயிர் போயிருக்கும் போல என்று நினைத்துக்கொண்டார். எழுந்து கிழவரை இரண்டு உதை உதைத்தார். பிறகு ஒன்றுமே பேசாமல் படியிறங்கி வந்து கால்போன போக்கில் நடந்து சென்று அமர்ந்தபோது பீச் ரோட்டில் இருந்தார். பத்து பைசாவை துளையினுள் விட்டு கிழவரின் மகனுக்கு போன் அடித்தார். சுவிட்ச் ஆஃப் என வந்தது. ஆம்புலன்சுக்கு போன் அடித்து விபரம் சொன்னார். தானும் நடந்து சென்று அக்கட்டிடத்தின் எதிர்ப்புறம் நின்றுகொண்டார். சீருடை அணிந்த மூன்று பேர் பாடியை வண்டிக்குள் ஏற்றினார்கள். வண்டி கிளம்பியது அவரும் அங்கிருந்து கிளம்பினார்.

கிழவர் இறந்த அடுத்த வாரத்திலேயே அலி சிறைக்குப் போனார். அது ஒரு சோக சம்பவம். ஒரு சைக்கிளை அடித்து அந்த சைக்கிள் உரிமையாளரிடமே விற்கப் போய் மாட்டிக்கொண்டார். லட்சத்தில் ஒன்று இப்படி நடக்கும். சங்கேயிடம் போயிருந்தால் பிரச்சினை இல்லை. மேலதிக துரதிர்ஷ்டம் என்னவென்றால் சைக்கிள்காரன் ஒரு போலீஸ்காரனும் கூட. தான் இப்படி ஒரு சூழ்ச்சி வலையில் சிக்குவோம் என்று நினைக்கவில்லை. திட்டமிட்டுதான் தன்னைத் தூக்கி இருக்கிறார்கள் என்பதை அறிந்துகொண்டார். எந்த எதிர்ப்புமே காட்டாமல் கூடச்சென்றார். ஒரு வருடம் சிறையில் அடைத்தார்கள்.

அவர் உள்ளே இருந்த அந்த ஒருவருடத்தில் சுபயோக சுபதினத்தன்று சீனப் பல்கலைக்கழகத்தில் படித்துக்கொண்டிருந்த மாணவர்கள் குழுவின் மூளையில் ஒரு யோசனை பிறந்தது. அதுதான் கையடக்க போனில் திறக்கும் வாடகை சைக்கிள்கள். களவு பயம் தேவையில்லை, எங்கும் எடுக்கலாம், எங்கும் நிறுத்தலாம். ஒரு தடவல் மூலம் பணத்தைச் செலுத்தலாம். எல்லாம் தொழில்நுட்பம். மிகக்குறைந்த கட்டணம்.

இத்தீவில் ஒரு கம்பெனி ஐம்பதாயிரம் மஞ்சள் சைக்கிள்களோடு அந்த திட்டத்தை அறிமுகம் செயதது. அது வாடிக்கையாளர்களுக்கு ஒருமாதம் இலவசமாக சேவை அளித்தது. போட்டிக்கு இன்னொரு கம்பெனி ஒரு லட்சம் சிகப்பு நிற சைக்கிள்கள் இறக்கியது. இப்போது தெருவுக்கு பத்து சைக்கிள்கள் அனாமதேயமாக கிடந்தன. எவரும் எடுத்து எங்கும் விடுத்துச் செல்லலாம்.

சிறையில் இருந்து வெளிவந்த அலிக்கு முதலில் ஒன்றும் புரியவில்லை. தான் உறங்கிய அக்கட்டிடத்திற்குச் சென்றார். அங்கே கட்டிடம் இருந்ததற்கு எந்த சான்றும் இல்லாமல் புல்வெளியாக இருந்தது. எப்படி ஒருவருடத்தில் இத்தனை மாற்றம் ஏற்பட முடியும். அல்லது தான் வாழ்ந்தது கண்டது எல்லாமே கற்பனையாக இருக்குமோ என்று சந்தேகித்தார். இங்கே இருந்த வங்கி, அதில் வேலை செய்யும் ஊழியர், ஏராளமான உணவுக்கடைகள், செருப்புக்கடை, சீனத்தோரணக்கடை என எதுவுமில்லை, ஏன்; கட்டிடமே அங்கில்லை. எல்லோரும் எங்கு போனார்கள். அதைவிட பெரிய ஆச்சரியம் அவருக்கு ஒன்றிருந்தது.

ஏன் எங்கு பார்த்தாலும் நிறைய சைக்கிள்கள் கேட்பாரற்றுக் கிடக்கின்றன. ஏன் எல்லாமே ஒன்றுபோலவே இருக்கிறது. இலவசமாகத் தரும் அரசாங்கமில்லையே இது என்று நினைத்தார். நெருங்கி அருகில் சென்று பார்த்தபோது இதுவரை வாழ்நாளில் அந்த வகைப் பூட்டை அவர் பார்த்ததே இல்லை. எப்படி இதைத் திறப்பது ஏன் பூட்டுக் கம்பெனி பேர் போடவில்லை என்று யோசித்துக்கொண்டிருக்கும்போது ஒரு இளைஞன் அவரை நகரச்சொல்லிவிட்டு தன் மொபைல் போனால் ஏதோ செய்தவுடன் படக்கென்று பூட்டு திறந்துகொண்டது. சாவியே இல்லாமல் பூட்டைத் திறப்பது அவரால் கற்பனை செய்ய முடியாமல் இருந்தது. அந்த இளைஞன் சைக்கிளைத் தொடவேயில்லை. ஆனால் பூட்டு அதிசயமாகத் திறந்துகொண்டது. நிச்சயம் தன்னைப்போல அவன்

சைக்கிள் திருடுபவன் அல்ல என்று நம்பினார். மறுபடி மறுபடி அந்த சைக்கிள் சென்ற திசையிலேயே அவர் கண்கள் மையம் கொண்டிருந்தது. சற்றுத் தள்ளி நின்றிருந்த மஞ்சள் நிற சைக்கிளையும் அதே பாணியில் ஒருவன் திறந்து ஓட்டிச்சென்றான்.

வாயை மூட மறந்தபடி அலி அதைப் பார்த்துக்கொண்டிருந்தார்.

களப எயிறு

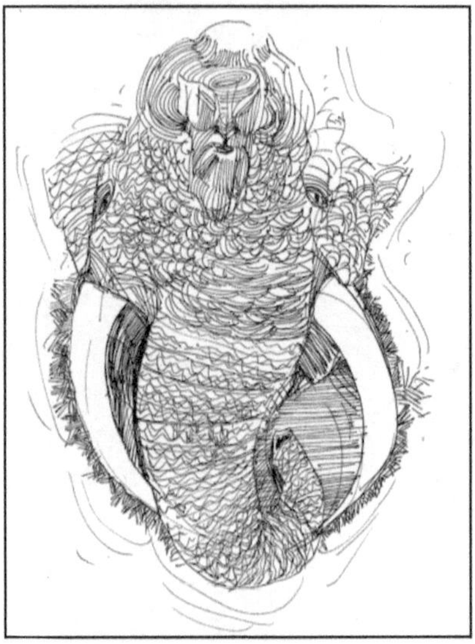

ஒரு வெள்ளி கொடுத்து அக்கிழவரிடம் தண்ணீர் பாட்டில் வாங்கிக்கொண்டேன். தேவையுள்ளதோ இல்லையோ, கிழவரிடம் திங்களும் வெள்ளியும் தண்ணீர் பாட்டில் வாங்கிக்கொள்வது வாடிக்கை. கிழவர் ஆரம்பகாலத்தில் பேருந்து நிறுத்தத்தின் பின்புறம் கடைகளின் நடைபாதையில அமர்ந்தபடி தண்ணீர் பாட்டில் விற்பார். இப்போதும் அதே இடம்தான் ஆனால் படுத்தபடிதான் வியாபாரம். உட்கார முடியவில்லை. தாளமுடியாத உடல்சோர்வு இருந்தாலும் கூட நான் நீட்டும் ஒரு வெள்ளி நாணயத்தைச் சிரிக்க முயன்றபடி வாங்கிக்கொள்வார்.

அவர் கைமணிக்கட்டில் யானை உருவம் பச்சை குத்தியிருப்பதை ஒவ்வொரு முறையும் தவறாது பார்த்துவிடுவேன். கொடுப்பதும்

வாங்குவதும் தவிர்த்து வேறு எந்த உரையாடலும் நிகழ்ந்ததில்லை. அவர் எப்போதும் உபயோகிக்கும் வாசகம்தான் தொடர்ச்சியாக அவரிடம் வாங்க வைத்தது. "எனக்குப் பிச்சையெடுப்பதில் நாட்டமில்லை, அதனால் இந்தத் தண்ணீர் பாட்டிலை வாங்கி எனக்கு உதவி செய்யுங்கள். எனக்கு உதவி செய்வதன் மூலம் கருணையின் வடிவமான கடவுளை நீங்கள் நெருங்குவீர்கள்" என்று ஆங்கிலத்திலும் சீன மொழியிலும் தொடர்ச்சியாக சொல்லிக்கொண்டிருப்பார்.

தொடர்ச்சியாக அவரிடம் வாங்கும் தண்ணீர் பாட்டிலை அலுவலகத்தின் குளிர்பதனப் பெட்டியில் அடுக்கிவிடுவேன். எப்போதாவது எடுத்துக் குடிப்பதுண்டு. அப்படி நிறைய பாட்டில் சேர்ந்துவிடுவதுமுண்டு. இரண்டு நிமிடம் முன்பாக அலுவலகத்தில் இருப்பதுபோலப் பார்த்துக்கொள்வது என் வழக்கம். நான் நுழையும் முந்தைய நிமிடம் வரை என்னைப் பற்றிப் பேசிக்கொண்டிருப்பவர்கள் என் தலை தெரிந்ததும் வேறொருவரைப் பற்றிப் புறம் பேச ஆரம்பிப்பார்கள். நான் எதிலும் கலந்துகொள்பவள் இல்லை. ஒரு எல்லைக்கோட்டுடன் எல்லோரிடமும் பழகுவதைக் கவனமுடன் பின்பற்றி வந்தேன். நியாயம் கேட்பதுபோல என்னிடம் முறையிடும்போதுகூடச் சிரிப்புடன் எதாவது சொல்லிக் கடந்துவிடுவதுண்டு. என்னைப்பற்றியும் கூட இவர்கள் இப்படித்தான் பேசிக்கொண்டிருப்பார்கள் என்று யூகித்தாலும் அதை வெளியே காட்டிக்கொண்டதில்லை.

முதலாளிக்கு, நகரத்தில் மொத்தமாக எட்டு சாப்பாட்டுக் கடைகளும், வெளிநாடுகளில் இரண்டு கிளைகளும் இருந்தன. இத்தீவின் கடைகளுக்கு இரண்டிரண்டு பேர் கணக்கு வழக்குகளைக் கவனிப்பதற்கு வேலையிலிருந்தனர். அதில் நானும் இன்னும் இரண்டு பெண்களும் ஓர் ஆணும் மற்றும் தலைமைக் கணக்குப்பிள்ளையும்.

இந்த அலுவலகத்தில் சேர்ந்து நான்கு வருடம் ஆகிறது. இதற்கு முன்பு எங்கும் வேலை செய்ததில்லை. பி.காம் முடித்த கையோடு திருமணமாகி சிங்கப்பூர் வந்தவள். இப்போது வேலைக்குப் போயாக வேண்டிய சூழல். எனக்கு இடது கையில் கட்டை விரல் கிடையாது. ஆனால் முன்பு அங்கே விரல் இருந்தது. அதாவது திருமணத்திற்கு முன்பு. எனக்குக் கட்டை விரல் இல்லாதது குறித்து அலுவலகத்தில் ஏகப்பட்ட கதைகள் உலவிக்கொண்டிருந்தன. ஆனால் நிஜக்காரணம் எவருக்கும் தெரியாது. நேரிடையாக என்னிடம் கேட்டபோது

விபத்து ஒன்றில் இழந்ததாகக் கூறினேன். ஆனால் எவரும் அதை நம்பத்தயாராக இல்லை.

அலுவலகத்திலும் வீட்டின் பக்கத்திலும் ஏற்கனவே பழக்கமானவர்கள்தான். புதிதாக அறிமுகமானவர்களின் "உங்க வீட்டுக்காரர் எங்கே" என்ற கேள்வியைத்தான் எப்படிச் சமாளிப்பது என்பது அதை ஒவ்வொருமுறை எதிர்கொள்ளும்போதும் எனக்குச் சவாலாக இருந்தது. அவர் அமெரிக்காவில் வேலை செய்கிறார் என்று சொல்லிவிடுவதுண்டு. விரலுக்கு விபத்து. அதோடு சரி.

மகன் இப்போதுதான் பிரைமரி ஒன்று செல்கிறான். கணவன் குறித்த வருத்தமெல்லாம் இப்போது சுத்தமாய் வடிந்துவிட்டது. வழக்குகளுக்கு என்று இப்போது எதையும் செலவழிப்பதில்லை. இரண்டு வருடம் முன்புவரை சம்பளத்தின் கழுத்து வரை அதற்குச் செலவானது. இதற்கு மேற்கொண்டு செலவழிப்பதில் அர்த்தமில்லை என்றவுடன் அதை நிறுத்தியாகிவிட்டது. இப்போது நானும் மகனும் மட்டுமே. ஒட்டு வாடகையில் ஓர் அறை. சின்னஞ்சிறிய உலகம். முன்பு நாத்தனார் வீட்டில் தங்கியிருந்தபோது உணர்ந்த பாதுகாப்பின்மை இப்போது இல்லை. அவளும் நல்லவள்தான். நிரந்தர வேலையின்மை அவளது பிரச்சினையாக இருந்தது. அதைவிட வீடு முழுக்க எங்கு பார்த்தாலும் சிகரெட் புகைத்து அங்கங்கே போட்டு வைத்து வீடு நாறியது. பிள்ளை அதைப்பார்த்து வளரக்கூடாது என்பதும் ஒரு காரணம்.

என் பெயரை முதல்முறையாகக் கேட்பவர்கள் கரிணி என்ற பெயருக்கு அர்த்தம் தெரிந்துகொள்வதை வழக்கமாக வைத்திருந்தனர். அப்பாவுக்கு ஜோதிடத்தில் அதீத நாட்டம். பிறந்த நேரத்தின் அடிப்படையில் யானையின் பெயரை வைக்க வேண்டும் என்று முடிவானபோது இந்தப் பெயரைத் தேர்ந்தெடுத்தார். "இவள் ஒரு கூட்டத்தையே வழிநடத்திச் செல்லக்கூடியவள்" என ஏதோ ஒரு பித்தலாட்ட ஜோசியக்காரன் சொல்லிவிட, அதன்படி வைத்த பெயர்தான் கரிணி. பெண் யானைக்கு கரிணி என்ற பெயர் உண்டு. ஆனால் நான்· இந்த வியாக்கியானமெல்லாம் சொல்வதில்லை. "கருணை மிக்கவள்" என்பதோடு நிறுத்திக்கொள்வேன். அதற்கு கருணை ஓரளவு என்னிடம் இருந்ததுதான் காரணம்.

மகன் வருணை காலை எட்டரைக்குப் பள்ளியில் விட்டு அலுவலகம் வந்து சேர வேண்டும். பகல் இரண்டு மணிக்குப்

பள்ளி முடியும், குழந்தைக் காப்பகம் ஒன்றில் மாலை ஐந்தரை வரை பார்த்துக்கொள்வார்கள். ஐந்து மணிக்கு வேலை முடிந்தால் அரை மணியில் காப்பகத்தை அடையலாம். இதில் குழப்பம் ஏதும் நேர்வதில்லை.

எல்லாம் அந்த ஒருநாள் வரைதான். அந்த ஒருநாளில் என் வாழ்க்கையில் மற்றொரு திருப்பம் நிகழ்ந்தது. முதல் திருப்பத்தில் கணவன் சிறைக்குச் சென்றது. அன்றைய தினசரிகளில் முக்கியச் செய்தியாக வந்தது. மெல்ல அச்சம்பவம் மறந்துபோய் இயல்பு வாழ்க்கைக்குத் திரும்பியபோது இந்தத் திருப்பம்.

அன்று நான் பேருந்துவிட்டு இறங்கியபோது மழை பிடித்துக்கொண்டது. நிறுத்தத்திலிருந்து ஏழு நிமிட நடைதான். குடை எடுத்துவரவில்லை. வேகமாக நடந்தால்கூட அலுவலகம் அடைந்துவிடலாம். ஆனால் நனைவதற்குப் பின்பான நாட்களில் சளிபிடிக்கலாம், காய்ச்சல் வரலாம், படுக்கையில் விழ நேரலாம், அப்படி விழுந்தால் நம்மைக் கவனிக்க ஆள் யாருமில்லை. முக்கியமாக வருண். இப்படியான நினைவில் நின்றுகொண்டிருக்கும்போது ஓடிச்சேர்ந்துவிடலாம் என்று ஓட முற்பட்டு எடுத்து வைத்த முதல் அடியிலேயே அந்தத் திருப்பம் நிகழ்ந்தது.

நடைபாதையின் ஓரம் மழையில் நனைந்த ப்ளாஸ்டிக் காகிதத்தின் மேல் கால் வைத்த அடுத்த நொடியில் முன்கால் வழுக்கிக்கொண்டே போக கையில் வைத்திருந்த சாப்பாட்டுப் பொதியைத் தூர வீசிக் கைகளால் தரையில் ஊன்றி விழலாம் என மூளை முடிவெடுத்ததை நேரம் அனுமதிக்கவில்லை. அதற்கு முன்பாக என் முகம் ஒரு பார்க்கிங் கம்பத்தில் முட்டியது. உலோகமும், உலோகமும் மோதும்போது உண்டாகும் சப்தம் போல ஓர் ஒலி கேட்டது. உடல் ஒரு திருப்பு திருப்பி கீழே விழுந்தேன். சுற்றி இருந்தவர்கள் ஓடி வந்தனர். கைதூக்கி எழுப்பினர். எனக்கு ஒரு காயமும் இல்லை. துளி ரத்தமும் வரவில்லை. குழப்பத்துடன் எழுந்த என்னை ஜாக்கிரதையாக இருக்கும்படியும் மழை நின்றவுடன் போகும்படியும் அறிவுறுத்தினர். நான் அதை ஏற்றுக்கொண்டு மறுபடி மழையைவிட்டு ஒதுங்கி அவர்களுடன் நின்றுகொண்டேன்.

விழும்போது ஒரு சத்தம் வந்ததே அது எங்கிருந்து வந்திருக்கக்கூடும்.

நான் எழவில்லை. எழுப்பிவிடும்போது நான் விரைவில் மீண்டேன். கடைவாயோரம் துளி சிவந்திருந்தது. ரத்தமில்லை. உடல் எல்லாம்

ஈரம், கால் வைக்காமல் இச்சிறிய குட்டையை கடந்துவிடலாம் என்ற உத்வேகத்தில் சற்று எட்டி வைத்த கால்தான் இடறியது. அதே குட்டையில் விழுந்திருக்கிறேன். சிகரெட் துண்டுகள், பல மாத டீசல் புகைக் கரிகள் அடர்ந்த நீர், டின்கள். எச்சில்கள் என எல்லாம் கலந்திருக்கும். அடிவயிற்றிலிருந்து வாந்தி வருவதுபோல இருந்தது. எப்படி எனத் தெரியவில்லை. ஊரில் இருப்பதுபோலவே ஒருவர் சோடா வாங்கிவந்தார். டின் சோடா. எனக்கு ஒன்றுமில்லை. இடறி விழுந்ததில் அதிர்ச்சி. வழிவிட்டால் நான் சென்றுவிடுவேன் என்பதுபோலப் பார்த்தேன்.

ஒரு பெண்மணி குடை கொடுத்தாள். மெதுவாக சிக்னல் தாண்டிச் செல்லும்போதுதான் என் வார்த்தை உச்சரிப்பில் ஏதோ ஒரு குறைபாடு உண்டானதுபோல உணர்ந்தேன். என்ன என யூகிக்க முடியாமல் முகத்தைத் துடைத்தபோதுதான் எனக்குத் தெரிய வந்தது.

என் வாய்ப்புறம் ஏதோ ஒன்று குறைவது போலிருந்த உணர்வு.

ஒன்றல்ல, ஒன்றரை.

எனது முன்பற்களில் ஒன்று முழுதாகவும், மற்றொன்று முக்கால்வாசி சிதைந்த நிலையில் இருந்தது. ஒற்றை விரல் மேலன்னச் சதையில் ஒட்டியபோது உள்ளுக்குள் அதிர்ந்துபோனேன். தலை சுற்றி வர, அருகில் இருந்த தூணைப் பற்றி நின்றுகொண்டேன். கைப்பையில் இருந்த சிறிய கண்ணாடியை எடுத்துப் பார்த்தேன்.

பிம்பத்தில் தெரிவது நான் இல்லை.

மஃபின் கேக்கின் முன்புறம் கோடு இழுத்தது போல உதடுகள் கருமை நிறம் கோர்த்தபடி வீங்கியிருந்தது. மெல்ல உதடுகளைப் பிரித்துப் பார்த்தால் பூட்டுச்சாவியின் துவாரம் போல இடைவெளி இருந்தது முன் வரிசையில். எத்தனை அலங்கோலம். நமக்கு மட்டும் ஏன் இப்படி நடக்கிறது. என்ன வாழ்க்கை இது எப்படி இதைச் சீர் செய்வது? வாழ்வின் ஒட்டுமொத்த சலிப்பும் தோள்மீது ஏறி அமர்ந்து சிரிக்க ஆரம்பித்தது.

அலுவலகத்தை நினைத்தவுடன் கண்ணீர் பெருகியது. எத்தனை லாவகமான சந்தர்ப்பம் அவர்களுக்கு. பார்க்கும் ஒவ்வொரு நொடியும் சிரிப்பார்களே. வேறெங்குமே அடிபடவில்லை. வாய் தவிர்த்த முகம் லட்சணமாகவே இருந்தது. முடி கூட கலையவில்லை.

விடுப்பு எடுக்க முடியாதபடி இன்றைய தினம் வேலை ஒன்று

இருக்கிறது. புகைமாசு காலங்களில் மூக்கிற்கும் வாய்க்கும் போடும் கவசம் போல இருந்தால் இன்றைய தினம் சமாளித்து நாளை முதல் விடுப்பு எடுத்துக்கொள்ளலாம்... வழியில் ஒரு கடையில் விசாரித்தேன். பழங்காலத்தில் ராஜாவுக்கு சேவகம் செய்பவர் வாய்பொத்தி பேசுவதுபோல வலதுகையால் வாயைப் பொத்திக்கொண்டு பேசினேன். வேறொரு கடையைக் காட்டி அங்கு கிடைக்கும் என்றார்கள். தரமான மாஸ்க் ஒரு பெட்டி எடுத்துக்கொண்டு அங்கேயே பிரித்து ஒன்றை அணிந்துகொண்டேன். கண்ணாடி எடுத்துப்பார்த்தபோது மாற்றம் ஒன்றும் தெரியவில்லை. எக்காரணம் கொண்டும் இதைக் கழட்டிவிடக்கூடாது. மறந்தும்கூட இதைச் செய்துவிடலாகாது என உறுதி எடுத்துக்கொண்டேன். கடைகள் ஒன்றும் திறந்தபாடில்லை. திறந்த ஏதோ ஒரு கடையில் உள்நுழைந்து புதிய ஆடைகள் வாங்கி அங்கேயே உடுத்திக்கொண்டு பழையதைத் தோம்பில் வீசினேன்.

எப்படிச் சாப்பிடுவது?

சாப்பிடும்போது தெரிந்துவிடுமே! மதியத்திற்கு மேல் விடுப்பு எடுத்துக்கொள்ள வேண்டும். காய்ச்சல் எனச் சொல்ல வேண்டும். கடுமையான வைரல் ஃபீவர்.

ஆச்சரியத்தோடும் பீதியோடும் என்னைப் பார்த்தனர். முகத்தைச் சோர்வாக வைத்துக்கொண்டு காய்ச்சல் என்றேன்.

“ஏன் மாஸ்க் அணிந்திருக்கிறாய்” என்றார்கள். என்ன சொல்வது என்று தெரியவில்லை. ஒருத்தி மட்டும் அருகில் வந்து கழுத்தில் கை வைத்துப் பார்த்தாள். நான் மாஸ்க்கை இறுக்கமாகப் பற்றிக்கொண்டேன். எங்கே விலக்கிவிடுவாளோ என்றொரு பயம்.

“காய்ச்சல் மாதிரி தெரியலயே!” என்றபடி உதடு பிதுக்கினாள்.

"உள்காய்ச்சலாக இருக்கும்” என்றாள் இன்னொருத்தி.

“முதலாளிக்கு ஒரு செய்தி அனுப்பி விடுப்பு எடுத்துக்கொள்ளுங்கள்” என்றார் தலைமைக் கணக்காளர். ஓரளவு மனிதத் தன்மை உள்ள மனிதர் அவர்.

மாஸ்க் அணிந்துகொண்டு மூச்சுவிடுவது சிரமமாக இருந்தது. உதடுகள் இரண்டும் நேரம் ஆக ஆக, வீங்கிக்கொண்டு மாஸ்க்கையும் மீறிப் புடைக்க ஆரம்பித்தது. அன்றைய கணக்குகள் சரிபார்த்து, செக்குகள்

கிளீயர் செய்து, வேலையாட்களின் சம்பளத்தைப் பட்டுவாடா செய்து நிமிர்ந்தபோது மதிய உணவு நேரம் வந்திருந்தது.

“முதலாளி போகச்சொல்லிவிட்டார். விடுப்பு எடுத்துக்கொள்ளுங்கள். சரியானதும் தகவல் சொல்லச்சொன்னார்” என்றார் தலைமைக் கணக்காளர்.

பற்களை எப்படிச் சரிசெய்வது என்ற விஷயத்தைப் பற்றி முன்பே முடிவு செய்திருந்தேன். சைமன் டெண்டல் கிளீனிக் ரயில் நிலையம் போகும் வழியில்தான் இருந்தது. போகும் வழியில் டாக்டரைப் பார்த்துவிடவேண்டும்.

கிளினிக்கில் இருபதுக்கும் மேற்பட்டவர்கள் அமர்ந்திருந்தார்கள்.

நான் என் பெயரைப் பதிந்துகொண்டேன். மிக நீண்ட நேரம் காத்திருக்க வேண்டியிருக்கும் என்றாள் உள்ளே இருந்த பெண். ஒரு சீட்டில் அமர்ந்துகொண்டேன். தொலைக்காட்சியில் ஒலி இல்லாமல் மிஸ்டர் பீன் ஓடிக்கொண்டிருந்தது. கிட்டத்தட்ட அனைவருமே அதைப் பார்த்துக்கொண்டிருந்தார்கள். ஏதோ ஒரு திகில் படத்தைப் பார்ப்பதுபோல எவருமே சிரிக்கவில்லை. அத்தனை பேருக்குமா பல்லில் பிரச்சனை.

நேரம் இன்று மிக மெதுவாகத்தான் சென்றது. இவ்வளவு மெதுவாக நேரம் தன் வாழ்க்கையில் சென்றதில்லை. ஒருவர் உள்ளே சென்றால் வெளிவரப் பத்து நிமிடங்களுக்கு மேல் ஆனது. தனது முறை வர எப்படியும் இரண்டு மணி நேரம் ஆகலாம். கிறித்தவ மார்க்கத் துண்டுப்பிரசுரங்கள் நிறைய அடுக்கி இருந்தார்கள். அதில் ஒன்றை எடுத்து வாசிக்க ஆரம்பித்தேன். அதில் ஒரு வரியைத் திரும்பத் திரும்ப வாசித்தேன்.

என் சகோதரரே, நீங்கள் பலவிதமான சோதனைகளில் அகப்படும்போது, உங்கள் விசுவாசத்தின் பரீட்சையானது பொறுமையை உண்டாக்குமென்று அறிந்து, அதை மிகுந்த சந்தோஷமாக எண்ணுங்கள்.

எந்தக் கோணத்திலும் சந்தோஷமாக எண்ணும்படி நமக்கு வாழ்க்கை அமையவில்லையே. இதைப் பொறுமையாக கடந்துசெல்லும்படிதானே நடந்து கொண்டிருக்கிறேன். பிறகேன் இந்தச் சோதனை? ஒரு பெண்ணுக்குப் புன்னகை எவ்வளவு முக்கியம். ஏன் பெண்ணுக்கு? மனித இனத்திற்கே விசேஷ குணமல்லவா அது. முன் இரண்டு

பற்கள் இல்லாமல் என் புன்னகை கேலிக்குரியதாகதானே இருக்க முடியும். என் வாழ்க்கை ஏற்கனவே கேலிக்குரியதாகத்தானே மாறிவிட்டது.

பத்து நிமிடம் சோதித்துவிட்டு டாக்டர் சொன்னார். டாக்டரின் முகம் இயேசுவின் முகம்போல கனிவு நிரம்பியிருந்தது. மிகுந்த பரிவுடன் என் முகம் நோக்கிச் சொல்ல ஆரம்பித்தார். ஒரு முழுப்பல்லும், இன்னோர் அறைப்பல்லை நீக்கிவிட்டு அதற்கொரு முழுப்பல்லும் ஆக இரண்டு பற்கள் பொருத்த வேண்டும் என்றார் டாக்டர். அதற்கு விளக்கமும் கொடுத்தார். மேல் விவரங்களை சிஸ்டர் உங்களுக்குச் சொல்வார் என்றார்.

அடுத்த அறையில் ஒரு பெண் இருந்தாள். அவள் வழக்கமாக எல்லா நோயாளிகளிடத்திலும் பாடும் பல்லவி ஒன்றைப் பாட ஆரம்பித்தாள்.

"உங்களுக்குத் தற்காலிகமாக பல் சரிசெய்ய வேண்டும் என்றால் ஒரு பல்லுக்கு நூற்றி ஐம்பது, இரண்டுக்கும் சேர்த்து முன்னூறு வெள்ளி ஆகும். உங்களுடைய மற்ற பற்களைக்காட்டிலும் வித்தியாசமாகத் தெரியும் என்பதால் பார்ப்பவர்கள் உடனடியாக கண்டுபிடிக்க வாய்பபுள்ளது, மேலும் இளம் பெண்களுக்கு இதைச் சிபாரிசு செய்வதில்லை."

"எனக்கு கொஞ்சம் புரியற மாதிரி சொல்லுங்க சிஸ்டர்."

"சரிக்கா, நான் தமிழ்லயே சொல்றேன். உங்களுக்கு ரெண்டு பல்லு கட்டணும்னு எழுதியிருக்கார். பல்லுல நிறைய கேட்டகரி இருக்கு, இங்க வேலை செய்றவங்க, ஊர்ல போய் பர்மணண்ட் பல் கட்டிக்கலாங்கறதுக்காக இப்போதைக்கு டெம்ப்ரவரி பல்லு கட்டிக்குவாங்க. பர்மணண்ட் பல்லு கட்டணும்னா நாலஞ்சி கன்சல்டேஷனுக்கு வரணும். ஆர்டர் பண்ணி பல்லு வர வைக்கணும். அதுக்கு ஒருவாரமாவது ஆகும். முக்கியமா செலவு அதிகமா ஆகுங்கறதால டெம்பரவரி செலக்ட் பண்ணிடுவாங்க. இதுல முக்கியமான பிரச்சனை என்னன்னா புதுப் பல்லுக்கும் பழைய பல்லுக்கும் வித்தியாசம் ஈசியா தெரிஞ்சிடும். கட்டின பல்லுன்னு தெரிஞ்சா கூச்சமா இருக்கும்னு சிலபேர் ரொம்ப விலை கூடின பல் ஆர்டர் செய்வாங்க."

"விலை கூடினதுன்னா என்ன அது?"

"சிலபேர் வெள்ளியில, சில பேர் தங்கத்துல செய்வாங்க. ஆனா அதெல்லாம் பழைய காலம். இப்போ யானைத் தந்தத்துல செய்ற பல்தான் ரொம்ப நேச்சுரலா இருக்கும். கட்டின பல்லுன்னு கண்டுபிடிக்க முடியாது. ஆனா அது அளவெடுத்து ஆர்டர் பண்ணனும். கொரியாவுல இருந்து வரும். மூணுலருந்து ஏழு நாள் ஆகலாம்."

"எவ்வளவு ஆகும்?"

"ரெண்டாயிரம் வெள்ளி ஆகும்."

"ரெண்டாயிரமா?"

"ஆமாங்க்கா... ரொம்ப அதிகமா தெரிஞ்சதுன்னா இப்போதைக்கு டெம்பரவரி பண்ணிக்கோங்க. ஊருக்குப் போனா இந்தியாவுல கம்மியா இருக்கும்."

ஊருக்குப் போகமுடியாத சூழலை இவளிடம் எப்படிச் சொல்வது? பாஸ்போர்ட் வேணும். பாஸ்போர்ட் போலீஸ் வசம் உள்ளது. கேஸ் முடியாமல் தரமாட்டார்கள்.

மறுபடி டாக்டரைப் பார்த்து அவரிடம் கேட்டேன். தந்தத்தில் செய்வதுதான் சரியான தேர்வு என்றார்.

அளவெடுத்தார்கள். எவ்வளவு சீக்கிரமோ அவ்வளவு சீக்கிரமாக புதிய பற்களை வரவழைக்க வேண்டும் என்று கேட்டுக்கொண்டேன். விரைவாக வரவழைக்க முயற்சி செய்வதாக உறுதி அளித்தபின்பு முன்பணம் செலுத்திவிட்டு வீடடைந்தேன்.

என் முகத்தில் மாஸ்க் இருந்ததால் பிள்ளை சற்றுக் குழம்பிவிட்டான். நிமிர்ந்து நிமிர்ந்து என் முகத்தையே பார்த்து வந்தான்.

வீட்டுக்கு வந்ததும் எல்லாவற்றையும் தூர எறிந்துவிட்டு அழுதேன். அழத்தானே முடியும். மெல்ல அருகில் வந்து நின்றான். நான் மாஸ்க்கைக் கழட்டுவதற்காகக் காத்திருந்தான். அவனை அணைத்துக்கொண்டேன். பின்புறமாக மாஸ்க்கைக் கழட்டிவிட்டு உதடுகளை இறுக்கமாக மூடிக்கொண்டபடி அவனைப் பார்த்தேன். கண்ணீர் பெருக்கெடுத்தது. வீங்கிய உதடுகளைத் தன் பிஞ்சு விரலால் வருடிக்கொடுத்தபடி "என்னாச்சுமா" என்றான்.

“அம்மா கீழ விழுந்துட்டேன்பா, அடிபட்டுடுச்சி. சீக்கிரமே சரியாயிடும்பா” என்றேன்.

பல் இல்லாததைக் கவனித்துவிட்டான். மறுபடி அழுகை எனக்குப் பொங்கி வந்தது.

"பல்லு விழுந்திருச்சாமா?"

ஆமாண்டா தருண் செல்லம் என்பது போல தலையசைத்தேன். கண்ணீரைத் துடைத்தபடி "அழுவாதம்மா சரியாயிடும்" என்றான், எனக்கு மேலும் அழுகை கூடிக்கொண்டே போனது.

ஜன்னலோரம் இருந்த மேசை டிராயரைத் திறந்து ஏதோ ஒன்றைக் கையில் மறைத்தபடி என்னிடம் கையை நீட்டினான்.

மடக்கிய கையினுள் ஏதோ இருந்தது. இது ஒரு விளையாட்டு. அடிக்கடி எதாவது ஒரு பொருளை உள்ளங்கையில் மறைத்து இரண்டில் ஒன்றைத் தொடும் விளையாட்டு.

இப்போது அவன் ஒரு கையை மட்டுமே நீட்டியிருந்தான். மெல்ல சிரிப்பை வரவழைத்தபடி அவன் கையை விரித்தேன்.

உள்ளே அவனுடைய சின்னஞ்சிறிய பல் ஒன்று இருந்தது. "இதை நீ ஒட்டிக்கோம்மா. எல்லாம் சரியாயிடும்" என்றான்.

இழுத்து அணைத்துக்கொண்டேன். சென்ற மாதம்தான் அவனுக்கு முதல் பல் விழுந்திருந்தது. எனக்கு முதல்பல் விழுந்தபோது சாணி உருண்டையில் மறைத்துக் கூரையில் வீசச்சொன்னார் அப்பா. ஒரு நினைவுக்காகப் பத்திரப்படுத்தி வைத்திருக்கச்சொன்னேன்.

அடுத்த மூன்று நாட்கள் விடுப்பு எடுத்துக்கொண்டு எங்கேயும் செல்லவில்லை. அறைக்குள்ளேயே, முடங்கிக்கிடந்தோம். தினமும், கிளினிக்கிற்கு போனில் அழைத்து ஆர்டர் செய்த பல் வந்துவிட்டதா என்று விசாரித்தேன்.

"வந்த உடனே கூப்பிடறோம் மேடம். உங்கள் நம்பர் எங்களிடம் இருக்கிறது" என்றார்கள்.

நான்காவது நாள் காலை அழைத்தார்கள். பல் வந்துவிட்டது. ஆனால் டாக்டர் மதியத்திற்கு மேல் அப்பாயிண்ட்மெண்ட் கொடுத்திருக்கிறார். நான்கு மணிக்கு வந்துவிடுமாறு சொன்னார்கள்.

மாஸ்க்கை அணிந்துகொண்டு புறப்பட்டோம். பல் பொருத்தும் சிகிச்சை இரண்டு மணி நேரம் நீடித்தது. அதுவரை தனியாக தருண் அமர்ந்திருந்ததை நினைத்து நினைத்து வருந்திக்கொண்டிருந்தேன்.

பொருத்தப்போகும் முன்பாக டாக்டர் பற்களை என்னிடம் காட்டினார். அச்சு அசலாக மனிதப்பல் போலவே இருந்தது. தந்தத்தில் செய்தது என நம்பவே முடியவில்லை. சன்னமாக இழைத்திருந்தார்கள். மிக உறுதியான வெந்நிறப் பற்கள்.

முதல்நாள் ஒருபல்லும் அதற்கடுத்த நாள் இன்னொரு பல்லையும் பொருத்தினார்கள். இப்போதிருக்கும் நிலையில் மிகப்பெரிய தொகை இதற்காகச் செலவழித்திருந்தேன். சிறுகச் சிறுக சேமித்த பணத்தில் ஒருபாதி கரைந்துபோனது,

மிக அற்புதமாகப் பொருந்தியிருந்தது புதிய பற்கள். முன்பைக்காட்டிலும் என் புன்னகை மேம்பட்டிருப்பதாக உணர்ந்தேன். ஒருவாரத்திற்குப் பிறகு நான் சிரித்தேன். என் சிரிப்பைக் கண்டு இழந்த தன் மகிழ்ச்சியைத் திரும்பப் பெற்றது போல தருணும் சிரித்தான்.

அன்று உற்சாகமாக அலுவலகத்திற்குச் சென்றேன். பேருந்து நிறுத்தத்தில் தண்ணீர் வாங்கியபோது கிழவரிடம் சிரித்தபடி காசு கொடுத்தேன். எப்போதுமே என்னிடம் பேசாதவர் அன்று என்னிடம் இரண்டு வார்த்தை பேசினார். அவர் பேசியது எனக்கு மகிழ்ச்சியளித்தது.

வழக்கமான விசாரிப்புகளுக்குப் பிறகு அலுவல் வேலைகளில் மூழ்கிப்போனேன். ஒருவாரமாகக் கவனிக்காத கணக்குகள் என் முன்னே வந்து அச்சுறுத்தின. முதலாளி வந்து விசாரித்துச் சென்றார். அவருக்கு ஓரளவு என் முன்கதை தெரியும். அதிக அழுத்தம் நேர்வதைக் கவனமாகத் தவிர்ப்பதை நான் அறிவேன்.

அன்றிரவு எனக்கு ஒரு கனவு வந்தது. என் கனவில் நான் ஓர் ஆற்றின் கரையோரப் பாறையில் அமர்ந்தபடி தண்ணீருக்குள் காலை நனைத்துக்கொண்டு அமர்ந்திருக்கிறேன். பாறை மிருதுவாக இருந்தது நீரில் கொதிக்க வைத்த ரப்பர் பந்துபோல இருந்தது அதன் ஸ்பரிசம்... அப்பாறை லேசாக மேலும் கீழுமாக அசைந்துகொண்டிருக்கிறது. பாறை மெல்ல எழும்ப ஆரம்பித்தது. நான் நீருக்குள் விழுந்தேன். நீரிலிருந்து எழுந்து பார்க்கும்போது நான் அமர்ந்திருந்தது பாறை அல்ல. அது ஒரு யானையின் முதுகு என்பதை அறிந்தேன். அந்த யானை என் நெருங்கிய நண்பன் போல நீரை என் மேல் இறைத்து விளையாடியது. ஒரு சிற்றருவி என் மேல் திடீரெனப் பொழிந்ததுபோல இருந்தது. நான் விழித்துக்கொண்டேன். என்

இடது கையைத் தலையணையாய் வைத்து தருண் படுத்திருந்தான். ஜன்னல் வழி கசிந்த மெல்லிய வெளிச்சத்தில் அவன் மார்புக்கூடு எழுந்து அமிழ்வது தெரிந்தது. அதைப் பார்த்துக்கொண்டே மீண்டும் உறங்கிப்போனேன்.

காலையில் எழும்போது மங்கலாக நேற்றைய கனவு குறித்து நினைவுகள் எழும்பிப் புகைபோல வந்தன. நான் அதை நினைவுபடுத்த முயற்சித்துத் தோற்றுப்போய்க் குழம்பியபடிப் படுக்கையில் அமர்ந்திருந்தேன்.

எதிரே தருண் சுவற்றுப்பக்கம் பார்த்தபடி இரண்டு கைகளையும் இடுப்பில் வைத்துக்கொண்டு சுவற்றைப்பார்த்துக்கொண்டிருந்தான். அந்தத் தோரணை பெரிய மனிதனாகிவிட்டதான பாவனை கொண்டிருந்தது. ஆதூரத்துடன் 'தருண்' என்றழைத்தும்கூட அவன் கவனம் சுவற்றின் மேலே இருந்தது.

போர்வையை விலக்கியபடி எழுந்து தருணின் தோளில் கை வைத்தேன். அப்போதும் அசையாமல் அவன் சுவற்றின் மீது கண்களைப் பதித்திருந்தான். என்னதான் அப்படிப் பார்க்கிறான் என நான் பார்த்தபோது அதிர்ந்துபோனேன்.

சுவற்றில் கால்பந்து அளவிலான யானைப் படம் தத்ரூபமாக வரையப்பட்டிருந்தது. பென்சிலால் மிக நேர்த்தியாக வரையப்பட்டிருந்த அந்த யானை எங்கள் அறைக்குள் நுழைந்த மூன்றாவது உயிர். ஆம் அச்சித்திரம் உயிர் கொண்டிருப்பது போல வரையப்பட்டிருந்தது.

இச்சிறிய வயதில் தருண் இதை வரைய சாத்தியமில்லை. தருண் நான் வரைந்ததாக எண்ணி "எலிஃபெண்ட் சூப்பராருக்குமா எனக்கு டிண்டின் இதே மாதிரி வரைஞ்சு தாங்கமா, எல்லா சுவர் முழுக்கவும் படம் வரைஞ்சிடலாம். அப்புறம் நம்மள சுத்தி நாலு பேர் இருப்பாங்க" என்றான்.

எனக்குக் கனவு குறித்து நீரில் அமிழ்ந்த பந்து போல ஒவ்வொன்றாக காட்சிகள் ததும்பி மேலெழுந்தன.

நான் யானையின் மீது அமர்ந்திருக்கிறேன். செம்பழுப்பும், கரிசலும் கலந்த நிறத்தில் ஓர் ஆறு. அதன் கரையில், யானை எழ, நான் விழ, ஒரு சிறிய விளையாட்டு. பிறகு ஆற்றிலிருந்து பிரிந்துசெல்லும் வண்டித்தடம்.

ஒரு குடிசை முன்பாக என் கனவு முடிந்தது. அக்குடிசை வீடு அமைப்பை இதற்கு முன்பு கண்டதேயில்லை. புகை மூட்டத்துடன் கிராமத்தின் தனித்த வீடு. அந்நிலமோ, அம்மண்ணோ, அம்மரங்களோ, அந்த நீர் நிரம்பிய ஆறோ நான் என் வாழ்வில் கண்டதில்லை. குடிசையின் மேற்கூரையில் புகை அரும்பி மேலெழுந்துகொண்டிருந்த நிலையில் நான் உறக்கம் விழித்தேன். துல்லியமாக நான் கனவில் கண்ட அந்த யானைதான் சுவற்றின் இருந்தது.

நான் மிகுந்த கலக்கத்துடன் தருணைப் பார்த்தேன். “சூப்பரா வரைஞ்சிருக்கேம்மா” என்றான்.

நான் கலவரத்துடன் எழுந்து அன்றைய தினப் பட்டியலுக்குள் என்னையும் தருணையும் பொருத்திக்கொள்ள ஆயத்தமானேன். நிறுத்தத்தில் கிழவர் என்னைப் பார்த்து ஏதோ காரணத்தோடு சிரிப்பது போலச் சிரித்தார். நான் உள்ளூர ஒருவித குழப்பத்தோடு கடந்துசென்றேன்...

நாளெல்லாம் என் நினைவில் அக்கனவும், அந்நிலமும் தொடர்ந்து வந்துகொண்டிருந்தது. எதாவதொன்றின் முனைபற்றி என்னை அதிலிருந்து வெளியேறாதவாறு பார்த்துக்கொண்டிருந்தன. நான் அவற்றிலிருந்து மீண்டுவர முயற்சித்துத் தோற்றுக்கொண்டிருந்தேன்.

அன்றைய இரவில் நான் மிகப்பெரிய மூங்கில் காட்டில் தூங்கிக்கொண்டிருந்தேன். கனவில் நான் பெண் அல்ல, ஆண் என்பதை உணர்ந்தேன். மேலும் எனக்கும் அந்த யானைக்கும் உள்ள பந்தம் கிட்டத்தட்ட இப்போதைய என் வயதில் ஓரிரண்டு வருடம் கூடக்குறைய இருக்கலாம். கனவில் நான் மிக மூப்படைந்திருந்தேன். அந்த இள யானை என் வயோதிக நடைக்கேற்ப மத்தகத்தை அசைத்தபடி மிக மெல்ல, கிட்டத்தட்ட தவழ்ந்தபடி வந்துகொண்டிருந்தது. அப்போது ஆற்றங்கரையிலிருந்து நாங்கள் வீடு திரும்பிக்கொண்டிருந்தோம்.

முந்தைய நாளைப்போலவே தருண் அதே செய்கையோடு சுவற்றைப் பார்த்தபடி இடுப்பில் கையூன்றிக் கொண்டிருந்தான். எனக்குக் கனவு வந்த நினைவேயில்லை. சுவற்றைப் பார்க்காமல் அவனை நோக்கி அதட்டி “சீக்கிரம் பல் தேய்க்கச் சொன்னேன்” திடீரெனச் சாவி குடுத்த பொம்மை போல என்னைத் திரும்பிப் பார்க்காமல் பாத்ரூம் நோக்கி ஓடிவிட்டான்.

நான் சுவற்றைப் பார்க்கலாமா வேண்டாமா என்ற மனப்போட்டியில் 'பார்த்துவிடுவது' எனத் தீர்மானித்தேன். சித்திரத்தின் முதல் கோட்டிலிருந்து எனக்கு நினைவு வர ஆரம்பித்தது. அது ஒரு கிராமத்துச் சாலை. இருபுறமும் ஆளுயரப் புற்கள் சூழ்ந்த ஓடைப்பாதை. நிழல் போன்ற வெயில். பெண்டுலம் போலவும் ஆனால் மேலும் கீழும் அசைந்தபடி முன்செல்லும் யானை. அதன் கைப்பிடித்து அழைத்துச்செல்லும் ஒருவரின் படம். நேற்று கண்ட அதே குடிசையின் வாசலில் சித்திரம் நிறைவுற்றது.

மிக நிச்சயமாக நானேதான் இப்படத்தை வரைந்திருக்க முடியும். தருணுக்கு இத்தகைய கோடுகள் கைவர சாத்தியமேயில்லை. அதெப்படி இந்த ஓவியம் வரைந்ததாக நினைவின் ஒரு துளிகூட இல்லாமல் போனது. ஒருவேளை எனக்குள் பேய் புகுந்துகொண்டதா என எண்ணிக்கொண்டேன். பேய் ஓர் எல்லைவரைதான் பொறுமை காக்க முடியும். என்னைப்போல துயரங்களை அது பார்த்தால் வணங்கி விடைபெற்றுவிடும். பேய் அல்ல இது. வேறு ஏதோ ஒன்று,

இன்று அலுவலகம் முடிந்ததும் கோயிலுக்குச் செல்ல வேண்டும் என்று நினைத்துக்கொண்டேன். முன்கூட்டியே கிளம்பினேன். முதல் நடைத்திறப்பில் தரிசித்துவிடலாம். பெருமாள் கோயிலில் எப்போதும் கூட்டம் அதிகமாக இருந்ததே இல்லை. நல்ல விஸ்தாரமான கோயில். எவருக்கும் தொந்தரவில்லாமல் தூண் ஓரமாக இடம் தேர்ந்து அமர்ந்தபடி கண்ணை மூடித் தியானிக்க ஆரம்பித்தேன்.

கண்விழித்தபோது என் எதிரே சிரம் தாழ்ந்து கண்களெல்லாம் நீர் ஊற்றெடுக்க ஒருவர் கைகூப்பியபடி நின்றிருந்தார். அவர் நின்றிருந்த நேர் எதிர்ப்புறம் மூலக்கடவுள் வீற்றிருந்தார். நான் பதறிக்கொண்டு எழ முற்பட்டேன். அவர் எதையும் உணரும் நிலையில் இல்லை. என் தோள்பையை எடுத்துக்கொண்டு விடுவிடுவென நடந்தேன். வெளியில் வந்ததும் கோயில் பிரகார உஷ்ணக்காற்று மறைந்து ஈரக்காற்று முகத்தில் பட்டதும் ஒரு தெளிவு வந்தது. செருப்பை மாட்டிக்கொண்டபடி மணி பார்த்தேன். பேருந்தைப் பிடித்தால் தருணைக் கூட்டி வர மிகச்சரியாக இருக்கும்.

வெளியில் இரு ஆந்திர ஜோசியக்காரர்கள் நின்றிருந்தனர். மாட்டினால் எதாவது பேசி மனதைக் கரைத்துப் பரிகாரம் வரை இட்டுச்சென்று செலவு வைத்துவிடுவார்கள். அலுவலகத்தில் வேலை செய்யும் தேவகி இதுபோல ஒருமுறை ஏமாந்திருந்தாள். கவனமாகத்

தவிர்க்க எண்ணி விடுவிடுவென நடந்தேன். அவர்களுக்குள் ஏதோ பேசிக்கொண்டிருந்தனர்.

"எங்க... கஜேந்திரன இன்னும் காணும்? எதாச்சும் கஸ்டமர் பிடிச்சிட்டானா?" எனத் தங்களுக்குள் பேசிக்கொண்டிருந்தது காதில் விழுந்தது. என் முன்னே நின்று கரம் கூப்பியவரின் நெற்றிக் குங்குமமும் சந்தனமும், பேசிக்கொண்டிருந்த இருவரின் நெற்றிகளும் ஒன்றுபோல இருந்தன. இவர்களுடன் சேர்ந்தவர்தான் என் முன் கை கூப்பியிருந்தவர். அவரிடம் பேசியிருக்கலாம் எனத்தோன்றியது.

அன்றிரவு நிச்சயம் எனக்குக் கனவு வரும் என்று நம்பினேன். நான் அக்கனவுகளை மெல்ல எனக்குள் அனுமதிக்க ஆரம்பித்தேன். அக்கனவுகளின் வழி ஏதோ ஒரு பாதை உருவாகி வந்தது போலிருந்தது. அதை அனுமதிப்பதின் வழியாகத்தான் அப்பாதையை நான் அறிய முடியும்.

முந்தின நாட்களின் படபடப்புகள் ஏதுமின்றி நான் உறங்கச்சென்றேன்.

அன்றிரவு நான் கண்ட கனவு முன்பு கண்டது போலத் தெளிவில்லாத ஒன்றைப் போல் அல்லாமல் மிக நேர்த்தியாக இருந்தது, இன்னும் சொல்லப்போனால் அது கனவினைபோல் அல்லாமல் நிஜத்தினை ஒத்திருந்தது. என் கண்களும் அந்த யானையின் கண்களும் எதிரும் புதிருமாக ஒருவரை ஒருவர் பார்த்தபடி நீண்ட நேரம் இருந்தன. நாங்கள் அசையவே இல்லை. மிக நீண்ட பிரிவை எதிர்பார்த்தபடி ஆசை தீரப் பார்த்துக்கொண்டிருந்தோம்.

அன்றைய அதிகாலையின் சித்திரத்தை வழக்கம்போல தருண் எனக்குக் காட்டினான். அந்தச் சித்திரத்தைப் பார்க்கும் ஆவல் எனக்கில்லை. மேலும் எனக்கு அச்சித்திரம் என்னவாக இருக்கும் என நன்றாக நினைவிருந்தது. கண்களை மூடிக்கொண்டு சித்திரத்தின் முன்பு நின்று கொண்டேன். மெல்ல கண்களைத் திறந்து பார்த்தபோது நான் நினைத்ததுதான் சுவற்றில் தீட்டியிருந்தது,

ஒரு யானையும் தளர்ந்த ஒரு மனிதனும் நேருக்கு நேராக நின்று ஆதுரமாகப் பார்த்துக்கொள்ளும் காட்சி அது,

எனக்கு ஒருவாறாக அக்கனவுகள் அளிக்கும் சித்திரம் புரிய ஆரம்பித்தது. பல் சிகிச்சை நிறைவடைந்த தினத்தில் இருந்துதான் இக்கனவுகள் துளிர்க்க ஆரம்பித்தது. அன்று மாலை அலுவலகம் முடிந்த உடன் நான் அந்த கிளினிக் வாசலில் நின்றிருந்தேன்.

ரிசப்ஷனிஸ்ட் பெண் என்னைப் பார்த்ததும் திகைத்தாள்.

“வேறு ஏதேனும் தொந்தரவு இருக்கிறதா? டாக்டரை இப்போது பார்க்க முடியாது” என்று சொன்னாள்.

“எனக்கு எந்தத் தொந்திரவும் இல்லை. ஆனால் உங்களிடம் பேச வேண்டும். இங்கே அல்ல. வெளியில் நான் காத்திருக்கிறேன்” என்றேன்.

அவள் புரியாதவளாகக் குழம்பி “எதுவாக இருந்தாலும் இங்கேயே கேளுங்கள்” என்றாள்.

நான் காத்திருப்பதாகச் சொன்னதும் அவள் வேலையைப் பார்க்க ஆரம்பித்தாள். இடையிடையே நான் வெளியில் அமர்ந்திருக்கிறேனா எனப் பாசாங்கு செய்வதுபோல வந்து பார்த்துச்சென்றாள். கிளினிக் மூடும் முன்பாக டாக்டர் வெளியேறிச் சென்றபோது ஒருநொடி என்னைக் கவனித்துப் பின் இயல்பாகக் கடந்துவிட்டார். அப்பெண் சொல்லியிருக்கக் கூடும். டாக்டரிடம் எனக்குத் தேவைப்படும் தகவல் கிடைக்காது என்பதால் அவரைத் தவிர்த்தேன்.

அவள் வந்தாள். அவசரகதியில் “இப்ப சொல்லுங்க... என்ன பிரச்சினை?” என்றாள். நான் சுருக்கமாகச் சிகிச்சைக்குப் பின்பான கனவுகள் பற்றிச் சொல்ல ஆரம்பித்தேன்.

அவளுக்கு ஒன்றுமே புரியவில்லை. “டாக்டரிடம் பேசுங்கள்” என்றாள்.

“டாக்டரிடம் வேண்டாம். எனக்கு ஒரு தகவல் வேண்டும்” என்றேன்.

“என்ன தகவல்?” என்றாள்.

“இப்பல் எங்கிருந்து, எப்படி, தயாரித்து இங்கு வருகிறது?" என்று கேட்டேன்.

தயக்கத்துடன் சொல்லலாமா வேண்டாமா என்று குழம்பியபடி “மேக்சிமம் எல்லா பற்களும் கொரியாவில் இருந்து வரும். அதுக்கும் மேல் எனக்குத் தெரியாது” என்றாள்.

“யார் அனுப்புவது? கம்பெனி, சேல்ஸ்மேன், விலாசம் ஏதாவது கொடுக்க முடியுமா?” என்றேன்.

“அதெல்லாம் டாக்டர்கிட்ட பேசிக்குங்க, எனக்குத் தெரியாது” எனச்சொல்லி விடுவிடுவென நடக்க ஆரம்பித்தாள்.

எனக்கு அக்கனவுகள் தினமும் வர ஆரம்பித்தன. என் அறையின் சுவர்கள் ஒரு இடம் விடாமல் எல்லா இடத்திலும் சித்திரங்கள் முளைத்திருந்தது.

அச்சித்திரங்களை முழுதாக அறியும்பொருட்டுக் காண்கையில் ஒரு கிராமமும் சில மனிதர்களும், ஆற்றுப்படுகையும், தளர்ந்து முதிர்ந்த ஒரு கிழவனும், புற்கள் வேய்ந்த ஒரு குடிசைவீடும் தூரத்தில் மலைத்தொடர்களும் கொண்ட ஒரு கிராமம். இதில் நான் எவ்விதத்திலும் தொடர்புடையவள் அல்ல. மேலும் அக்கிராமமும் மனிதர்களும் நான் வாழ்வில் முன்பு கண்டறியாதவை. அது இந்தியக் கிராமம் போன்ற அமைப்பில் இல்லை. அம்மனிதர்களும் இந்தியர்கள் அல்ல.

நான் ஒரு மனநல மருத்துவரைப் பார்ப்பது என்ற முடிவுக்கு வந்தேன். அவருக்கு நான் சொன்ன எதுவும் புரியவில்லை.

“சுவற்றில் மோதும்போது தலையில் அடிபட்டதா?” எனக் கேட்டார்.

“தலை சுவற்றில் மோதவில்லை. எனக்கு மூளைப் பிசகும் இல்லை” எனக் கத்தினேன்.

அவர் என்னை சாந்தமாகப் பேசுமாறு கனிவுடன் கேட்டார்.

எனக்கு என்னவோ போல இருந்தது,

"நான் அந்தச் சித்திரங்களைப் பார்க்கலாமா” என்றார். சிலவற்றை என் போனில் புகைப்படம் எடுத்திருந்தேன்.

பார்த்தவர் நன்றாக வரையப்பட்டிருப்பதாகச் சொன்னார்.

இன்னொரு கவுன்சலிங் வரச்சொன்னார்.

எனக்கென்ன பிசகு? நான் ஏன் இன்னொருமுறை கவுன்சலிங் வரவேண்டும். அங்கிருந்து கிளம்பினேன்.

மறுநாள் மாலை கிளினிக் ஒட்டியிருந்த காப்பிக்கடையில் அமர்ந்து அப்பெண் வேலை முடிந்து வரும்வரை காத்திருந்தேன். அவள் என்னைக் கவனித்ததும் துணுக்குற்று வேக நடை போட்டாள். நான் அவளைப் பின்தொடர்ந்து எனக்கு உதவுமாறு பணிவுடன் கேட்டேன்.

"எவ்விதத்தில் நான் உதவ முடியும் என்று தெரியவில்லை. உதவும் எண்ணமும் எனக்கு உண்டு. ஆனால் உங்கள் பிரச்சனை என்ன

என்று என்னால் புரிந்துகொள்ள முடியவில்லை" என்றாள்.

“பற்கள் செய்து தரும் நிறுவனத்தின் பெயரும், சேல்ஸ்மேன் பெயரும் வேண்டும்” என்றேன்.

“அது கஷ்டம். இதுபோல யாருமே முன்பு கேட்டதில்லை. டாக்டருக்குதான் அவ்விவரமெல்லாம் தெரியும்” என்றாள்.

நான் இயலாமையுடன் முகத்தை வைத்துக்கொண்டேன். அவள் முகம் சற்றுக் கனிந்தது.

விடைபெறும் முன்பாக அவள் சொன்னாள். “நாளை மாலை இதே நேரம் வந்தால் நான் உதவி செய்கிறேன்” என்றாள். நான் அவள் கையைப் பற்றி நன்றி கூறினேன்.

அன்றைய இரவின் கனவில் நான் தீட்டிய சித்திரத்தின் முடிவில் யானை ஒரு கூண்டுக்குள் அடைபட்டிருந்தது. மேலும் அது வேறொரு வனத்தின் நடுவில் இருந்தது, எனக்கு ஒன்றுமே புரியவில்லை. சுவற்றில் ஒன்றுக்கொன்று தொடர்பற்ற சித்திரங்களின் காட்சிகள் எனக்குத் தலைவலியை உண்டுபண்ணின. நான் இதிலிருந்து வெளியேற வேண்டும் என நினைத்துக்கொண்டேன். தருண் இப்போதெல்லாம் என்னிடம் பேச அஞ்சினான். ஓரிருமுறை நான் தூக்கத்தில் சுவர்ச்சித்திரம் வரைவதை அவன் பார்த்ததாகச் சொன்னான். எனக்குக் கனவுகள் நினைவிருந்தது போல நானே அதை வரைந்தது நினைவில் இல்லாமல் போனது. தவிர எனக்குச் சித்திரப் பழக்கமெல்லாம் ஒருநாளும் இருந்ததில்லை. பள்ளி நாட்களில்கூட வெகு சுமாராக வரைபவள்.

மறுநாள் ஒரு சிறிய துண்டுச் சீட்டில் ஒரு பெயரும் போன் நம்பரும் எழுதித் தந்தாள். தான் கொடுத்ததாக யாரிடமும் சொல்லவேண்டாம் எனக் கேட்டுக்கொண்டாள். அவ்விதமே உறுதி அளித்து அவளுக்கு நன்றி கூறினேன்.

அவள் எழுதிய பெயர் பார்க் ஊன் சாங். கொரியன். போன் நம்பர் எழுதியிருந்ததை வைத்துத் தொடர்புகொண்டு சந்திக்க நேரம் கேட்டேன். “என்ன விஷயமாக?” என்றான்.

எனக்கு என்ன விஷயமாகப் பேசுவது என்று தெரியவில்லை. “இந்திய நிறுவனத்தின் விற்பனைப் பிரதிநிதி” என்றேன். “மும்பையா?” என்றான். இல்லை "தமிழ்நாடு" என்று சொல்லி மேலும் பேச்சை

வளர்க்காமல் "இது பெரிய ஆர்டர். நேரில் பேசவேண்டும்" என்றதும் ஒப்புக்கொண்டான்.

முதலில் அவன் என்னை அலட்சியமாகவே நடத்தினான். என்னை விற்பனைப் பிரதிநிதியாக அவன் நம்பவில்லை என்று அறிந்ததும் என் கடந்த ஒருமாத நிகழ்வுகளைச் சொல்ல ஆரம்பித்தேன். பியர் குடித்துக்கொண்டே சுவாரசியமில்லாமல் கேட்டுக்கொண்டிருந்தவன் ஒரு கட்டத்திற்குப் பிறகு கவனமாகக் கேட்க ஆரம்பித்தான். உள்ளே சென்றுகொண்டிருந்த பியர் அவனை மெல்ல இளக்கியது.

“என் மூலமாக என்ன வேண்டும்?” என்றான் முடிவில். அவன் கேட்கும் தோரணையில் எவ்வித உதவியும் செய்யத் தயாராக இருப்பதைப் போலிருந்தான்.

"உங்கள் நிறுவனத்தில் பற்களை எங்கு தயாரிக்கிறீர்கள்? அந்த தந்தங்கள் எங்கிருந்து வருகிறது? அது நியாயமான வழியிலா, சட்ட விரோதமாகவா என்பது குறித்து எனக்கு அக்கறையில்லை. எந்த விதத்திலும் அதுகுறித்த விஷயங்களை யாரிடமும் பகிரமாட்டேன். எனக்கு இக்கனவுகளில் இருந்து விடைபெற வேண்டும்."

அவன் மெல்ல புன்னகைத்தான். அவன் சிரிக்கும்போது கண்கள் இரண்டும் மறைந்து போனது. யோசனை ஏதுமின்றிச் சொல்ல ஆரம்பித்தான்.

“பொதுவாகத் தந்தம் எங்களுக்கு இரண்டு நாடுகளில் இருந்து வருகிறது, ஒன்று கிழக்காசியா, இதில் தொண்ணூறு சதவீதம் தாய்லாந்து, பத்து சதவீதம் இலங்கையும் இந்தியாவும். ஆனால் மிக அரிது. ஆப்பிரிக்காவில் இருந்து வருவது இரண்டாவது. இதில் கூடுதல் செலவும் சிக்கல்களும் நிறைந்தது. ஆகவே மிக நிச்சயமாகத் தாய்லாந்து தந்தங்கள்தான் பெரும்பாலானவை.

அவை சிலநேரம் முறைகேடாக வருவதுண்டு, சிலநேரம் சட்டவிதிகளின்படி வருவதுண்டு. தயாரிப்பு நிறுவனங்களுக்கு அதைப்பற்றிய கவலை இல்லை. வெளிப்புறம் சட்டத்தின் உட்பட்டே செயல்பட வேண்டிய நிர்பந்தம். ஆனால் உங்கள் விஷயம் குறித்துத் தீர்மானமாக எதையும் உறுதியுடன் சொல்ல இயலாது. ஆனால் ஒருவிதத்தில் உதவ முடியும்” என்றான்.

“என்ன?” என்றேன்.

“எந்தத் தேதியில் உங்கள் ஆர்டர் கொடுக்கப்பட்டது. அதன் அளவு விவரங்கள் கொடுத்தால் ஓரளவு என்னால் சொல்ல முடியும். ஆனால் அதில் எந்தளவு உண்மை இருக்கும் என்பதை என்னால் சொல்ல முடியாது. ஓரளவு யூகம்தான்.”

அவ்விவரங்களை அப்போதே எழுதிக்கொடுத்தேன். ஒருவாரம் கழித்துத் தொடர்புகொள்வதாகச் சொல்லி விடைபெற்றான்.

நான் சித்திரங்களை வரைவதை நிறுத்தி எழுத்துகள் எழுத ஆரம்பித்தேன். சித்திரம் வரையும் அளவுக்குச் சுவற்றில் இடமில்லை. அந்த எழுத்துகள் எதுவுமே நான் அறிந்த எழுத்துகள் அல்ல. தொடர்ச்சியாக ஒரே ஒரு சொல்லைத்தான் இந்த தினங்களில் நான் எழுதிக்கொண்டிருந்தேன். ஒரே வடிவைக் கொண்டிருந்ததால்தான் நான் அதை ஒரே சொல் எனக் கருதிக்கொண்டிருந்தேன். அதை ஒரு புகைப்படம் எடுத்துச் சென்று அலுவலகத்தின் அருகில் இருந்த சாப்பாட்டுக்கடையில் காட்டி "இது என்ன" என்றேன்.

"தாய்ப்பாஷையில் எழுதியிருக்கு" என்றார்கள். ஓரளவு நான் யூகித்ததுதான். "யாருக்காவது படிக்கத் தெரியுமா" என்றேன். இங்கே யாருக்கும் படிக்கத் தெரியாது. ஆனால் "அட்டைப்பெட்டி எடுக்கும் கிழவர் தாய்லாந்துக்காரன். சாயங்காலமாக இந்தப்பக்கம் செல்வான் அவனிடம் கேட்டால் தெரியும்" என்றார்கள்.

பத்துவெள்ளி அவரிடம் கொடுத்தேன். “மாலை இந்த வழியாகச் செல்லும்போது கூப்பிட்டு டேபிளில் அமர வைத்துக் காபி கொடுங்கள். பிறகு என்னை அழையுங்கள்” என எனது போன் நம்பரைக் எழுதிக்கொடுத்துவிட்டு வந்தேன். வேலை ஒன்றும் ஓடவில்லை. என் கண்கள் அழைப்பு வரும் என போனை பார்த்துக்கொண்டே இருந்தது.

அலுவலகம் முடியும் முன்பாகவே போன் வந்தது. நான் கிட்டத்தட்ட அக்கடைக்கு ஓடினேன். அழுக்குச்சட்டையும் தலையிலிருந்து இரண்டு அங்குலம் நீண்ட வட்டக்குல்லாயும் வாயில் ஃகரம் சிகரெட்டும் புகைத்தபடி ஓர் ஆள் அமர்ந்திருந்தார். நான் அவரிடம் புகைப்படத்தைக் காட்டி “இதில் என்ன எழுதி இருக்கிறது” என்று கேட்டேன்.

கண்களின் அருகேயும், தூரமாகவும் அத்துண்டுச் சீட்டினை வைத்துப் பார்த்துவிட்டு தீர்மானமாக “தத் க்வான்” என்றார்.

"அப்படியென்றால்?"

“இது பெயராக இருக்கலாம், ஊராக இருக்கலாம். எப்படி வேணாலும் இருக்கலாம். ஆனால் ஊர் பெயராக இருக்க வாய்ப்பு அதிகம்” என்றார். அவரை உச்சரிக்கச்சொல்லி ஆங்கிலத்தில் எழுதிக்கொண்டேன்.

இணையத்தில் தேடியபோது அது ஓர் ஊர்ப்பெயர் என்று நீண்ட தேடலில் அறிய முடிந்தது. அது ஓர் யூகம் மட்டுமே. அது ஒரு நபரின் பெயராக இருக்கலாம். எதுவாக இருந்தாலும் இன்னும் சற்றுப் பொறுத்திருந்து வரப்போகும் கனவுகளின் அடிப்படையில் முடிவெடுப்போம் என்று எண்ணிக்கொண்டேன்.

கொரியனிடம் இருந்து ஒரு குறுஞ்செய்தி வந்திருந்தது. "கச்சாப்பொருள் எவ்வழியில் வந்தது என நீங்கள் அறிய வேண்டியதில்லை. ஆனால் அது தாய்லாந்து நாட்டிலிருந்து, இன்னும் சொல்லப்போனால் தென்பகுதியான சியாங் ரை என்ற இடத்திலிருந்து வந்திருக்கலாம். இதற்கு மேல் என்னால் உதவ முடியாது. என்னைத் தொடர்புகொள்ள வேண்டாம்" என்று எழுதியிருந்தது.

ஊர்ப்பெயரை நான் குறித்துக்கொண்டேன். நூலகத்திற்குச் சென்று தேடியதில் வரைபடங்கள் வழியாகவும், புத்தகங்கள் வழியாகவும் சில தகவல்களை ஒன்று சேர்த்துப் பார்த்தபோது மிக நிச்சயமாக நான் சுவற்றில் எழுதியது ஒரு ஆளின் பெயர் அல்ல. அது ஒரு ஊரின் பெயர் என அறிந்துகொண்டேன். என் பற்கள் அந்த ஊரைச் சேர்ந்த யானையின் தந்தத்தில் செய்யப்பட்டதாகக்கூட இருக்கலாம். எனக்குத் தெரியவேண்டிய தகவல்கள் இன்னும் மிச்சமிருந்தன. நிச்சயமாகக் கனவுகள் வழி அத்தகவல்கள் பூர்த்தியடையும் என்று நம்பினேன். எல்லாம் முடிவாகும் பட்சத்தில் நான் அங்குக் கிளம்புவது என்று உறுதிகொண்டேன்.

அன்றிரவு கனவில் நான் வழக்கமாகக் காணும் ஒரு குடிசையின் முன்பு நின்றிருந்தேன். ஆனால் உள்ளே செல்லவில்லை. வீட்டின் உள்ளே ஆள் இருப்பதுபோலத் தெரியவில்லை. அவ்வீடு ஒரு குன்றின் சரிவில் மரத்தால் கட்டப்பட்டு மேலே புற்கள்கொண்டு வேயப்பட்டிருந்தது. முன்புறமும் இடவலப் பக்கங்களிலும் விஸ்தாரமான கட்டுத்தரை.

மறுநாள் நான் கிளம்ப ஆயத்தமானேன். தருணைக் கூட்டிச்செல்வது

நல்ல யோசனையாகப் படவில்லை என்பதால் நாத்தனார் வீட்டில் விட்டுச்செல்ல முடிவெடுத்தேன். போலீஸ் ஹெட்குவார்ட்டர்ஸ் சென்று எனது பாஸ்போர்ட் வேண்டுமென்று மனுசெய்தேன். ஆயிரத்தெட்டு கேள்விகளுக்குப் பிறகு நீண்ட கடிதம் எழுதிக் கையொப்பமிட்டு வாங்கிக்கொண்டு வீடடைந்தேன்.

என் பயணம் இரண்டு நாட்களுக்குள் முடிந்துவிடுமாறு திட்டமிட்டேன். அட்டை பொறுக்குபவர் என் உடன் வரச் சம்மதித்திருந்தார். பெரிய செலவில்லை. மொழி தெரியாத ஊரில் எப்படிப் பயணம் மேற்கொள்வது என்ற குழப்பம் நீங்கியது.

பாங்காக் சென்று அங்கிருந்து சியாங் ரை செல்லும் விமானத்தில் தரை இறங்கினோம். மூன்று மணிநேர கார்ப் பயணத்தில் பயா மங்ரை ஊரை அடைந்தபிறகு நான் செல்ல வேண்டிய இடத்திற்கு நானே வழிசொல்ல ஆரம்பித்தேன். காரோட்டி திடுக்கிட்டு என்னைப் பார்க்க ஆரம்பித்தார். “முன்பே இங்கு வந்திருக்கிறீர்களா?” என்றார். எல்லாம் நான் கனவின் வழி அறிந்த பாதைகள்.

ஆற்றுப்பாலத்தின் வழியான பயணத்தின் முடிவில் ஒரு குன்று ஏறிய திருப்பத்தில் நிறுத்தச் சொன்னேன். கார் உள்ளே செல்ல முடியாத இடத்தில் இருந்து நாங்கள் நடக்க ஆரம்பித்தோம். அப்பாதை நான் கனவில் கண்ட வீட்டில் முடிவடைந்தது,

மிகுந்த ஆவலோடு நான் அவ்வீட்டினுள் சென்றேன். இடதுபுறத் தடுப்பிற்கு அப்பால் சிறு மேடையில் ஒரு வயதான உருவம் படுத்திருந்தது, மெல்ல அவர் முன் நின்றேன். எவ்வித சலனமும் இன்றி அவர் என்னைப் பார்த்துக்கொண்டிருந்தார். நான் அவர் முகத்தை முன்பே அறிந்திருந்தேன். தரையிலிருந்து ஓரடி மேல் இருந்த மூங்கில் மேடையில் அவர் படுத்திருந்தார். நான் தரையில் அமர்ந்து அவர் கைகளைப் பற்றிக்கொண்டேன். ஏனோ என் கண்களில் நீர் பெருக்கெடுத்தது. அவரும் அழத்தொடங்கினார். அட்டை பொறுக்குபவருக்கு ஒன்றுமே புரியவில்லை. அவரும் அருகில் வந்து அமர்ந்துகொண்டார். என் கைப்பையிலிருந்து போனை எடுத்து என் அறையின் சுவர்களில் வரைந்திருந்த படங்களை ஒவ்வொன்றாக அவருக்குக் காட்டிக்கொண்டிருந்தேன்.

எழ முயன்று தோற்றுப்போய்க் கலங்கிய கண்களுடன் என் கைகளை மேலும் அழுந்தப் பற்றிக்கொண்டார். எனக்குப் புரியாத மொழியில் அவர் பேச ஆரம்பித்தார். நான் அதைக் கேட்டுக்கொண்டிருந்தேன்.

செய்தியறிந்த அக்கம் பக்கம் வசிப்பவர்கள் வீட்டு முன்பாகக் கூடினார்கள். அவர்களுக்கு என்ன ஏதென்று புரியவில்லை.

கிழவர் பேசியதை அட்டை பொறுக்குபவர் எனக்கு மொழிமாற்றம் செய்து சொல்ல ஆரம்பித்தார்.

பெரியவருக்கு ஒரு யானை இருந்தது. ஒன்றல்ல இரண்டல்ல முப்பத்தி மூன்று வருடங்கள். அந்த யானையின் பெயர் பத்தி ஹார்ன். அவ்வார்த்தைக்கு தாய் பாஷையில் “அற்புதம்” என்று பொருள். யானையைத் தவிர வேறு ஒன்றும் தெரியாது. மிகச் சொற்ப வருமானத்தில் வாழ்ந்து வந்தார். யானையுடன் மட்டுமே அவரைப் பார்க்க முடியும். யானை இல்லாமல் எவரும் அவரைப் பார்த்ததில்லை. ஒருமுறை வீட்டை விட்டு யானையுடன் பயணம் கிளம்பினால் வீடு சேர மூன்று மாதங்களாகுமாம். ஒரு மாத ஓய்வுக்குப் பிறகு அடுத்த பயணம். இப்படிப் போய்க்கொண்டிருந்த வாழ்வில் சில மாதங்களுக்கு முன்பு அரசாங்க அதிகாரிகள் என்று சொல்லி ஒரு லாரியுடன் வந்து யானையைப் பிடித்துக்கொண்டு போனார்களாம். அம்முறை பயணம் சென்றவர் யானையின்றித் தனியாக வந்ததை கிராம மக்கள் கண்டிருக்கிறார்கள். அப்போது படுக்கையில் விழுந்தவர் அப்படியேதான் இருக்கிறார்.

என்னால் இப்போது முழுதாக ஒரு முடிவுக்கு வர முடிந்தது. என் கனவுகளுக்கும், சித்திரங்களுக்கும் பின் ஏதோ ஒரு கண்ணி இவருடன் முடிச்சு போட்டிருந்தது. ஒரு சிறிய துகள் ஒருவரை கடல் கடந்து இழுத்து வந்து இங்கே நிறுத்தியிருக்கிறதை நம்பவே முடியவில்லை. முன் பின் அறியாத அம்மனிதனுடன் எனக்கு அன்பு பெருகியது. இரவு முழுக்க நான் அவர் கைகளைப் பற்றியபடி இருந்தேன். சின்ன பீங்கான் குவளையில் கஞ்சி புகட்டினேன். இரவு முழுக்க நிறைய பேசியபடி இருந்தார். ஏதோ ஒரு நொடியில் நான் அவர் கைகளைப் பற்றியபடியே அமர்ந்தநிலையில் உறங்கிப்போனேன்.

விடியலில் கண்விழித்தபோது அவர் சலனமற்றிருந்தார். அவர் கைகளில் இருந்து என் கைகளை விடுவிக்கவே முடியாதபடி மிக இறுக்கமாகப் பற்றியிருந்தது.

ரொட்டி கோசம்

சரியாக எட்டுக்கு அலாரம் வைத்து எட்டரைக்கு விழிப்பதுதான் ஷாகுலின் வழக்கம். சில சமயங்களில் எட்டு நாற்பதுக்குப் போகும். அன்றைய தினம் தோற்றுப்போன அந்த பத்து நிமிடத்தை ஜெயிக்கவே முடிந்ததில்லை. அவனின் வேலை அப்படி. கீழே 24 மணி நேரமும் இயங்கும் சாப்பாட்டுக்கடை; மேலே படுக்கை. தினசரி வேலை. வருடம் முழுவதும் அதுதான் வாடிக்கை. ஒன்பது மணிக்கு முதலாளி கல்லாவில் இருப்பார். படிகளில் இறங்கி இடதுபுறம் திரும்பி முதலாளியைக் கடந்துதான் கிச்சனில் நுழைய முடியும். பத்து நிமிட தாமதம் என்றால் நாள் முழுதும் அதைக்குறித்து சின்ன பிரசங்கம் செய்யாமல் விடமாட்டார்.

எட்டரைக்கு எழுந்து ஒன்பது மணிக்கு இறங்குவது வரை எல்லா நிமிடங்களுக்கும் ஒரு கணக்கு இருந்தது. இத்தனை வருடங்களில் உருவாகி வந்த உடலியல் கணக்கு. அது பொய்த்ததே இல்லை. என்றாவது ஒருநாள் ஒரே ஒரு பியர் உபரியாகக் குடிக்கும் அன்றுதான் நேரப் பிசகு வந்துவிடும். கழிவறையில் அமர்ந்தபடியே பல்துலக்கி எல்லாம் முடிந்து வெளிவர பத்து நிமிடம், சேவிங் இரண்டு, குளிக்க ஐந்து, துவட்டி உடையணிந்து எண்ணெயிட்டுத் தலைவார மூன்று, படுக்கையை மடித்துப்போட்டு திருத்தம் செய்ய மூன்று, வீட்டில் மனைவி அன்றைய நாளில் பேசவேண்டிய விஷயங்கள் பேச ஐந்து நிமிடம், கடைசி இரண்டு நிமிடங்களில் வேலையில் இறங்க வேண்டும். இதில் எதாவது ஒரு விஷயத்தில் பிழை நேர்ந்தாலும் தாமதம் உண்டாகிவிடும். பெரும்பாலும் தாமதிப்பதில்லை. மிகச் சில நாட்களில் மட்டும் உண்டாகும் தாமதங்களின்போது முதலாளியின் பார்வைக்கு அர்த்தம் அவனுக்குத் தெரியும்.

“பண்டாரிய உட்டுட்டு பாத்தா இந்தக் கடைக்கு நீதான் சீனியர். நீயே லேட்டா வந்தா புதுப் பசங்க எப்படி வருவாங்க? உன்ன பாத்து அவன் அவன் பத்து நிமிசம் லேட்டா வந்தா கட எப்புடி ஓடும்? இங்க ஒவ்வொரு நிமிசமும், ஒவ்வொரு நொடியும் காசு பாத்தே ஆகணும். கடை வாடகை, சீபிஎப்பு, லெவி, சம்பளம், எல்லாம் தாண்டி நான் காச கண்ணுல பாக்கறதுக்குள்ள உயிர் போய் உயிர் வருது. உனக்குல்லாம் எப்படி எக்ஸ்ரை தூக்கம் வருது?”

இதையெல்லாம் அவர் வாயைத் திறந்து பேசமாட்டார். ஆனால் அவரின் பார்வைக்கு அதுதான் அர்த்தம். இத்தனை வருட அனுபவத்தில் முதலாளி பார்வையின் ஒவ்வொரு கோணமும் அவனுக்கு அத்துபடி. அதனால்தான் அவனை கல்லாவில் அவ்வப்போது நிற்க வைத்திருப்பார். வேறெவரும் கைவைக்க அனுமதியில்லை.

நகரத்தின் மையப் பகுதியில் அந்தச் சாப்பாட்டுக்கடை இயங்கி வந்தது. 24 மணி நேரமும் ஆள்நடமாட்டம் இருந்துகொண்டே இருக்கும். இக்கடையில் வேலைக்கு இறங்கிய இந்தப் பதினான்கு வருடங்களில் மூன்று முறை விடுமுறை எடுத்திருக்கிறான். எல்லாமே உயர் எண் காய்ச்சல்கள். ஒரு வெள்ளி பனடால்களால் முறிக்க முடியாத காய்ச்சல் அவை. உடலை எவ்விதத் தொந்தரவும் செய்யாமல் விட்டால் இரண்டு நாளில் சரியாகக்கூடிய அச்சுகவீனங்களை மருந்துகளால் ஒருநாளில் குணமாக்கிவிடலாம் என்று நம்புபவராக

முதலாளி இருந்தார். ஓய்வாக இருக்கும் சமயங்களில், தான் எப்போது கடைசியாக விடுப்பு எடுத்தோம் என்பதை யோசித்துப் பார்ப்பான். மிகச் சரியாக நாளும் கிழமையும் நினைவுக்கு வந்துவிடும். தனித்திருப்பதன் கொடூர தினங்கள் அவை.

அவனின் அறை மிக விசாலமானது. இரண்டு வரிசை கட்டில்கள் கொண்டது. ஒவ்வொரு கட்டிலும் இரண்டு அடுக்கு கொண்டவை. மேலே ஒருவர், கீழே ஒருவர். பத்து பேர் பகல் ஷிப்டிலும் பத்து பேர் இரவு ஷிப்டிலும் இருந்தனர். கீழ்தள கட்டில்கள்தான் வசதியானவை. ஒருவருக்கு கீழ்தள கட்டில் கிடைக்க ஐந்தாறு வருடங்கள்கூட ஆகலாம். பக்கவாட்டில் நைலான் கயிற்றால் இணைத்து அதன் மேலே துண்டு, லுங்கி, உள்ளாடை காய வைக்கலாம். அவை திரைச்சீலை போல செயல்படுவதால் தனித்திருப்பதுபோல தோற்றமளிக்கும். ஒரு குகைக்குள் நுழைந்தது போன்ற உணர்வைத் தரும். பேசுவது வெளியில் கேக்காது. இரவில் எவ்வளவு நேரமானாலும் பேசிக்கொண்டிருக்கலாம். படம் பார்க்கலாம், வெளிச்சத்தினால் தொந்தரவு இருக்காது.

அந்த அறையில் எப்போதும் பத்து பேர் உறங்கிக்கொண்டிருப்பார்கள். எல்லாச் செய்கைகளிலும் ஒரு பூனைத்தன்மை குடியேறிவிடும். எப்பொருளையும் சத்தமில்லாமல் எடுத்து வைத்து வெளியேறப் பழக்கப்பட்டிருந்தனர். அந்த மேல்தளத்தின் எல்லா சன்னல்களும் எல்லா நாட்களிலும் திறந்தபடியே இருந்தன. காலை முன்புறமும் மாலை பின்புறமும் வெயில் தாராளமாக உள்ளே நுழைவதால் புழக்கத்திற்குப் பஞ்சமில்லை. ஒவ்வொரு கட்டிலுக்கும் ஒரு டேபிள் பேன் அல்லது இரும்புச் சட்டத்தில் பொருத்தும்படி ஒரு சிறிய கிளிப் உள்ள பேன். எந்த நேரமும் பத்து டேபிள் பேன் ஓடிக்கொண்டிருப்பதால் எதோ ஆலைக்குள் இருப்பதைப் போன்ற உணர்வை புதிதாக வருபவர்களுக்குத் தரும். இரண்டு வருடங்களுக்கு ஒருமுறை ஊருக்குப் போகும்போது இவ்வித சப்தங்கள் ஏதும் இல்லாமல் உறங்கச்செல்வது திகைப்பைத் தரும். அச்சமயங்களில் தலைமாட்டில் ஒரு டேபிள் பேனை வைத்து ஓடவிட்டுவிடுவான்.

உலகம் புரிய ஆரம்பித்த வயதிலேயே வெளிநாடு வந்தவன் ஷாகுல். 20 வயதில் கல்யாணம், 21 வயதில் புருணை. அப்பாவோடு ஒரே சாப்பாட்டுக்கடையில் ஏழு வருட வேலை. ஆர்டர் எடுத்துக்கொண்டிருக்கும்போதே அவருக்கு உயிர் பிரிந்தது. வழக்கம்போலவேதான் அன்றைக்கும் வேலைக்கு வந்தார். அன்று

மறையப் போவதான எந்த அறிகுறியுமே அவரிடம் இல்லை. தொங்கிக்கொண்டிருந்த கயிறு விடுபட்டதும் விழுவதுபோல நிலத்தில் சரிந்தார். உடலை ஒரு குலுக்கு குலுக்கினார். இடதுபுறம் வாய் இழுத்துக்கொண்டது. கடையில் எல்லோரும் சத்தமிட்டுக்கொண்டே ஓடிவர, அவனும் ஓடி வந்து பார்த்தான். எல்லோருமாகச் சேர்ந்து பிரேதத்துடன் இந்தியாவுக்கு அனுப்பினார்கள். அதன்பிறகு புரூணை போகவில்லை. முதலாளி அழைத்துப் பார்த்தார். அதே கடையில் வேலை செய்யவோ, அந்த ஊரில் வேலை செய்யவோ அவனுக்கு மனம் ஒப்பவில்லை என்பதால் சிங்கப்பூர் வந்தது முதல் தற்போது இருப்பது வரை ஒரே கடை, ஒரே முதலாளி.

எல்லாத் தகப்பன்களையும் போலவே அவனுக்கும் இரண்டு லட்சியங்கள் இருந்தன. முதலாவது ஒரு சொந்த வீட்டைக் கட்டுவது. வீடென்றால் நாலு சுவர் எழுப்பி மேலே தளம் போட்டு நிறமடிக்கும் அட்டைப்பெட்டி வீடல்ல. அது ஒரு கனவு வீடு. இரண்டாவது லட்சியம். மகனை விமானியாக்கிப் பார்ப்பது. முதலாவது லட்சியத்தின் முப்பது சதம் பூர்த்தியடைந்திருந்தது. நாகப்பட்டினத்தில் இடம் வாங்கி மனைவி பேருக்கு ரெஜிஸ்தர் செய்து. வீட்டு வேலைகளை ஆரம்பித்து வந்திருந்தான். போர் போட்டு மோட்டார் வைத்து நீரை கையில் பிடித்துப் பார்க்கவே கிட்டத்தட்ட 1 லட்சம் பறந்துவிட்டது. அவன் நினைத்ததுபோல ஒரு வீட்டைக் கட்டி முடித்துவிடுவதாக அவன் மனைவி சஹிதா அவனிடம் வாக்குக் கொடுத்திருந்தாள். வளரும் வீட்டின் உருவாக்கத்தில் சரிபாதி உழைப்பை அவள் தந்துகொண்டிருந்தாள். தினமும் காலை எழுந்து முந்தைய நாள் செய்த வேலைகள், ஆன செலவுகள், தேவைப்படும் பொருள்கள் குறித்த பேச்சுதான் பெரும்பாலும். கடைசியாக பையன் குறித்த பேச்சில் முடியும். இந்த வீடு கட்டும் வேலையால் அவன் படிப்பு எவ்விதத்திலும் பாழாகக்கூடாது என்பதில் இருவருமே கவனமாக இருந்தனர். தற்போது பதினோராம் வகுப்பு, பனிரெண்டு முடித்து வெளிவரும்போது வீடும், அது சார்ந்த கடன்களும் முடிந்திருக்கும். அப்போது அசுர கதியில் உழைத்து தேவைப்பட்டால் தனது முதல் லட்சியத்தை விற்று இரண்டாவது லட்சியத்தை நிறைவேற்றும் எண்ணம் அவன் மனதில் உண்டு.

இப்படியாகப்பட்ட நேரத்தில்தான் முதலாளி அழைத்து அவனிடம் சொன்னார்.

“ஏலா ஷாகுலு, கடைக்கு என்.இ.ஏ காரனுங்க பைன் அடிச்ச கணக்குலாம் எடுத்துப் பாத்தா, மாசம் ரெண்டு மூனாயிரம் வெள்ளி ஆகுது. பொகக்கூண்டு, ஸ்டோர் ரூமு, பரோட்டா அடிக்கற டேபிளு, ஆளுக்காரங்க சுத்தம், கரப்பான் பூச்சி, எலிங்க குறுக்க மறுக்க ஓடுறதுன்னு எதாச்சும் ஒரு மேட்டர்ல பெரிய அமவுண்ட எழுதிட்டுப் போயிடறான். பத்து பதினஞ்சி வருசமா மராமத்து பாக்கல, அங்கங்க சின்னச் சின்னதா ரிப்பேர் பண்ணது மட்டுந்தான் செஞ்சது. முழுசா ஒரு ரினோவேஷன் பண்ணியாகணும்னு சொல்லிட்டானுங்க. கடைக்கு மொத்தமா பதினாலு நாள் பூட்டு போட்டு வேலை நடக்கப்போகுது. ஊருக்குப் போயிட்டு வந்துடு. சரியா இருக்கும்” என்று சொன்னபடி பார்த்தார்.

அவன் மையமாக தலையாட்டினான்.

முதலில்; விஷயம் மகிழ்ச்சியானதுதான். உடலுக்குக் கொஞ்சம் ஓய்வு என்றாலும்கூட ஊரில் கட்டிக்கொண்டிருக்கும் வீடு குறித்த நினைவு எழுந்தது. முதல்தளம் போட்டதோடு சுவர்கள் பூசப்படாமல், உறுதித்தன்மைக்காகப் பக்கச்சுவர்களில் நீர் தெளித்துக்கொண்டிக்கிற நிலையில் இருந்தது. ஊர் போய் திரும்பி வரும் செலவில் நாற்பது மூட்டை சிமெண்ட் வாங்க முடியும். ஊர் செல்வது அத்தனை நல்ல யோசனை அல்ல. இங்கிருப்பதுதான் நல்லது என யோசித்தபடி முதலாளிக்குப் பதில் அளித்தான்.

“இப்பதான் அத்தா போய்ட்டு வந்தேன். எட்டு மாசம்கூட முடியல. வீடு வேற போய்க்கிட்டு இருக்கு. இந்த நெலமைல போக முடியாது. இங்கயே இருந்துக்கறேத்தா” என்றான்.

“மேலயும் சேத்துதான் வேலை. நீ மட்டும் வேணா தங்கிக்க. எல்லாரையும் ஊருக்குப் போகச் சொல்லிட்டேன். நாளைக்கு பாஸ்போர்ட்டு எடுத்துட்டு வரேன். கைல வச்சிக்க,” என்றார்.

“சரித்தா,” என்று தலையாட்டிக்கொண்டான்.

ஒருபுறம் மகிழ்ச்சி கொப்புளித்துக்கொண்டு வந்தது. முழுதாக பதினான்கு நாட்கள் ஓய்வு. சம்பளமில்லா ஓய்வுதான் சங்கடப்படுத்தியது. அரை மாதச் சம்பளம் வீட்டின் வளர்ச்சியில் சிறிய தேக்கத்தை ஏற்படுத்தும் என்றாலும் வாழ்வின் நீண்ட பயணத்தில் இந்தச் சிறிய ஓய்வு தேவைதான் என்று அவன் மனம் சொன்னது.

கடைக்குத் தாடி வைத்த ஒரு இஞ்சினியர் தினமும் வந்து வரைபடத்தோடு முதலாளியுடன் அமர்ந்து நீண்ட நேரம் திட்டம் போட்டுக்கொண்டிருந்தார்.

மெல்லியதாக மனதில் ஒரு மகிழ்ச்சி குடியேறியிருந்தது. வெகு நாட்களுக்குப் பிறகு தனக்குக் கிடைக்கப்போகும் நீண்ட விடுமுறையைப் பற்றியதான மகிழ்ச்சிதான் அது. இந்த பதினான்கு வருட வேலையில் மொத்தமாக பதினான்கு நாட்கள் விடுமுறைகூட எடுத்ததில்லை. வழக்கமாக வரும் வாடிக்கையாளர்களிடம் கடையின் புத்தாக்கம் குறித்த செய்திகளைச் சொல்லியபடி இருந்தனர்.

இந்த விடுமுறை நாட்களில் என்னவெல்லாம் செய்யலாம் என்று மனதுக்குள் திட்டம் போட ஆரம்பித்தான். சிங்கப்பூரில் அவனுக்குத் தெரிந்த ஒரே இடம் கடையும் மேலறையும் மட்டுமே. அதிகபட்சம் முதலாளியோடு அவரது பொங்கோல் வீட்டுக்குப் போனதுதான். அதுவும் கூட காரில் சென்றது. உண்மையில் சினிமாவில் பார்த்த சிங்கப்பூரை அவன் இன்னமும் பார்க்கவில்லை. ஒரு இடம் விடாமல் பார்த்துவிட வேண்டும் என்று மனதுக்குள் எண்ணிக்கொண்டான்.

அவன் நினைத்தது போலவே அந்த நாளும் வந்தது. முதல் நாளிரவு வேலை பின்னி எடுத்தது. மொத்தமாக எல்லாச் சாமான்களையும் கழுவி ஒதுக்கி வைக்க வேண்டும். ஸ்டோர் ரூம், கிட்சன், டேபிள் சேர் அனைத்தையும் ஒரு புறம் ஒதுக்கி வைத்து முடியும்போது உடல் ஓய்வு கேட்டுக் கெஞ்சியது. எல்லாம் முடிந்து மேலே ஏறும்போது ஒரு மணி ஆகியிருந்தது. அதுவரையும் முதலாளி இருந்துவிட்டுதான் சென்றார். போகும்போது கையில் நூறு வெள்ளி கொடுத்து "சாப்பாட்டுச் செலவுக்கு வச்சிக்க" என்று சொன்னார். அப்போதுதான் நினைவுக்கு வந்தது.

இதுவரை வெளிக் கடைகளில் எங்குமே சாப்பிட்டதில்லை. யாராவது வாங்கி வந்து பார்சல் கொடுத்ததுண்டு. வேறு சாப்பாட்டுக் கடைகளில் அமர்ந்து சாப்பிட்டதில்லை. நல்லதுதான். நினைத்த இடத்தில் நினைத்ததுபோல சாப்பிடலாம்.

மறுநாள் விடிந்து பொழுதாகி மாலைதான் கீழே இறங்கி வந்தான். கடையின் அடையாளம் மொத்தமும் மாறி இருந்தது. மூன்று புறத்தில் சாரம் கட்டி பச்சை நிற துவர்த்து துண்டு போலிருந்த துணிகளால் மூடியிருந்தனர். பொருள் எடுத்துச்செல்லவும் ஆட்கள் நுழையவும் சின்ன நுழைவாயில். எஞ்சினியரும் இன்னும் சில

ஆட்களும் உள்ளே நின்று பேசிக்கொண்டிருந்தனர். சாப்பாடு, குழம்பு அடுக்கி வைக்கும் கூண்டு இருந்த மேடை உடைத்து கடையே விஸ்தீரணம் அடைந்திருந்தது. அரைநாளில் கடையின் மொத்த அடையாளமும் மாறியிருந்தது. அதற்கு மேல் பார்க்க மனமில்லாமல் வெளியேறினான். காலையில் இருந்து சாப்பிடாதது நினைவுக்கு வந்தது. மெல்ல நடந்து ஜாலான் புசார் ரோட்டுப் பக்கம் நடையைக்கட்டினான். தான் வசித்த தெருக்கோடியே அவனுக்குப் புதிய இடத்தில் நடமாடுவது போன்று தோற்றமளித்தது.

பாதை அறியாத இடத்தில் தொலை தூரம் சென்று திரும்ப வேண்டும் என்ற ஆசை திடீரென உதயமாகியது. ஜாலான் புசார் முட்டும் இடத்திலிருந்து இடது பக்கம் திரும்பி நடக்க ஆரம்பித்தான். கால்கள் இரண்டும் ஓய்வைக் கெஞ்சும் வரை நடக்க வேண்டுமாய் தோன்றியது. நடந்துகொண்டே இருந்தான். கடைக்கூச்சல்களில் இருந்து பழகிய காதுகள் சட்டென அமைதியான சாலைகளைக் கண்டதும் திகைத்தன. ஏதேதோ பாதைகளில் நடந்து காலாங் ஆற்றை அடைந்திருந்தான். அங்கே சிலர் மீன் பிடித்துக்கொண்டிருந்தனர். நாகையில் சிறுவயதில் மீன் பிடித்தது நினைவுக்கு வந்தது. மிகுந்த ஆசையோடு மீன் பிடிக்கும் இடத்திற்கு நகர்ந்து வேடிக்கை பார்க்க ஆரம்பித்தான். இரண்டு சீனர்கள் தினமும் மீன் பிடிக்கும் வழக்கமுள்ளவர்கள் போல இருந்தனர். ஒரு கையில் புகையும் சிகரெட் மறுகையில் பியர் பாட்டில். தூண்டிலில் மணி அசையும்போது மட்டும் பரபரப்பாக இருந்தனர். உலகில் தன்னைத்தவிர அனைவரும் மிகுந்த மகிழ்ச்சியோடு இருப்பதாகப்பட்டது. பிடித்த மீன்களை வெள்ளை பக்கெட்டில் விட்டிருந்தனர். மெல்ல எட்டிப்பார்த்தான். எல்லாமே கெளுத்தி மீன்கள். அளவில் பெரிதாக இருந்தன. ஆற்றில் கெளுத்திதான் அதிகம் கிடைக்கும்.

அங்கிருந்த ஒருவன் "உனக்கு வேணும்னா எடுத்துட்டுப்போ" என்றான். வேண்டாம் என மறுத்துவிட்டு வேடிக்கை பார்க்க ஆரம்பித்தான். திடீரென பியர் குடிக்கும் எண்ணம் வரவே, ஓடிப்போய் இரண்டு டின்கள் வாங்கிவந்து குடித்தபடியே வேடிக்கை பார்க்க ஆரம்பித்தான். முதல் டின் உள்ளே போனதும் இந்த உலகத்தின் மேலும், மக்களின் மேலும், மரங்களின் மேலும் எல்லா ஜீவராசிகளின் அன்பு சுரந்தது. இரண்டாவது டின் முடியும்போது மெல்ல சாய்ந்து உறங்கிவிட்டிருந்தான்.

அதிகாலை மூன்று மணி அளவில் பெய்த மழைதான் அவனை எழுப்பியது. சட்டென ஒரு பரபரப்பு தொற்றிக்கொண்டது எப்படித் தூங்கினோம் என்றே தெரியாமல் தூங்கிவிட்டதை நினைத்து லேசாக குற்றவுணர்ச்சி கொண்டான். மேலே அண்ணாந்து பார்த்தான். வானத்தில் நட்சத்திரங்கள் மங்கலாகத் தெரிந்தது. மெல்ல எழுந்து சென்று புளோக்குக்கு அடியில் நின்றுகொண்டான். மழை வேகம் பிடித்தது. வயிற்றுக்குள் பசி அமிலம் சுரக்கத் தொடங்கியபோதுதான் இரவு ஒன்றூமே சாப்பிடவில்லை என்று தோன்றியது. மஞ்சள் நிற நியான் விளக்கின் ஒளியில் தூறல் விழுந்தது தங்கத்துகள்கள் காற்றில் பறப்பதுபோல இருந்தது. அருகில் கடைகள் ஒன்றுமில்லை. தேக்காவாக இருந்தால் கடைகள் 24 மணி நேரமும் இருக்கும் பசிக்கு எதாவது தேட முடியும்.

எந்தப் பக்கம் சென்று வீடடைவது என்ற பெரும்குழப்பம் பசியைவிட பெரிதாய் இருந்தது. எல்லாத் திசையும் ஒரே மாதிரி இருந்தது. எத்திசையில் இருந்துதான் இங்கு வந்து அடைந்தான் என்று தெளிந்தபோதுதான் கொஞ்சம் நிம்மதியாக இருந்தது. ஆற்றுப்பாலத்திலிருந்து இறங்கி இடதுபுறம் வந்தான். அதன் எதிர்த்திசையில் சென்றுகொண்டே இருந்தால் ஜாலான் புசாரில் முட்டலாம். பிறகு அங்கிருந்து சுலபம் என எண்ணிக்கொண்டவனாய் நடந்து வந்து லாவண்டர் தெரு வந்ததும் மறுபடி குழம்பினான். தன் மீதே இப்போது எரிச்சலாக உணர்ந்தான். ஒரு சிறிய தொலைவு கூட தம்மால் ஏன் வழியைப் பின் தொடர்ந்துவிட இயலவில்லை என்று நொந்துகொண்டான். நார்த் பிரிட்ஜ் ரோடு வந்தபோதுதான் தான் தவறான பாதையில் வந்துவிட்டோம் என்பதை உணர்ந்தான். சோர்ந்து போய் அமர்ந்தபோது நசீர் பாயின் நினைவு வந்தது. நசீர் பாய் இங்குதான் அருகில் எங்கோ வேலை செய்கிறார். ஊர்க்காரர். மலபார் பள்ளிக்கு அடுத்த சாப்பாட்டுக்கடை என்ற நினைவு. நேராக வந்து வலதுபுறம் திரும்பி நடந்துகொண்டே இருந்தான். பள்ளிவாசலுக்கு அடுத்த கடையே அதுதான். உள்ளே சென்று விசாரித்தபோது கிச்சனில் இருப்பதாகச் சொன்னார்கள். கிச்சன் பக்கம் எட்டிப்பார்த்தால் கோரெங் போட்டுக்கொண்டிருந்தார். இந்த நேரத்தில் பார்த்ததும் அதிர்ச்சி அடைந்து "என்ன விஷயம்" என்றார்.

"சின்ன வயசுல இருந்த மாதிரியே இன்னும் எங்க போனாலும் வழிய மறந்துடுது. ஒனக்கு" என்றார் நசீர். நல்ல காரமான ஒரு நாசி

கொரேங் சொல்லியிருந்தான். அவன் கவனமெல்லாம் செக்கச்சிவந்த நாசியின் மேல் இருந்தது.

"ரொம்ப குழம்பாத ஷா. நூல் பிடிச்சமாதிரி நேரா போ; எங்கயும் திரும்பாத. ஒரே ரோடுதான். முஸ்தபா வர வரைக்கும் நட. அப்புறம் வழி உனக்கே தெரியும். தெரியுந்தான?"

சிரித்துக்கொண்டே கேட்டார். "தெரியும் பாய்." சொல்லிக் கிளம்பினான் ஷாகுல்.

இப்படி யாராவது எளிதாக வழி சொன்னால் எளிதில் வீடடையலாம். ஒரு குழப்பமும் இல்லை. அப்போது அவர் தனது கடைக்குக் கீழே நின்றிருந்தார். கிட்டத்தட்ட அதிகாலை ஆகியிருந்தது. முதல்முறையாக பனிரெண்டு மணிநேரம் கடை அல்லாத ஓரிடத்தில் இருந்தது இதுதான் முதல் முறை. அதை எண்ணும்போது மனதில் திரும்பவும் சாகச உணர்வு மீண்டெழுந்தது.

படுக்கையில் சாய்ந்தபோது ஆறாகி இருந்தது. உறக்கம் வரவில்லை. எதோ ஒரு பொக்கிஷம்போல ஒன்று கைக்கு கிடைத்து அதைச் சரியாக உபயோகிக்காமல் இருக்கிறோமா என்று எண்ணினான். என்ன செய்யலாம்? ஊர் சுத்தலாம். எவ்வளவு சுற்ற முடியும்? கையில் காசு வேண்டுமல்லவா என்ற எண்ணம் வந்ததும் எல்லாம் அடங்கிப்போனது. ஏன் சுத்த வேண்டும்? இங்கே வேறு எதாவது வேலை செய்யலாம். காலையில் முடிவு செய்துகொள்ளலாம் என்று நினைத்ததும் சிரிப்பு வந்தது. இதுவே காலைதானே. இவ்விதம் தனியாக சிந்தித்து, தனியாக ஊர்சுற்றி, தனியாகச் சிரித்து எல்லாம் தனிமையிலே... என்ன மயிர் வாழ்க்கை இது, சும்மா இருக்கும் போதுதானே எல்லா சிந்தனைகளும். தினக் கூலி வேலை செய்யும் சீனக் கிழவனிடம் விசாரித்து எங்காவது போகலாம். இந்த எண்ணம் மிகச்சரியானது என்று தோன்றியது.

சீனக் கிழவர் பேரெல்லாம் தெரியாது. நல்ல உடல்வாகு. வாயில் பற்கள் ஒன்றுகூட இல்லை. பாக்கெட்டில் பல்செட் வைத்திருப்பார். பேசும்போது எடுத்து அணிந்துகொள்வார். கடைக்கு வந்த நாள் முதல் இன்றுவரை நம் கடையில் கோப்பிகோசம் குடிப்பவர். அவரிடம் கேட்டால் எதாவது வேலை சொல்வார். எட்டு மணியளவில் கம்போங் ரோட்டு பார்க்கிங் ஏரியாவில் குத்தவைத்து அமர்ந்திருப்பார். அந்த நேரத்தில் மட்டுமே பார்க்க முடியும். அவரைப்போலவே நிறைய வயதானவர்கள் அமர்ந்திருப்பார்கள். வேலைக்கு ஆள் எடுப்பவர்கள்

வேலையைப் பொறுத்து லாரியில் ஏற்றிச் செல்வார்கள். இப்போது போனால் பார்க்கலாம். ஆனால் உடலுக்குச் சிறிது ஓய்வு, தேவை நாளை செல்லலாம் என்றெண்ணியபடி உறங்கிப்போனான்.

மாலை எழுந்ததும் மறுபடியும் காலாங் ஆற்றங்கரைக்கு போகலாமா என யோசித்து பின் முடிவைக் கைவிட்டான். ஒரு மாயச்சுழலுக்குள் புகுந்து மீண்டு வந்ததுபோல இத்தெருக்கள் அச்சமூட்டுகிறது. அடையாளங்களை நினைவில் வைக்காத பிழைதான். எப்படிப் பார்த்தாலும் வேறு எதோ தெருவுக்குள் நுழைந்து தொலைதூரம் சென்றுவிடுவது வாடிக்கையாகிவிட்டது.

மறுநாள் காலை சீனக் கிழவரைப் பார்த்ததும் "வேலை எதாச்சும் இருக்கா" என்றான். தன் சின்னஞ்சிறிய கண்களால் மேலும் கீழும் பார்த்து "கஷ்டம்தான். ஆனா பாக்கலாம். இங்க உக்காராத. தூரமா நில்லு, நான் சொல்லும்போது வா" என்றார் கிழவர். கொஞ்ச நேரத்தில் 14 பிட் லோரி ஒன்று வந்தது.

"2 கண்டெயினர் நிக்குது. பாயா லேபர்ல வேலை. ரெண்டாயிரம் மூட்டை மூவ் பண்ணனும். முடியுமா?" என்றார் கிழவர்.

"எத்தனை கிலோ?"

"25 கிலோ மூட்டை. ஆளுங்க இருப்பாங்க, தள்ளுவண்டி இருக்கும். முடிஞ்சா செய். ஆனா சின்னாங்கான வேலையெல்லாம் என்னைப் போல வயசானவங்களுக்குதான். நீ செய்யலாம். உனக்கு ஓகேவா?"

"எவ்வளவு தருவாங்க?"

"ஷேர்தான். கண்டெயினருக்கு 300 வெள்ளி. எத்தன பேர் போறிங்களோ ஷேர். சாப்பாடு உண்டு. முடியும்னா வண்டில ஏறு. நான் பேசிட்டேன்," என்றார்.

லாரியின் பின்பக்கம் சாலையைப் பார்த்தவாறு அமர்ந்துகொண்டான். பூமி தன்னிலிருந்து பின்னோக்கிச்செல்வது போல இருந்தது. முதலில் வினோதமான அனுபவமாக இருந்து பின் ஒன்றுமில்லாமல் போக பக்கவாட்டில் பார்க்க ஆரம்பித்தான். கரம் சிகரெட்டைப் புகைத்தபடி இரண்டு இந்தோனேசியர்கள் சத்தமாகப் பேசிக்கொண்டிருந்தனர். புருணையில் சில வருடம் வேலை செய்ததால் மலாய் பாஷை அத்துபடி. அவர்கள் தன்னைக்குறித்துதான் புகார் தொனியில் பேசிக்கொண்டிருக்கிறார்கள். இரண்டு பேரும் சேர்ந்து நம் தலையில்

அதிக வேலையை சுமத்தி விடுவார்களோ என்ற அச்சத்திலிருந்தான்.

பாயா லேபரில் ஒரு வேர்ஹவுஸ் பில்டிங். அரக்கு நிற கண்டெய்னர்கள் ஒன்றன்பின் ஒன்றாக நின்றிருந்தன. வேலைகளைப் பிரித்துக்கொள்ளத் திட்டமிடப்பட்டது. ஒருவன் கண்டெயினருக்கு உள்ளேயும் ஒருவன் தள்ளுவண்டி தள்ளவும், வேர்ஹவுஸ் உள்ளே ஒருத்தன் அடுக்கி வைப்பதாகவும் பேசி ஷாகுலை மேலே ஏற்றினர்.

முதல் வரிசை மூட்டைகளை எடுக்கும்போது எளிதாகத்தான் இருந்தது. அதற்குப் பிறகு உள்ளே செல்லச் செல்ல வெக்கை கூடி மொத்த உடலும் பூமிக்கடியில் உள்ளதுபோல வியர்த்தது. அளந்து பார்த்தால் ஒரு பக்கெட் அளவு தேறும் என்பதுபோல வியர்த்தது. இரும்பு கண்டெயினருக்கு மேலே அடித்த வெயில் அப்படியே உள்வாங்கப்பட்டு உள்ளே காந்தியது. இரண்டு பேரும் பேசி வைத்துததான் நம்மை மேலே ஏற்றியிருக்கிறார்கள் என்று புரிந்துகொண்டான். புரிந்தபோது உடலின் மொத்த சக்தியும் நீராக வெளியேறியிருந்தது.

இரண்டு பேரும் வெளியே நின்று சிரித்துக்கொண்டிருந்தனர். தன்னிடம் சிரிக்கக்கூட தெம்பில்லாததுபோல உணர்ந்தான். நல்ல குளிர்ந்த நீரைக் கேட்டு தொண்டை கெஞ்சியது. முக்கால்வாசி கண்டெயினர் காலியானபோது சாப்பாடு வந்தது. நல்ல நிழலில் அமர்ந்து ஓய்வெடுத்தான். முடியவில்லை என்று இப்படியே போய்விடலாமா? காசு கொடுக்கமாட்டார்கள் என்பதைவிடச் சிரித்துவிடுவார்கள். சாப்பிட்டு செக்யூரிட்டி அறையோரம் இருந்த சிறிய மரத்தின் அடியில் காலை நீட்டி, சாய்ந்து படுத்துவிட்டான். கொஞ்ச நேரத்திலேயே வந்து எழுப்பினார்கள். இப்போதுதான் உடை சற்று உலர்ந்திருந்தது. மறுபடி உள்ளே சென்றால் மறுபடி நனையும். பின், சோர்வு விரக்தி எல்லாம் ஒன்றுசேர்ந்து ஏன் இந்த வேலைக்கு வந்தோம் என்று ஆத்திரமாக வந்தது.

"இப்போ உள்ள போய் மூட்டைய அடுக்கு. ஆனா அடுத்த கண்டெயினர் உள்ள நீதான் போகணும்" என்றதும் உடனே சம்மதித்தான். இவர்களுக்கு கொஞ்சம் கருணை உள்ளது. அவர்கள் வழக்கமாக கடின வேலைகள் செய்பவர்கள்போல் எந்த சுணக்கமும் இல்லாமல் மிகுந்த சுறுசுறுப்புடன் வேலை செய்தனர். உள்ளே மூட்டை அடுக்குவது கொஞ்சம் எளிதாக இருந்தது. கொஞ்சம் ஆசுவாசம். அம்மகிழ்ச்சி நீண்ட நேரம் இல்லை. இரண்டாவது

கண்டெயினரின் லாக்கை உடைத்து கதவு திறந்ததும் திமுதிமுவென மூட்டை உள்ளிருந்து சரிந்தது. சட்டென விலகிவிட்டான். கொஞ்சம் பிந்தியிருந்தால் மேலே மூட்டை சரிந்திருக்கும். இதற்கும் அவர்கள் சிரித்தார்கள்.

ஒவ்வொரு மூட்டையையும் தூக்கி வெளியே தள்ளும்போதும் உடலின் ஒவ்வொரு பாகத்திலும் வலி தெரிந்தது. தனக்கு வயதாகிவிட்டதாக உணர்ந்தான். வயதானதை விடவும் கடின வேலை உடலுக்குப் புதியதாக இருந்ததால்தான் இத்தனை வேதனை. உடல் பழகி இருந்தால் இதென்ன பெரிய வேலை என்று நினைத்தாலும் இது கடின வேலைதான் என்பதுபோல அவர்களும் மிக அதிக அளவில் சோர்ந்திருந்தனர்.

நூறு வெள்ளித்தாள் ஒன்று கைக்கு வந்தபோது உடலின் வலி கொஞ்சம் குறைந்ததுபோல உணர்ந்தான். கூடவே ஒரு டின் பியரையும் சீனன் கொடுத்தான். கறுப்பு நிற கின்னஸ் பியர். இதுவரை அதை ருசித்ததே இல்லை. வாங்கி ஒரு பைக்குள் போட்டபடி லாரியின் பின்பக்கம் ஏறிக்கொண்டான். கம்போங் தெருவில் நுழைந்து டிரைவர் இறங்கி வந்து எழுப்பினான். அவ்வளவு அசதியில் தூக்கம் வந்திருந்தது. கைகால் எதையும் அசைக்க முடியாத அளவு வலி. அப்படியே யாராவது தூக்கிக்கொண்டுபோய் படுக்கையில் கிடத்தினால் தேவலாம் என்றிருந்தது. அசைவு இல்லாதபோதுதான் உடல் இறுக்கமடைந்ததுபோல இருந்தது. இரண்டு எட்டு எடுத்து வைத்தவுடன் தசைகள் இளகிக்கொடுத்தன. நாளைக் காலை எழும்போது இதைவிட பலமடங்கு வலிக்கும். உடல் உழைப்பு சார்ந்தவர்கள் ஏன் தினமும் மது எடுத்துக்கொள்கிறார்கள் என்பது ஓரளவு புரிந்தது.

ஒரு முழுநாளும் ஓய்வு எடுத்தபிறகுதான் உடலில் கொஞ்சம் தெளிவு பிறந்தது. வெளி வேலைக்குச் செல்லக்கூடாது என மனதுக்குள் உறுதிபூண்டான். வேறென்ன செய்யலாம்? இந்த நகரத்தில் மிக நெருக்கமான நட்பு வட்டத்தில் அவசியம் சந்தித்தே ஆகவேண்டிய நபர் யாராவது இருக்கிறார்களா என யோசித்தான். நிச்சயமாக தனித்திருக்க வாய்ப்பில்லை, யாரையாவது சந்தித்தே ஆகவேண்டிய கட்டாயம். எவ்வளவு யோசித்தும் இந்நகரத்தில் அத்யந்த நண்பர் யாருமில்லை. அப்படியே இருந்தாலும் கூட அதிகபட்சம் ஒரு காபி குடித்து முடிக்கும் வரைதான் பேச முடியும். அதையும் தாண்டி

யாருமே இல்லை என்ற முடிவுக்கு வந்தபோதுதான் ஸ்ரீதேவி நினைவுக்கு வந்தாள்.

ஸ்ரீதேவியைப் பார்த்தே பல வருடங்கள் இருக்கலாம். அதிகபட்சம் இரண்டு வருடம் இருக்கலாம். இந்த இரண்டு வருடத்தில் ஒருநாள்கூட அவளை நினைத்துப் பார்த்ததில்லை. திடீரென அவளுடைய நினைப்பு வருகிறதென்றால் நாம் நிச்சயம் அவளைப் பார்த்துதான் ஆகவேண்டும் என்ற முடிவுக்கு வந்தான். எங்கே போய் தேடுவது? யாரிடம் கேட்பது?

கடையில் எல்லோரும் ஸ்ரீதேவியை மூதேவி என்று அழைப்பர். நிரந்தரமாக அவளுக்கு ரொட்டி கோசம் என்றொரு பெயர் இருந்தது. லைனில் பலர் நின்றாலும் அவள் அமரும் டேபிளுக்கு அவனைத்தான் போகச் சொல்வார்கள். தொடர்ந்து அவனே அவளிடம் ஆர்டர் எடுக்க வேறு யாரையும் அவள் தேடுவதில்லை. வேறு யாருக்கும் அவள் ஆர்டர் கொடுப்பதுமில்லை. அவள் எப்போதுமே இரண்டு ரொட்டி கோசம் தவிர வேறு எதையும் ஆர்டர் செய்ததில்லை. ஆகவே அவள் தலை தெரிந்தாலே இரண்டு ரொட்டி கோசம் அவனே அடித்து பூப்போல அவளுக்கு கொடுத்துவிடுவான். மிக அபூர்வமாக என்றாவது நல்ல கஸ்டமர் அவளுக்கு கிடைத்தால் சீஸ் ரொட்டி ஆர்டர் செய்வாள். ஆனால் மிக அபூர்வம். எப்போதுமே ரொட்டி கோசம் என்பதால் அவளது நிரந்தரப் பெயராக ரகசியமாக இருந்தது.

வெள்ளையர் காலத்தில் இந்தத் தெருவானது சிவப்பு விளக்குப் பகுதியாக இருந்தது. இரு தெரு முழுக்க திருநங்கைகள் இருந்தனர். காலப்போக்கில் தெரு முழுக்க இருந்த தொழில் நலிவடைந்து ஒரே ஒரு வீடாக ஆனது. வாளிப்பாக எல்லோரும் இருந்ததால் தோற்றத்தில் அவலட்சணமான ஸ்ரீதேவியை விரும்பி யாரும் வருவதில்லை என்பதால் அவளுக்கு சம்பளமும் மிகக் குறைவாம். வாரத்தில் ஒருநாளோ இரண்டு நாளோதான் அவளுக்கு வேலை கொடுத்தார்கள். முன்புறம் இவள் அமர்ந்தால் வாடிக்கையாளர் முகம் சுளித்து ஒதுங்கிவிடுவார் என்பதால் கடைசியாக கண்ணுக்கு எட்டாத தூரத்தில்தான் அவளுக்கு இடம் கிடைக்கும். முன்னவர்களைப் பார்த்து தேர்ந்தெடுத்து விடுவதால் கடைசிவரை யாரும் வருவதில்லை. அதனால் அவளுக்கு வரவு, குறைவு ஆகவே செலவும் மிகக் குறைவுதான். அவள் இத்தொழிலுக்கு சீனியர் என்றுதான் சொல்லவேண்டும்.

பெண்மை துளிர்த்து முழுப்பெண்ணாக மாறும் பொழுதில் உடலில் பெண்மைக்கான சுழிவுகளும் திரட்சிகளும் வந்து சேர்ந்துவிடும். ஆனால் அவளுக்கு உடலில் பெண்மைத்தனம் கூடிவரவில்லை. பெண் வேடமிட்டவள் போன்ற உருவம்தான் எப்போதுமே. தினசரி ஷேவிங் செய்தாக வேண்டும்; இல்லையென்றால் முள் முள்ளாக முடி முளைத்துத் தெரியும் அளவுக்கு முகத்தோற்றம். நல்ல முட்டைக்கண்கள். தடித்த உதடுகள் சிகரெட் பிடித்துக் கறுத்திருந்தன. நீளமான ஒல்லிக் கைகளில் ஆண்மைத்தனமாக ஓடிய நரம்புகள். கரகரப்பான குரல். தாட்டியான உடல்வாகு. ஒட்டிய மார்பகம். மயிர் முளைத்த கால்களில் நீளமான விரல்கள் என மற்றவர்களோடு ஒப்பிட, அவலட்சணமாகவே கருதப்பட்டாள். எல்லோரும் நிரந்தரமாக ஒதுக்கி ஒதுக்கி யாரிடமும் எதையும் எதிர்பார்க்கக்கூடிய எண்ணமெல்லாம் அடியோடு மறைந்திருந்தது. ஏதோ உயிர்வாழ வேண்டுமே என்ற நினைப்பில் வாழ்ந்துகொண்டிருக்கும் ஒரு மனுஷி.

ரொட்டி கோசம் ஒருவேளை இறந்திருப்பாளா என்று தோன்றியது. அதற்கு வாய்ப்பில்லை. எப்படியாகிலும் செய்தி வராமல் போகாது. இங்குதான் எங்காவது இருக்கவேண்டும். சிரமமில்லை, கண்டுபிடித்து விடலாம். கண்டுபிடித்து என்ன செய்வது? என்றொரு மாபெரும் குழப்பம். ஏன் அவளைத் தேடிச்சென்று பார்க்கக்கூடாது? மனதின் ஓரத்தில் அவளைக் குறித்த கரிசனம் எப்போதும் உண்டு. அவளைப்போல நிறைய பேர் கடைக்கு வருவதுண்டு, ஆனாலும் அவளிடம் யாரிடமும் இல்லாத நல்ல குணம் இருப்பதாக உள்மனம் சொன்னது. ஒருவேளை எல்லோரும் ஒதுக்கியதால் அவள் மேல் கருணை வந்ததா என்றால் அதுவுமில்லை.

ஊருக்குப் போகாத பெருநாள்களின்போது அவளுக்காக பிரியாணி கொடுத்ததுண்டு. ஒரு தீபாவளிக்கு அவள் ஒரு சட்டையைப் பரிசளித்தாள். அதையும் யாரும் பார்க்காதவாறு மறைத்து வைத்துக் கொடுத்தாள். நிச்சயம் அவள் மேல் பிரியம் உண்டு. பிரியத்திற்குரியவரை சந்திப்பதில் பிழையென்ன இருக்கமுடியும்? அவளைக் கண்டுபிடிக்க ஒரு யோசனை இருந்தது. ஷில்பாவிடம் கேட்டால் சொல்வாள். ஷில்பாவும் ஸ்ரீதேவியைப்போலதான். ஆனால் இன்னும் சீனியர். வயது முதிர்ந்தவள். இப்போது தொழில் செய்வதில்லை. விசேஷங்களில் பெண்களுக்கு மேக்கப் செய்யும் வேலை செய்வதாகச் சொன்னது நினைவிருக்கிறது. அவ்வப்போது போனில் சாப்பாடு ஆர்டர் செய்வாள். அவளிடம் நிச்சயம் ஸ்ரீதேவி

பற்றிய விவரம் இருக்கலாம்.

ஷில்பா முன்பு பார்த்ததை விடவும் நலிவடைந்திருந்தாள். முட்டிக்கு சற்று கீழ் வரை நீண்டிருக்கும் நைட்டி ஒன்று அணிந்திருந்தாள். மிகப்பழைய நைட்டியானது கிழியும் தறுவாய்க்கு முந்தையை நிலைமையில் இருந்தது. ஒருவிதமாக மக்கிப்போனதுபோல. முன்பெல்லாம் தழையத் தழைய இருப்பதுபோல முடியை ஸ்ட்ரெயிட்டனிங் செய்திருப்பாள். நீண்ட நாள் தொடராததால் முன்பிருந்த நிலைக்கு திரும்பியிருந்தது. புயல்காற்றிலும் அலையாத உறுதியான கம்பிகள் போல இருந்தன. நிறைய முடி உதிர்ந்திருந்ததால் மெலிதான வழுக்கை தெரிந்தது. நடு வகிட்டில் பொட்டு வைத்திருந்தாள். அவனைப் பார்த்ததும் ஆச்சரியம் உண்டானது அவளது முகத்தில். என்ன விஷயம் என்பதுபோல பார்த்தாள்.

“கடை புதுப்பிக்கும் வேலை நடக்குது அதான் சும்மா பாத்துட்டுப் போலாம்னு வந்தேன்.”

ஒரு சேர் எடுத்துப்போட்டு அமரச்சொன்னாள். கொஞ்சம் தாழ்ந்த குரலில், “இங்க தண்ணி கலக்க முடியாது. கடைலதான் வாங்கிட்டு வரணும். வாங்கிட்டு வரட்டுமா” என்றாள்.

“அதெல்லாம் வேண்டாம்,” என்று மறுத்துவிட்டு நலம் விசாரித்தான்.

சும்மாதான் பார்க்க வந்தேன் என்பதை அவளால் நம்ப முடியவில்லை. “என் வாழ்க்கையில் இதுவரை ஒரு ஆண் கூட சும்மா பாத்துட்டுப் போகலாம்னு வந்ததில்லை,” என்றாள். முன்பைவிடவும் உடல் மெலிந்திருந்ததை சுட்டிக்காட்டி ’சுகர் வந்திருக்கிறதா உடம்ப துருவா செக்கப் பண்ணனும்’ என்றாள். கரிசனம் இருந்ததுபோலதான் இருந்தது.

சர்க்கரைநோய்க்கு இதுவரை செக்கப் செய்யவில்லை. இப்போதுதான் அதைக்குறித்த நினைவு வருகிறது. சுகர்ல்லாம் இல்ல. வேலை அதிகம். லைன்ல நிக்கற ஆளுங்கள முதலாளி குறைச்சிட்டார். கிச்சன்லயும் லைன்லயும் நின்னு ஒருமாதிரி ஆச்சு உடம்புக்கு.

பேச்சுவாக்கில் ரொட்டி கோசம் பற்றிய பேச்சை அவளாகவே இழுத்தபோதுதான் எங்கோ செக்யூரிட்டி வேலை செய்வதாகச் சொன்னாள். “என்ன திடீர்னு ரொட்டி கோசத்த தேடறிங்க பாய்?”

“அதெல்லாம் ஒண்ணுமில்ல. ரொம்ப நாளா பாக்கல, ஏன் வருசமே

கூட இருக்கும். போனமுறை பெருநாள் ஊருக்குப் போனப்ப பாத்தது. இங்க திரும்பி வந்தப்புறம் செய்தியே இல்ல. நானும் கேட்டு சலிச்சிப்போய் விட்டுட்டேன். நின்னா வேலை, படுத்தா தூக்கம்னு இருக்கற வாழ்க்கைல யாரத் தேடறது சொல்லுங்க. இப்ப கடை லீவ் இல்லியா. அதான் சும்மா பாக்கலாம்னு வந்தேன். ஊருக்குப் போனப்ப என் பையனுக்கு ஒரு பேனா வாங்கிக் குடுத்தாங்க. விலை கூடின சாமான். அதுலதான் பையன் பரீட்சை எழுதினான். நல்ல மார்க் வேற. நன்றி சொல்லலாம்னு தேடுனாகூட கிடைக்கல." ரொட்டி கோசத்துடன் வாடிக்கையாளர் என்ற நிலையைத் தாண்டிய நட்பை ஓரளவு அவள் அறிவாள்.

ஏதோ யோசித்தவள், உள்ளே சென்று ஒரு டைரியை எடுத்து வந்து பக்கங்களைப் புரட்டினாள். "இதான் அவள் வேலை செய்ற பில்டிங் அட்ரஸ். இன்னும் அங்கதான் செய்றாளா தெரியாது. நானும் அவளைப் பாத்து ரொம்ப நாள் ஆச்சு. போய்ப் பார்த்தா தெரியும்" என்று எழுதிக்கொடுத்தாள். பேருந்து எண்ணும் கூடுதலாக எழுதிக்கொடுத்தாள்.

அவள் இறங்கச்சொன்ன இறக்கத்திற்கு இரண்டு இறக்கம் தள்ளி இறங்கியிருந்தான். பூதக்கண்ணாடியை குடையாக பிடித்துச் செல்வதைப்போல வெப்பம் உள்ளே புகுந்து அத்தனை நீரும் வியர்த்து வந்தது. உள்ளாடை முதல் மேல்சட்டை வரை நசநசத்தது. சரியான கட்டிடத்தைக் கண்டுபிடித்து உள்ளே நுழைந்தபோதுதான் கொஞ்சம் நிம்மதி. வெக்கையிலிருந்து திடீரென குளிரூட்டப்பட்ட கட்டிடத்தில் நுழைந்ததும் உடல் திகைத்துச் சிலிர்த்தது. உடலோடு ஒட்டிய சட்டையின் ஈரம் உடலில் பட்டதும் மூத்திரம் கழிக்க வேண்டும் போல இருந்தது. அது ஜூரோங்கில் மிகப்பெரிய ஷாப்பிங் மால். கடைகள் எல்லாம் அதீத வெளிச்சத்தோடு ஒரு அந்நியத்தன்மையாக உணர்ந்தான். எங்கு யாரிடம் விசாரிக்க வேண்டும் என்று தெரியவில்லை. நல்லவேளையாக இடதுபுறம் கழிவறை இருந்தது. பச்சை நிற சீருடை அணிந்த ஒருவர் சுத்தம் செய்துகொண்டிருந்தார். அவரிடம் விசாரிக்கலாம் என்றபோதுதான் அவளின் பெயர் மறந்துபோனது. நினைவில் ரொட்டி கோசம் மட்டுமே இருந்ததால் பெயர் எளிதில் நினைவுக்கு வரவில்லை. செக்யூரிட்டியை எங்கு பார்க்கலாம் என்று கேட்டபோது முதல் தளத்திலேயே இடதுபுறம் இருப்பதாக சொன்னார்.

அவள் அங்குதான் இருந்தாள். நம்பவே முடியாத ஆச்சரியத்துடன் எதிர்கொண்டாள். இந்தச் சந்திப்பு இயல்பாக நடந்த ஒன்று என்றுதான் அவள் நினைத்திருக்கக்கூடும். "எங்க இவ்வளவு தூரம் என்றாள். உன்னைத்தான் தேடி வந்தேன்" என்று சொல்வதில் எனக்கு எவ்வித கூச்சமும் இல்லை. ஒரு நீண்ட பயணத்தின் ஓய்வு நாட்களைப்போல எனக்குக் கிடைத்த இந்த ஓய்வை இப்படியாக நான் அமைத்துக்கொண்டதை எப்படி அவளுக்குப் புரிய வைப்பேன் எனத் தெரியவில்லை. நேரடியாகவே உன்னைக்காண வந்தேன்" என்றான். உள்ளுக்குள் அவள் உடைந்து லேசாக கண்ணீர் எட்டிப்பார்க்கத் தொடங்கியது. இச்சூழலை மாற்ற வேண்டும். ஏன் என்பதுபோல முகக்குறி.

“ஒரு நன்றி சொல்லிட்டுப்போகலாம் என வந்தேன்” என்றான்.

“எதுக்கு நன்றி?”

“பேனா...” என்றான். அவள் கிட்டத்தட்ட அதை மறந்திருந்தாள்.

பிள்ளை நலத்தையும் மனைவியையும் விசாரித்தாள். சட்டென அவளுக்குள் சிறு உற்சாகம் தொற்றிக்கொண்டது, ஒருவிதமான பெருமிதமும் புன்னகையும் சேர்ந்து அவளை கொஞ்சம் அழகாக்கின. “ஒன்னற வருஷம் கழிச்சு இப்பதான் தோணுச்சா நன்றி சொல்ல? பொய் சொல்லாம உண்மைய சொல்லுங்க ஷா” என்றாள்.

அவள் எப்போதுமே அவனை ஷா என்று அழைப்பது அத்தருணம்வரை நினைவில் வந்திருக்கவில்லை. “உண்மைய சொல்லணும்னா இப்போ கடைல வேலை நடக்குது. ஒருவாரம் பத்துநாள் லீவ். ஊர் சுத்த தெரியல. தெரிஞ்சவன் ஊர்க்காரன் எல்லாருமே ஏதோ ஒரு வேலைல இருக்கறதுனால யாரைப் பாக்கறதுன்னு தெரியல. நமக்கு இந்த ஊர்ல பாக்க ஆள் யாருமே இல்லயான்னு யோசிக்கும்போதுதான் உன்னோட ஞாபகம் வந்தது. ஷில்பாகிட்ட கேட்டதும் சொன்னாங்க. அதான் பாக்கலாம்னு வந்தேன்.”

“எப்படி இருக்க தேவி?”

“என் பேர் ரொட்டி கோசம். அப்டிதான உங்க கடையில எனக்குப் பேரு.”

“உனக்கு மட்டுமில்ல, கடைக்கு ரெகுலரா வர்ற கஸ்டமர் நிறைய

பேருக்கு அப்படிப்பட்ட பேர் உண்டு. எங்களுக்குள் மட்டும் புழங்கும் பெயர் அது, சால்னா மண்ட, கொப்பறை, சிலுக்கு, ரேடியோ பெட்டி, விக்ஸ் டப்பா, கட்ட வண்டி, டாக்சி கருப்பன், மஞ்சப்பொடி, தெம்மாங்கு, இப்படி பல பேர் இருக்கு. ஆனா நான் என்னிக்குமே உன்னை ரொட்டி கோசம்னு சொன்னதில்ல."

"தெரியும். என் வாழ்க்கை அப்படி ஆச்சு." இப்பொழுதெல்லாம் ரொட்டி கோசம் சாப்பிடுவதை நிறுத்தியிருப்பதாகச் சொன்னாள். வேலை ஷிப்ட் மாற இன்னும் கொஞ்சம் நேரம் உள்ளது. முன்கூட்டியே செல்ல பர்மிஷன் வாங்குதாகவும் அவனை அங்கயே காத்திருக்கும்படியும் சொல்லிவிட்டுச் சென்றாள்.

சீருடை களைந்து மேலுக்கு மட்டும் வேறு சட்டை போட்டிருந்தாள். கையில் சிறிய பொதிப் பை.

"எங்கே போகலாம்?"

"உன் வீட்டுக்கே போலாமே" என்றான்.

கொஞ்சம் யோசித்தவள், "சரி" என்றாள்.

அவளின் வீடு ஓரறை கொண்டதாக இருந்தது. பேச்சிலர் அறை போல அங்கங்கே துணிகள் சிதறிக்கிடந்தன. ஹால் முழுக்க அங்கங்கே மட்டமான சிகரெட் துண்டுகள் பாதி இழுத்து வீசப்பட்டிருந்தன. அந்த அறையிலிருந்து நீக்கவே முடியாதபடி புகையின் மணம் தங்கிவிட்டிருந்தது. சிலது பீடித்துண்டுகளாகவும் இருந்தன. மாதக்கடைசியில் இழுப்பாளாக இருக்கும்.

"இவ்வளவும் நீ குடிச்சிப்போட்டதா?" என சிகரெட் துண்டுகளைப் பார்த்தபடி கேட்டான்.

"கொஞ்சம் நான் குடிச்சது. மீதியெல்லாம் இங்க ஒருத்தர் தங்கி இருந்தார். வயசான ஆள். வீடில்லாதவர். எப்பவாச்சும் வருவார். ரெண்டு மூணு நாள் தங்கிட்டுப் போயிடுவார்."

"வீடு நீ வாங்கினதா?"

"நான் வீடு வாங்கறதா? எனக்கென்ன குடும்பமா இருக்கு வீடு வாங்க? படாதபாடுபட்டு, கால் தேய நடந்து எம்.பி கைல கால்ல விழுந்து இந்த வீட்டை குறைந்த வாடகைக்கு எடுத்திருக்கேன்."

பார்களில் இருப்பதுபோன்ற உயர இருக்கை கொண்ட ஒரே ஒரு

சேர்தான் அவ்வீட்டில் இருந்தது. அதில் அமரச்சொல்லி, கொஞ்ச நேரத்தில் வீட்டைத் திருத்தம் செய்வதாகச் சொன்னாள். கண்களில் மன்னிப்பைக்கோரும் கெஞ்சல் இருந்தது. அவன் பின்புறம் கையைக் கட்டியவாறு சமையலறை சென்று பார்வையிட ஆரம்பித்தான். எலிகளின் இருப்பிடம் போல டப்பாக்கள் உருண்டு பொடிகள் ஆங்காங்கே சிந்தி, எண்ணெய்ப் பிசுக்குடன் இருந்தது.

“பெரும்பாலும் கடையில வாங்கிச் சாப்பிடுவேன். எப்போதுமே மேகி. கிச்சன் பக்கம் தண்ணி குடிக்கப்போறதோட சரி,” என்று சமாளித்தாள்.

“நீ எல்லாத்தையும் சுத்தம் செஞ்சி வை, கொஞ்ச நேரத்துல வரேன்,” என்று சொல்லிவிட்டு அங்கிருந்து நகர்ந்தான்.

ரொட்டி செய்ய மாவும் இன்னபிற பொருட்களும் கொஞ்சம் சிக்கனும் வாங்கி வந்திருந்தான்.

வீடு ஓரளவுக்கு சுத்தம் செய்யப்பட்டிருந்தது. அவள் குளித்து முடித்து வந்திருந்தாள். நாசியை சிரமப்படுத்தாத ஏதோ ஒரு வாசனை அறையை சூழ்ந்திருந்தது.

கையில் வைத்திருந்த பைகளைப் பார்த்ததும் “ரொட்டி செய்யப்போறிங்களா?” என்று கண்கள் விரியக் கேட்டாள். “உண்மைய சொல்லணும்னா நான் இப்போ ரொட்டி கோசம் சாப்பிடறதில்ல. பழைய வாழ்க்கை அடிக்கடி நினைவுக்கு வந்து தூக்கம் கெடும். சந்தியாக்காகூட கேட்டாங்க. லைசென்ஸ் வச்சிருக்க நீ சும்மாவாச்சும் வந்து உக்காரு, சம்பளம் தரேன்னு. முடியாதுன்னு வந்துட்டேன். போதும் அந்தப் பொழப்பு.”

அவன் மாவைக்கொட்டிப் பிசைந்து பாவு போட ஆரம்பித்தான். அவள் “ஒரு சிகரெட் பத்திக்கட்டுமா?” என அனுமதி கேட்டபடியே பற்ற வைத்துக்கொண்டாள். அவனுக்கும் ஒன்று தேவைப்பட்டது. உணர்ந்தவள்போல அவன் வாயில் ஒன்றை வைத்து நெருப்பு வைத்தாள். பாவு கொஞ்சம் ஊறி வந்தால் அடிக்க வசதியாக இருக்கும் என்று எண்ணியபடி அவள் எதிரே அமர்ந்து புகைக்க ஆரம்பித்தான்.

“ராஜா செத்துட்டார் தெரியுமில்ல?” என்றான்.

ராஜா என்பவர் பகலில் வெளியில் செல்ல முடியாதவர்களுக்காக வேண்டிய உதவிகளை செய்து அந்த வருமானத்தில் வாழ்பவர்.

அதிலொன்றும் வருமானம் இல்லை. ஆனால் ஒன்றிரண்டு மிச்சம் வருவதுபோலவே கணக்கிட்டு காசு கொடுப்பர். இரவு முழுக்க விழித்திருக்க வேண்டியிருப்பதால் பகலில் தூங்கி மாலை ஒப்பனை செய்யவே நேரம் சரியாக இருப்பவர்களுக்கு ராஜாதான் எல்லாம். சுருங்கச்சொன்னால் எடுபிடி. மிக வயதானவர். நாம் ஒன்று சொன்னால் அவர் வாங்கி வருவது ஒன்றாக இருக்கும். பெரும்பாலும், சாப்பாடு, தண்ணி, சிகரெட், பாக்கு, காண்டம், நாலு நம்பர், டோட்டோ என எதைச் சொன்னாலும் வாங்கி வருபவர். அறிவிக்கப்படாத கமிஷன் ஒன்றுண்டு. மிகச்சொற்ப வருமானம். அனைத்தையும் பீராக வாங்கி குடித்துவிடுவார். எப்போதாவது சாப்பிடுவதுண்டு.

ஆச்சரியத்தை அதிகம் வெளிக்காட்டாமல் அதேசமயம் மெலிதாக முகம் வாடியது போன்றிருந்தது. மரணம் எல்லோருக்கும் வருவதுதான். தனக்கும் வரும். “இன்னும் கொஞ்சநாள் இருந்திருக்கலாம் இல்ல,” என்றாள்.

“சீக்கிரம் போனது ஒருவகையில நல்லதுதான். கடைசி கொஞ்ச நாள்ல அவரால சுத்தமா நடக்க முடியல, காலுக்கு இடையில இரும்புக் குண்டு கட்டின மாதிரி விரைகள் ரெண்டும் வீங்கிடுச்சி. தண்ணிக்குள்ள அகலக்கால் வச்சு நடக்கற மாதிரி துழாவி துழாவி வருவார். கண்பார்வையும் மங்க ஆரம்பிச்சுடுச்சி. பிடிவாதமா எங்கயும் மருத்துவம் பார்க்காம இருந்தார். கொஞ்சநஞ்ச குடியா குடிச்சார் மனுசன். செத்த அன்னைக்கு ஒரு அரவமும் இல்லை. ஒரு வேன்ல தூக்கிப் போடும்போது அஞ்சாறு பேர் நின்னு பாத்தாங்க. அவ்வளவுதான். இந்த மாதிரி வாழ்க்கைய நெனச்சா அப்படி ஒரு வேகாளம் வருது.”

உருட்டி வைத்த மாவு உருண்டைகளை அவன் விசிற ஆரம்பித்தான். அவள் ஒரு குழந்தையைப்போல அருகில் வந்து ‘எனக்கும் கத்துக் குடேன்’ என்பதுபோல நின்றாள். நினைத்த மாத்திரத்தில் விசிற முடியாது, லாவகமும், விசிறுகள் வீச்சும் தன்னிச்சையாக நீண்ட பயிற்சியின் முடிவில் கிடைப்பது. அவள் முயற்சித்துத் தோற்றுப்போய் கை அலம்பிக்கொண்டு வந்தாள்.

தரையிலேயே தட்டுகளைப் பரப்பி உண்ணர். “ரொட்டி கோசத்தை சந்தோஷமான நிலைல நான் இன்னிக்கு சாப்பிடப்போறேன்,” என்றாள். கொஞ்சம்போல அவள் மது வைத்திருந்தாள். ஆளுக்கு

சரிபாதியாக சரித்து சாப்பிட்டு முடித்தனர். நீண்ட இடைவெளிக்குப் பிறகு வயிறு நிறைய சாப்பிட்டதாகச் சொன்னாள். அவனுக்கு விடுமுறையை கழித்துவிட்டது போன்ற எண்ணம் வந்திருந்தது.

அவன் கிளம்புவதாகச் சொன்னான்.

'இங்கேயே தங்கி காலையில் போகலாம்' என அவள் சொல்ல வாயெடுத்து பின் "ஏன் இவ்வளவு சீக்கிரம்" என்பதோடு முடித்துக்கொண்டாள்.

வாசலைத் தாண்டும்போது, ரொட்டி கோசம் சாப்பிட்டபின் பழைய வாழ்க்கை ஞாபகத்துக்கு வந்துவிட்டதாகச் சொன்னாள். அதை அவள் வருத்தமாகச் சொன்னாளா என அவன் திரும்பி முகத்தைப் பார்க்கவில்லை.

உதிரிகளின் பயணம்

கிணற்றிலிருந்து நீரை இறைத்துத் தொட்டியில் ஊற்றிக்கொண்டே இருந்தாள் அம்மா. புற்கள் முளைத்திருக்கும் படிக்கட்டுகளில் கடைசிப் படிக்கட்டில் அமர்ந்திருக்கிறான். அப்போது பத்து வயதுக்குள்தான் இருக்கும். மனையில் அமர்ந்திருப்பது போல காலை நீட்டியவாறு அமர்ந்திருக்க கால்களுக்கிடையில் இருந்த புற்கள் ஒவ்வொன்றாகப் பிடுங்கி வரிசையாக அடுக்கி வைத்தபடி அவ்வப்போது அம்மாவைப் பார்த்துக்கொண்டே இருந்தான். அவளும் அவ்வப்போது அவனைப் பார்த்துக்கொண்டேதான் நீர் இறைத்துக்கொண்டிருந்தாள். வாளி நீரில் விழுவதும் நீரோடு மேலே வரும் ஒலியும் சீராக கேட்டுக்கொண்டே

இருந்தது. அடிக்கடி சேலைத் தலைப்பால் முகத்தைத் துடைத்துக் கொண்டாள். தூரத்திலிருந்து பார்ப்பவர்களுக்கு வியர்வையைத் துடைப்பதுபோலத் தெரிந்தாலும் அவள் அழுதுகொண்டிருக்கிறாள் என்பது அவனுக்குத் தெரியும். பிடுங்கிய புற்களை வரிசையாக தரையில் பரப்பிக்கொண்டிருந்தான். அவை பச்சை நிறப் பாயைப் போலத்தெரிந்தது. திடீரென வாளியைவிட பெரிய பொருள் ஒன்று தண்ணீரில் விழும் சத்தம் கேட்டபோது அம்மா கிணற்றடியில் இல்லை.

வழக்கம்போலவே சரியாக இந்த நொடியில் அவரின் மனச்சித்திரம் கலைந்தது. திடுக்கிட்டு விழித்துக்கொண்டார். கீழே விழவில்லை. எப்போதும் போலவே கம்பியை ஒரு கையால் பிடித்துக்கொண்டும், பக்கவாட்டுச் சுவரில் சாய்ந்தபடியும் நின்றிருந்தார். உடல் மிகுந்த அசதியில் ஓய்வைக் கோரியது. நாற்பது ஐம்பது வருடங்களாக அவரைத் தொடர்ந்தபடி வரும் மனச்சித்திரம். பழகிய கனவு, பிழை நினைவூட்டல் என எப்படி வேண்டுமானாலும் சொல்லலாம்.

சிகரெட் ஒன்றைப் பற்றவைத்துக்கொண்டு சுற்றிலும் நோட்டம் விட்டார். தான் திடுக்கிட்டு எழுந்ததை யாரும் கவனித்தார்களா என்று பார்த்தார்.

பைசல் வந்திருந்தான். இன்று தாமதம்தான். வயிறு முட்டியிருப்பதைப் பார்த்தால் சாப்பிட்டிருப்பான் போல. கையில் மணி பார்த்துக்கொண்டார். பதினொன்றரை காட்டியது. மூன்று மணிநேரம் அமர்ந்தபடி உறங்கியே ஆகவேண்டும். கையை அசைத்து தான் வந்துவிட்டதையும், உணவு முடிந்தது என்பதையும் சைகையால் மாணிக்கத்துக்குச் சொன்னான். இவரும் ஆமோதித்து மூன்று விரலைக் காட்டினார். “இதில் என்ன அதிசயம் இருக்கு” என்பதான முகபாவனையும் போனை நோண்ட ஆரம்பித்தான்.

மாணிக்கம் வீட்டைவிட்டு வந்து மூன்று வருடங்களுக்கு மேலாகிவிட்டது. இந்தியாவிலிருந்து வந்தவர், இங்கேயே திருமணம் முடிந்து மூன்று பிள்ளைகள் உண்டு. எல்லோருமே கல்வி முடிந்து ஓரிடத்தில் வேலை என்று ஆகிப்போன பின்புதான் வீட்டை விட்டு வெளியேறினார்.

காரணம் ஒன்றும் பெரிதில்லை. மூத்த மகன் கன்னத்தில்

அறைந்துவிட்டான். சிறுவயதில் தன் அப்பா எப்படி நடந்துகொண்டாரோ தானும் அப்படியே மாறியிருப்பதை அவரால் தாங்கிக்கொள்ள முடியவில்லை. குடியும் சண்டையும் அவரிடமிருந்துதான் வந்திருக்க வேண்டும். எப்போதும் வரும் அக்கனவின் நிஜத்தில் நிகழ்ந்த நாளில் கூட மூர்க்கமான சண்டை அம்மாவுக்கும் அப்பாவுக்கும நடந்திருந்தது. அதேபோல ஒரு சண்டையில் மகன் அடிக்க அன்று வெளியேறியவர் இன்னும் வீடு திரும்பவில்லை. யாரும் வந்து அழைக்காததுதான் காரணம். அழைத்தால் சென்றிருப்பார். ஆனால் அதற்கான காலம் கடந்திருந்தது.

வெளியேறிய புதிதில் அங்கே இங்கே என வாடகைக்கு குடியிருந்து பார்த்தார். அதீத குடிப்பழக்கமும், புகைப்பழக்கமும் இடம்பெயரச் செய்துகொண்டே இருந்தன. நிரந்தரமாக தெருவிலேயே தூங்க ஆரம்பித்துவிட்டார். கட்டுப்படுத்த முடியாத உறக்கம் வரும்போது வண்டியிலிருந்து இறங்கி நெட் கஃபே உள்ளே மூலையில் உள்ள கம்ப்யூட்டரில் அமர்ந்து ஹெட்போனை மாட்டிக்கொள்வார். இணையத்தில் எதையாவது ஓடவிட்டு கண்களை மூடிக்கொள்வார். மூன்று நான்கு மணி நேரம் அமர்ந்தநிலையில் தூக்கம். அதிகாலையில் எழுந்து காலைக்கடனை முடித்துவிட்டு வண்டியை எடுத்தால் தோதுள்ள இடத்தில் குளியல். தினமும் இல்லையென்றாலும் இரண்டு மூன்று நாளில் ஒரு குளியல் உண்டு.

இப்படி ஒரு உபாயம் இருப்பதைச் சொன்னதே பைசல்தான். பைசலுக்கு இந்தோனேசியாவில் ஒரு குடும்பமும், மலேசியாவில் ஒரு இணைப்பும் உண்டு. இங்கே குடியுரிமை பெற்றவர். குடும்பம் பெரிது, ஐந்து பிள்ளைகள், மூத்தவள் கல்லூரி முடித்து வேலைக்குச் சென்றிருந்தாள், மீதம் அனைவரும் பள்ளிகளில் வெவ்வேறு நிலைகள். இவ்விதம் தெருவில் வாழும் கலையை அவன் பலருக்குக் கற்றுக்கொடுத்தான். இப்படிதான் அவன் ஆரம்பிப்பான்.

“ஒரு ரூம் எடுத்தின்னா எவ்ளோ வாடகை வரும்?”

"தேக்கான்னா ஷேரிங்ல 250க்கு மேல வரும், வெளி ஏரியா போனா ஷேரிங் கிடைக்காது, தனி ரூம்தான். வேலைக்கி போக, வர சிரமம், ஆக இந்த ஏரியாதான் பெஸ்ட். ஷேரிங்ல பெரிய பிரச்சினையே மூட்டப்பூச்சிதான். பக்கத்துல கண்டிப்பா பங்களாக்காரன் இருப்பான். போர்வைக்குள்ள இருந்து குசுகுசுன்னு போன்ல

பொண்டாட்டிகிட்ட சாமான காட்டச் சொல்லி ராத்திரி பூரா கெஞ்சிட்டே இருப்பான்."

பைசல் சிரித்துக்கொண்டார், "பாரு, எவ்ளோ பிரச்சினை இருக்கு?" வேல முடிஞ்சி சாவகாசமா வந்தா கடைக்கி வெளிய நாங்க நின்னுட்டு இருப்போம். பத்து மணி, பதினொரு மணி வரைக்கும் பேசிட்டு தூக்கம் வந்தா உள்ள போய் கம்ப்யூட்டர்ல உக்காரு. ஃபுல் ஏர்கோன் இருக்கும் சத்தம் இருக்காது. உக்காந்து தூங்கப் பழகிட்டா எல்லாம் சரியாயிடும். மெம்பர் கார்டு எடுத்தா பத்து மணி நேர கூப்பன் 8 வெள்ளிதான். நாலஞ்சி மணிவாக்குல எழுந்து பாத்ரூம் போயிட்டு வேலைக்குப் போயிடலாம். மாசத்துக்கே 100 வெள்ளிக்கு கம்மியாதான் வரும். பழகிட்டா இது சொர்க்கம் மாதிரி யாருக்கும் பதில் சொல்லத் தேவையில்ல. சத்தமா குறட்டை மட்டும் விடாத. வெளில போவ சொல்லிடுவாங்க. உன்ன மாதிரி பத்து கம்ப்யூட்டர்லயும் ஆள் இருப்பாங்க தொந்தரவு ஆயிடும். அப்பப்போ ரிசப்ஷனிஸ்ட் சீனாக்காரிக்கு தேத்தண்ணி, கரிப்போ வாங்கிக்குடுத்துட்டா கண்டுக்க மாட்டா" மூச்சு விடாமல் சாதகங்களை அடுக்கிக்கொண்டே போவார்.

கேட்டுக்கொண்டிருக்கும் ஆள் "இந்த டீல் நல்லாருக்கே" என யோசிக்க ஆரம்பித்துவிடுவான். மூன்று வருடங்களுக்கு முன்பு இதேபோன்ற உரையை மாணிக்கத்துக்கு நிகழ்த்தி இந்த வாழ்க்கைக்கு பழக்கப்படுத்தியிருந்தான். நீண்ட நாட்களாக இவ்வகை வாழ்க்கை முறையைத் தொடர்வது கடினம். நிரந்தரமான சோர்வும், தூக்கமின்மையும் கண்களில் தேங்கிவிடும். சுவிட்ச் போட்டமாதிரி எந்த இடத்திலும் கண்ணை மூடினால் தூக்கம் வந்துவிடும் என்பதுபோன்ற நிலை எப்போதுமிருக்கும். சிலர் நீண்ட நாள் தாக்குப்பிடிக்க முடியாமல் வேறு இடம் பார்த்து நகர்ந்துவிடுவார்கள். ஃபைசலும், மாணிக்கமும், ரொனோல்டோவும் இதில் மிகவும் தேர்ச்சி பெற்றிருந்தனர். ஃபைசல் இம்முறையை கண்டுபிடித்தவர் என்பதால் அவன் பத்து வருடங்களைத் தாண்டியிருந்தார்.

ஏழெட்டு மணி வாக்கில் வந்தால் கடை ஓரம் நின்றபடியே பியர் குடித்துக்கொண்டு பேசிக்கொண்டிருக்கலாம். ஆள் இல்லாத நேரம் தூக்கம் வரும். பக்கவாட்டுக் கம்பியைப் பிடித்துக்கொண்டே இருக்க வேண்டும் இல்லையென்றால் தூக்கத்தில் தடுமாறி விழவேண்டும். நின்றுகொண்டே தூங்கும் கலையை மாணிக்கம் பழகியிருந்தார். எப்போதுமே இந்தக் கனவுதான் அவரை எழுப்பிக்கொண்டிருந்தது.

தானாக முழிக்கும்வரை ஃபைசல் எழுப்பமாட்டான். தானாக எழும்போது அவர் முன் புகைத்தபடி ஃபைசல் நின்றிருப்பான்.

'அதே கனவா?' என்று சிரித்தபடியே கேட்டு அன்றைய நாளின் உரையாடலைத் துவக்குவது வாடிக்கையாக இருந்தது. ரொனோல்டோ எப்போதும் தனித்திருப்பவர். எப்போதும் நேர்த்தியாக உடையணிந்து அழகாகத் தோற்றமளிப்பவர். இவர்களுடனே இருந்தாலும் அவர் தனி வகை. தினமும் ஒரு பியருக்கு மேல் போகாது. சாப்பாட்டில் கவனம் கொண்டவர். ஞாயிறுகளில் பூச்சோவ் சர்ச்சுக்கு சென்று மனமுருக பிரார்த்தனை செய்பவர். தன் குறித்த விஷயங்களை யாரிடமும் பகிர்ந்துகொள்ள மாட்டார் எனினும் மகிழ்ச்சிக்கு குறைவில்லாதவர்.

அவரின் நிஜப்பெயர் தங்கராசு. ஃபுட்பால் மேலிருந்த மோகத்தால் ரொனால்டோ என வைத்துக்கொண்டார். எப்போதுமே கிச்சனர் ரோட்டிலுள்ள காப்பிக்கடையில் இவரைப் பார்க்க முடியும் அந்தக்கடையில்தான் எப்போது ஃபுட்பால் ஒளிபரப்பிக்கொண்டிருப்பார்கள். இந்த மூவரும் இணைந்த புள்ளி ரோவல் ரோட்டில் உள்ள இந்த நெட் செண்டர். இதே ரோட்டில் உள்ள புளோக்கில் எனது அறை இருந்தது. என் பெயர் குணசேகரன். சர்க்யூட் ரோட்டில் ஒரு சாப்பாட்டுக்கடையில் வேலை. தினமும் சைக்கிளில் சென்று வரும் தூரம்தான். நான் சைக்கிள் நிறுத்துமிடமும் இந்த மூவரும் பேசிக்கொண்டிருக்கும் இடமும் ஒன்றேதான். என் வேலை முடிந்து இங்கேதான் சைக்கிள் நிறுத்துவேன். அறைக்குத் திரும்பும் முன்பு எப்போதுமே இவர்களிடம் கொஞ்ச நேரம் பேசிக்கொண்டிருந்துவிட்டுதான் செல்வது வழக்கம். வரும்போது கடையிலிருந்து எதாவது சாப்பிடக் கொண்டு வருவேன் என்பதால் என் வருகையை எப்போதுமே எதிர்பார்த்தபடி இருப்பார்கள். என்ன கொண்டுவருகிறேனோ அதை இருப்பவர்கள் பங்கிட்டு அங்கேயே தரையில் அமர்ந்து உண்போம். மாணிக்கம் எனக்காக ஒரு டின் பியரை வாங்கி வைத்திருப்பார். குடித்தும் சாப்பிட்டும் முடிக்கும் வரை பேச்சு தொடரும்.

மாணிக்கம் சரியான நேரத்திற்கு வந்துவிடுவார். ஆட்களை வேலைக்கு ஏற்றிக்கொண்டு வேலையிடத்தில் விட்டு மாலையில் அழைத்து வரும் வேலை என்பதால் குறித்த நேரத்தில் நடக்கும். ஃபைசலும் ரொனால்டோவும் எப்போது திரும்புவார்கள் என்று கணிக்க முடியாது. என் வேலை முடிய இரவு ஒன்பது ஆகிவிடும்

சைக்கிளில் வர இருபது நிமிடங்கள் எடுத்தால் ஒன்பதரைக்கு வரும்போது மூன்று பேருமே இருப்பார்கள்.

இந்தக்குழுவில் நானே இளையவன் என்பதால் பெரும்பாலும் அவர்கள் பேசிக்கொள்வதை கேட்டுக்கொண்டிருப்பேன். ஃபைசல் அரிதாக குடிப்பவன். ரொனால்டோ, மாணிக்கம், மற்றும் நான் தினசரி குடிப்பவர்கள் என்பதால் பெரும்பான்மை எங்களுக்குதான் எங்களில் ஒருவர் சபை கலையலாம் என்ற முகக்குறி தெரியும் வரை ஃபைசல் அமைதியாக இருப்பார்.

இக்குடி அமர்வில் அதிகமுறை பேசிய விஷயம் ஒன்றுதான். இயந்திர வாழ்வில் இருந்து பிய்த்துக்கொண்டு நாங்கள் நால்வரும் ஒரு சுற்றுலா செல்வது என்பதுதான் அதிக முறை பேசுபொருளாக இருக்கும். பெரும்பாலும் பேச்சுமுறையிலேயே நாங்கள் தாய்லாந்து, வியட்நாம், மலேசியா, இந்தோனேசிய தீவுகள், இலங்கை, பர்மா நாடுகளை சுற்றியிருக்கிறோம். போதை அதிகமாகும் பட்சத்தில் அமெரிக்க ஒன்றியத்துக்குக் கூட போகத்துணிவோம். இரவிலே நாங்கள் போட்ட திட்டம் எதுவுமே விடிந்ததும் நினைவிருக்காது. நினைவில் இருந்தாலுமே அதைப்பற்றி பேசுவதை நிராகரித்துக்கொள்வோம்.

ஏனெனில் அவ்வளவு காசு யாரிடமும் இல்லை. இதிலே அதிக முறை சென்றது பாத்தாம் தீவுதான். ஃபைசலுக்கு சொந்த ஊர் பாத்தாம். சமீப குடி அமர்வுகளில் சுற்றுலா விஷயம் தீவிரமடைந்திருந்தது. நாங்கள் நால்வருமே கடுமையான உளச்சோர்வு அடைந்திருந்தோம். வேலையும், குடியும் தவிர வேறெதையும் செய்ததில்லை. நான் ஊருக்கு செல்வதை அடியோடு நிறுத்தியிருந்தேன். நான்காண்டுகளாக எனக்கு போக்கிடம் இல்லை. ஊரில் சொந்த பூர்வீக வீடு இருக்கிறது அங்கு எனக்கென யாருமில்லை. தாய் தந்தையர் தவறி பல வருடங்கள் ஆகிவிட்டது. சித்தப்பாதான் திருமணம் நடத்தி வைத்தார். மணமுடித்த பதினைந்தாம் நாள் அவள் சென்றுவிட்டாள். நான் தேடுவதை நிறுத்திவிட்டு இங்கேயே திரும்பி வந்துவிட்டேன். மாணிக்கத்திடம் மட்டும் இந்த விஷயங்களை பகிர்ந்துகொண்டேன். அதுவும் ஒரு உச்சபோதையான ஒருநாளில்தான் நடந்தது. இங்கேயே ஒரு கல்யாணத்தை பண்ணி வைக்கிறேன் என அவர் முயற்சிகள் எடுத்தார். எனக்கு அதில் விருப்பமில்லை. குடும்ப வாழ்வில் தோல்வியுற்றவர்களை அருகிலேயே வைத்திருப்பதால் அதில் கவனம் குறைந்தே போனது. எனக்குமே கூட அவ்வாய்ப்பு

நழுவிப்போய்தானே இருந்தது. 'அது அப்படியே இருக்கட்டும்' என்ற நிலைதான்.

சுற்றுலா குறித்த உரையாடல்களில் அதிக ஆர்வம் காட்டாத ரொனால்டோவே இந்த முறை அழுத்தம் திருத்தமாக பயணம் செய்வது என்ற நிலைப்பாட்டில் உறுதியாக இருந்தார். அதற்கு ஏற்றது மாதிரி டிசம்பரில் கிறிஸ்துமஸ் தினத்தையொட்டி மூன்று நாட்கள் விடுமுறை வந்தது. மற்ற மூவருக்கும் விடுமுறை என்றாலும் சாப்பாட்டுக்கடையில் விடுமுறை தினங்களில்தான் வியாபாரம் என்பதால் முதலாளி அனுமதிக்க மாட்டார். இப்போதிலிருந்தே சொல்லி வைத்தால் ஒருவேளை சம்மதிக்க வாய்ப்புண்டு. சமீபத்தில்தான் கொல்கத்தாகாரன் ஒருவன் வேலையில் சேர்ந்திருப்பதால் சம்மதிக்க வாய்ப்பிருக்கிறது.

அடுத்தகட்டமாக மூன்று நாட்களில் எங்கே செல்வது? எப்படி செலவழிப்பது? பட்ஜெட் என்ன என்பது குறித்து பேச ஆரம்பித்தோம். எங்கள் பயணம் அடுத்த கட்டத்தை எட்டுவது இதுதான் முதல்முறை. பெரும்பாலும் முதல்கட்டத்திலேயே முறிந்துவிடும்.

ஃபைசல்தான் முதலில் முன்மொழிந்தார். "எல்லாருக்கும் கட்டுபடியாகணும், குறிப்பா ஓய்வெடுக்கணும், குடல் நிறைய மது அருந்தவேண்டும், வயிறு நிறைய சாப்பிட வேண்டும், எந்த பிரச்சினையும் இல்லாமல் திரும்பணும். அதுக்கு என்கிட்ட ஒருவழி இருக்கு."

நாங்கள் எல்லோருமே பைசல் முகத்தைப் பார்த்தோம். எங்களுக்கு ஏற்கனவே தெரிந்ததுதான். இதைக்குறித்து பலமுறை பேசியிருக்கிறோம் என்றாலும் புதிதாக கேட்பதைப்போல அவர் முகத்தைப் பார்க்க ஆரம்பித்தோம்.

"பாத்தாம்ல என் ஃப்ரெண்டோட ரிசார்ட் இருக்கு. கடற்கரை ஓரம். தனித்தனி வில்லாக்கள். ஒரு வீடு எடுத்துட்டா போதும். ஒவ்வொரு வீட்டுலயும் பின்வாசல் படிக்கட்டுல இருந்து நாலு அடி எடுத்து வச்சா கடல் அலைல கால் நனைக்கலாம். மூணு ரூம் இருக்கும். சமைச்சிக்கலாம். இல்லன்னா பக்கத்துல ஈ மொய்க்கிற மாதிரி கடல் உணவுக்கடைகள் இருக்கு. சமைச்சு சாப்பிடறது நம்ம பட்ஜெட்டுக்கு ஒத்துவரும். எனக்கு ஒருத்தி இருக்கா. நான் எப்போ பாத்தாம் போனாலும் அவகிட்ட மசாஜ்

செஞ்சிக்குவேன். நல்லா சமைப்பா, நல்லா கம்பெனி குடுப்பா" என்றபடி சிறிது இடைவெளிவிட்டு அர்த்தம் பொதிந்த பார்வையுடன் மாணிக்கத்தைப் பார்த்தார். மாணிக்கம் தன் உதடுகளைப் பரவசத்துடன் ஈரப்படுத்திக்கொண்டார். மேல சொல்லுப்பா என்று ரொனால்டோ பைசலை ஊக்கப்படுத்தினார். எனக்குமே கேட்க நன்றாக இருந்தது.

"இங்க கிடைக்கிற மாதிரி அங்க சரக்கு ஓரிஜினலா கிடைக்காது. எனவே ஃபெர்ரில இறங்கினதும் ட்யூட்டி ஃப்ரீல வாங்க முடிந்த அளவு வாங்கிடணும். பியர் வாங்கினா சீக்கிரம் தீர்ந்துடும். ஒரு லிட்டர் விஸ்கி நாலு வாங்கிடணும். இதுதான் ரொம்ப முக்கியம். மூணு நாளைக்குத் தேவையானதை வாங்கிக்கணும். சாப்பாட்டுக்குப் பிரச்சினை வரவே வராது. அதுக்கு நான் பொறுப்பு. மாலை நேரத்துல ஊர் சுத்தலாம். பார்க்க வேண்டிய இடங்கள் நிறைய இருந்தாலும் முக்கியமான இடங்கள பார்க்கலாம்.

ஊர் சுத்தும் யோசனையை நாங்கள் மூவரும் நிராகரித்தோம். எங்களுக்குத் தேவை அதுவல்ல, ஓய்வும், குடியும், கொண்டாட்டமும்தான். ஊர் சுற்றிப் பொருள் வாங்கிப் பரிசளிக்கும் வகையில் யாரும் இல்லை என்பதால் "அதெல்லாம் தேவையில்லப்பா" என மாணிக்கம் சலித்துக்கொண்டார்.

ரொனால்டோ தயக்கத்துடன் ஒரு கோரிக்கைக்கான முகக்குறியுடன். "என் கேர்ள் ப்ரெண்ட் வந்தா அவளையும் கூட்டிட்டு வரலாமா?" என்றார்.

ஃபைசல் மகிழ்ச்சியுடன் "தாராளமா" என்றதுடன் இந்தப்பயணத்தின் நோக்கமே மகிழ்ச்சியும் ஓய்வும் கொண்டாட்டமும்தான் ஆகவே கண்டிப்பா கூட்டிட்டு வரலாம் என்றார். மாணிக்கத்துக்கு மறுப்பேதுமில்லை. எனக்குத் தயக்கமாக இருந்தது. இயல்பாகப் புழங்குவதில் மனத்தடைகள் வரக்கூடும் என்று யோசித்தேன். இருந்தாலும் பயணத்தில் கட்டை

போடக்கூடாது என்பதால் அமைதியடைந்தேன்.

"அப்புறம் என்னப்பா? எல்லாம் முடிந்தது. எல்லாம் தயாராகுங்கள்" என கப்பல் கேப்டன் சொல்வது போல ஃபைசல் மகிழ்ச்சியுடன் அறிவித்தார். "பட்ஜெட் சொல்ல மறந்துட்டேன். ஆளுக்கு ஐநூறு வெள்ளியாவது வேணும். கூடக்குறைய இருந்தாலும்

சமாளிச்சிக்கலாம்" என்று தைரியம் அளித்தார்.

பியர் கோப்பையை உயர்த்தி "பயணத்திற்காக" என சியர்ஸ் செய்துகொண்டோம். மறுநாள் மறப்பதற்கான திட்டமில்லை இது. நிஜமாகவே இத்திட்டம் அடுத்த கட்டத்தை அடைந்துவிட்டது எல்லோர் முகத்திலும் தெரிந்தது. பயணத்திற்கு இன்னும் இருபது நாள்கள் இருந்தது.

மாணிக்கம் காலையில் வண்டி எடுக்கும் முன்பு வழக்கத்தை விட பத்து வெள்ளிக்கு கூடுதலாக 4 டி எடுத்தார். நம்பர் பட்டுச்சின்னா பயணத்தை மேலும் சிறப்பாக்கலாம் என்பது எண்ணம்.

திட்டம் உருப்பெற்ற அடுத்தடுத்த தினங்களில் அதை எப்படியெல்லாம் மெருகேற்றலாம் என குடி அமர்வுகளில் பேசிக்கொண்டோம்.

ஃபைசல் அவர் நண்பரிடம் பேசிவிட்டதாகவும் தங்குவதில் பிரச்சினை ஏதுமில்லை எனவும் எங்களுக்கு அறிவித்தார். இருப்பதிலேயே சிறந்த வில்லாவை நமக்குப் பாதி வாடகைக்குத் தருவதாக உறுதியளித்திருக்கிறாராம். விடுமுறை தினங்களில் இந்த கம்மி ரேட்டுக்கு ஹோட்டலில் கூட கிடைக்காது. பீத்தாம்பசாருக்கு சென்று மீன்பிடித் தூண்டில் ஒன்றை வாங்கிவந்தார் மாணிக்கம். மிக நீண்ட நாள் கழித்து மீன் பிடிக்கப்போவதில் அவருக்கு மகிழ்ச்சி. மாணிக்கம் சனிக்கிழமை இரவுகளில் கல்லாங் ஆற்றில் மீன் பிடிப்பதுண்டு. தூண்டிலை வீசிவிட்டு அமர்த்தலாக தடுப்புவேலியில் கை வைத்தபடி புகைபிடிப்பதில் அவருக்குப் பேரானந்தம். அங்கே மீன் பிடிப்பவர்களை விடவும் சற்று கூடுதலாக திறன் கொண்டவராக அவர் அறியப்பட்டார். நீரோட்டம், மீன் படும் இடம், எந்த இரைக்கு என்ன மீன் சிக்கும் என்பது அவருக்கு அத்துபடி. அருகருகே மீன்பிடிக்கும் சீன நண்பர்களுக்கு அவ்வப்போது டிப்ஸ் கொடுப்பார். நள்ளிரவுக்கு மேல்தான் அரிதான மீன்கள் இரை கடிக்கும் என்பதால் சாவகாசமாக இரவு பத்து மணிக்கு மேல்தான் ஆற்றங்கரைக்கு வருவார். சில நேரங்களில் எங்கள் குடி அமர்வை ஆற்றங்கரை ஓர மரத்தினடியில் வைத்துக்கொள்வோம். அதிகாலையில் கிழக்கு கடற்கரை சென்று அங்கேயே குளித்து தெரு மீள்வோம். மிக அரிதான மீன் கிடைக்கும்போது உயிரோடு இருந்தால் அதற்கு நல்ல விலை உண்டு. ஒருமுறை இரண்டடி நீளமுள்ள அரோவன மீன் பட்டது. வளர்ப்பு மீன்கள் வளர்ப்பவர்களிடம் விற்றால் நல்ல தொகை கிடைக்கும். ஆனால் வெறும் 200 வெள்ளிக்கு

மலாய்க்காரனிடம் விற்றுவிட்டார்.

எல்லாவற்றையும் தாண்டி மீன்பிடிக்கப்போகிறோம் என்ற மகிழ்ச்சி அவரிடம் ஒரு துள்ளலைக் கொடுத்திருந்தது. ஃபைசலிடம் உறுதியாக மாணிக்கம் சொல்லியிருந்தார். இந்தத் திட்டமே உன்னை நம்பிதான் போடப்பட்டிருக்கிறாது. எங்களை எல்லாம் சரியாக இடத்தில் சேர்ப்பித்துவிட்டு நீ வீட்டுக்குப் போவதாக இருந்தால் போகலாம். ஊரில் போய் இறங்கியதும் வீட்டுக்குப் போகலாம் என்று சொல்லக்கூடாது என முன்பே சொல்லிவிட்டார். ரொனால்டோ மாணிக்கத்தை இடைமறித்து "அதெல்லாம் நடக்காது" நான் பார்த்துக்கொள்கிறேன், என்று சமாதானமளித்தார்.

பயணத்திற்கான ஒரு வாரத்திற்கு முன்பு ரொனால்டோ தன் கேர்ள் பிரண்டைக் கூட்டி வந்து அறிமுகப்படுத்தினார். அப்போது கல்லாங் ஆற்றில் மீன் பிடித்துக்கொண்டிருந்தோம். அவள் இலங்கையைச் சேர்ந்தவள். சிங்களம். சுசாந்திகா என்பது பெயர். ரொனால்டோ தனக்கேற்றதுபோல 'சூசி' என அழைத்தார். தன் உருவத்திற்கு சற்றும் பொருந்தாத உடை அணிந்திருந்தாள். ஆணின் தோற்றம்போல கம்பீரமாக இருந்தாள். ரொனால்டோவை விட 25 வயதாவது குறைவாக இருக்கலாம். ஃபைசல் ரொனால்டோவுக்கு மட்டும் புரியும் வகையில் மலாயில் எதோ சொன்னார். அதற்கு "தூண்டில் முள்ளை எடுத்து தொண்டையில் விட்டு இழுத்துவிடுவேன் பேசாம இரு" என்பது போல சைகையில் சொன்னார். கிண்டலடிக்கிறார் ஃபைசல் என்பது புரிந்தாலும் பொருள் புரியவில்லை. நான் மாணிக்கத்தைப் பார்த்தேன். உதட்டில் சிகரெட் புகையும் கண்களில் சிரிப்புமாக "கேர்ள் ப்ரண்டுன்னு சொல்லிட்டு பாய் ப்ரெண்ட கூட்டிட்டு வந்திருக்கான்னு சொல்றான்" என்றார். எனக்கு சிரிப்பொன்றும் வரவில்லை. அவள் முகத்தைப் பார்த்தேன். அவளுக்குப் புரிந்தது மாதிரி வெட்கமடைந்தாள். ஃபைசல் விடாமல் மலாயில் கிண்டல் செய்துகொண்டே இருந்தார். நாங்கள் அனைவருமே மகிழ்ச்சிக்கான ஊற்றுக்கண் திறந்ததைப் போல பரவசமடைந்தோம்.

சிங்கள உணவு சமைப்பதில் இவள் கில்லாடி. "மாணிக்கம் பிடிக்கப்போகும் மீன்களை இவள் நமக்கு உணவாக்கித் தருவாள்" என்றார் ரொனால்டோ.

கிறிஸ்துமஸ் வெள்ளிக்கிழமை வருவதால் அதையொட்டி வரும் சனி, மற்றும் ஞாயிறு விடுமுறை எடுத்துக்கொள்வது எனத் தீர்மானித்தோம்.

அது எந்த வேலையாக இருந்தாலும் விடுமுறை எடுத்தாகவேண்டும். நான் முன்னமே முதலாளியிடம் சொல்லிவிட்டதால் எனக்கு விடுமுறை கிடைத்துவிட்டதாகச் சொன்னேன். மாணிக்கத்துக்கு வேலை முடிய வியாழன் மாலை ஆகிவிடும். ஆகவே தானா மேராவிலிருந்து வந்துவிடுவதாக சொன்னார். ஃபைசலும் நானும் ஒன்றாகச் செல்வதென முடிவானது. ரொனோல்டோவும் அவரது கேர்ள் ப்ரெண்டும் ஒன்றாக வருவதென சொன்னார். நகோயா மால் பணம் மாற்றும் இடத்தில் எல்லோரும் சந்திப்பதென முடிவானது.

வாழ்வில் மிக அரிதாக நடக்கப்போகும் உல்லாசத்திற்கு மனம் ஏங்கிக்கொண்டிருந்தது. நாளை வேலையை சீக்கிரமாகவே முடித்து 7 மணிக்கு சந்திப்பதாக ஃபைசலிடம் சொன்னேன். காத்திருப்பதாக சொன்னார் அவர். ரொனால்டோ நாளை முதலே விடுமுறைதான். காலையிலேயே கேர்ள் ப்ரெண்டோடு வெளியில் ஒரு வேலை. அது முடிந்ததும் வந்து இணைந்துகொள்வதாக உறுதி அளித்தார். "பாத்தாம்ல எல்லாத் தெருவும் எனக்குத் தண்ணி பட்ட பாடு. என்னை எதிர்பாக்காம நீங்க போங்க. மாலில் உங்களை சந்திக்கிறேன்" என்று சொல்லி பிரிந்தோம்.

இத்தனை வருடம் சிங்கப்பூரில் இருந்தாலும் மிக அருகில் இருக்கும் பாத்தாம் தீவுக்குச் சென்றதில்லை. நாற்பது நிமிட படகுப்பயணத்தில் அடைந்துவிடும் தொலைவுதான். வாழ்வில் முதல் முறையாக படகில் ஏறப்போவது சிறிதளவு மகிழ்ச்சியளித்தது. நானே பைசலுக்கும் சேர்த்து டிக்கெட் எடுத்தேன். குடிமைச்சோதனையில் ஃபைசலை மட்டும் தனியே அறைக்கு அதிகாரிகள் அழைத்துச் சென்றதை தூரத்தில் இருந்து பார்த்தேன். பிரச்சினையில்லை நீ போய் காத்திரு, வருகிறேன்" என்று சொன்னார்.

சிறிது நேரம் அங்கேயே காத்திருந்தேன். வருவதுபோலத் தெரியவில்லை. ஃபைசலை பிடித்துப்போன கலவரத்தில் டியூட்டி ஃப்ரீ கடையில் சரக்கு வாங்க மறந்திருந்த என்னை நானே நொந்துகொண்டேன். நான் வாங்காவிட்டால் என்ன பின்னால் வருபவர்கள் வாங்கிவருவார்கள் என மனதைத் தேற்றிக்கொண்டேன். நேரம் செல்லச்செல்ல மனம் சோர்வடையச் செய்தது. எல்லாருமே ஒரே படகில் வந்திருந்தால் இப்பிரச்சினை இல்லை. தீவு முழுக்க மனிதக்கூட்டம் அதிகளவில் இருந்தது. எங்கு பார்த்தாலும் மனிதத் தலைகள்தான். தெருக்கள் அசுத்தமாக பார்ப்பதற்கு சென்னையைப் போலவே இருந்தது. இரண்டு கடைக்கு ஒரு

கடை சாப்பாட்டுக்கடைகள், பொரிப்பது, வறுப்பதுமாக நாசியைத் துளைத்தபடி இருந்தது. வாகனங்கள் ஒழுங்கின்றி தாறுமாறாக சென்றுகொண்டிருந்தது. ஏகப்பட்ட தங்கும் விடுதிகள். வாய் பார்த்துக்கொண்டிருந்ததில் வயிறு பசித்தது. தள்ளுவண்டிக்கடையில் அப்போதைக்கு பசிபோக்கும் வகையில் சிறிது உணவருந்தினேன். வெளியில் வந்து மீண்டும் காத்திருக்க ஆரம்பித்தேன். ஒரு கட்டத்திற்கு மேல் காத்திருப்பதில் அர்த்தமில்ல என்பதால் ஊர் திரும்பிட நினைத்து படகு நிறுத்துமிடம் சென்றபோதுதான் சொன்னார்கள். 9 மணிக்குமேல் படகுப்போக்குவரத்து கிடையாதாம். ஆயிரம் வசவுச்சொற்களை அம்மூவர் மீது ஒரே நேரத்தில் இறைத்தேன். எங்காவது தங்கியே ஆகவேண்டும். அலைந்து திரிந்து பத்துக்கும் மேற்பட்ட ஹோட்டல்களில் ஏறி இறங்கி மேலும் களைப்படைந்தேன். முன்பதிவில்லாமல் அறை கிடைக்கவில்லை. தொடர்ச்சியான விடுமுறை தினங்கள் என்பதால் அனைத்துமே புக் செய்யப்பட்டிருந்தது. நடந்துகொண்டிருந்த பாலத்தின் நடைபாதையில் அப்படியே அமர்ந்துவிட்டேன். ஒரு டுக்டுக் வண்டிக்காரன் நிறுத்தி "எங்கே போகணும்" எனக்கேட்டான். "இன்றிரவு மட்டும் தங்க அறை ஒன்று வேண்டும்" என்றேன். பின்புறம் அமரச்சொன்னான். ஒரு மலிவான விடுதியில் போய் நிறுத்தினான். அவனே அறை வாடகை பேசி முடித்து அனுப்பி வைத்தான்.

மறுநாள் அதிகாலையிலே எழுந்து அறையை காலி செய்து படகுத்துறை வந்து சிங்கப்பூர் மீண்டேன். ஒரே நாளில் திரும்பி வந்த என்னை ஆச்சரியத்துடன் பார்த்த முதலாளி ஒன்றும் கேட்டுக்கொள்ளவில்லை. வழக்கத்தை விட வேலை அதிகம் இருந்தது. நொடிகூட நிற்க முடியாத ஆர்டர்கள் வந்துகொண்டே இருந்தன. எல்லாவற்றையும் இழுத்துப்போட்டு நானே செய்து கொண்டிருந்ததைக் கண்ட முதலாளிக்கு ஒன்றும் விளங்கவில்லை. வேலை நேரம் முடிந்தும் கூட கிளம்பவில்லை. உடல் சோர்வடையும் வரை நின்று பதினொரு மணிக்கு மேலே சைக்கிளைத் தள்ளிக்கொண்டே வீடு வந்துசேர்ந்தேன். வழக்கமாக சைக்கிளை நிறுத்தும் இடத்திற்கு போகாமல் புளோக் அடியிலேயே பூட்டி அறைக்குச் சென்று சாய்ந்தபோது உடலை ஏதோ பெரும்பாறை ஒன்று அழுத்துவதுபோல சோர்வு இருந்தது. அப்படியே தூங்கியும் போனேன்.

அதற்குப் பிறகு ரோவல் ரோடு வழியாகச் செல்வதை நிறுத்திவிட்டேன். மாணிக்கத்தையும், ஃபைசலையும், ரொனால்டோவையும் பார்த்து ஒருமாதத்திற்கும் மேலாகிவிட்டது. சொல்லப்போனால் அவர்களிடம் முன்பிருந்த கோபம் இப்போது கரைந்துவிட்டிருந்தது. அவர்களுடன் நட்புடனிருந்த மூன்று வருடத்தில் தினசரி சந்தித்துக்கொள்ளாமல் இருந்ததே இல்லை. மூவரில் யார் கண்ணில் பட்டாலும் சமாதானமடைந்து பழைபடி இணைந்துகொள்ளலாம் என்ற முடிவில்தான் இருந்தேன். ஆனால் அவர்களாக அழைக்கும் வரை செல்லக்கூடாது என்ற கட்டுப்பாடு இருந்தது. ஒருவகையில் ஈகோதான். எவ்வளவு பெரிய ஏமாற்றம்.

என் மனக்குறிப்பை அறிந்ததுபோலவே இரவு வீடு திரும்பும்போது வழக்கமாக பீர் வாங்கும் கடைகார சம்பத் அண்ணன் சொன்னார். “பத்து நிமிஷத்துகு ஒருவாட்டி வந்து சொல்லிட்டு போனாப்ல மாணிக்கம் அண்ணன். ”நீ வந்த உடனே போன் அடிக்கசொன்னார்." விருப்பமில்லாதவன் போல முகத்தை வைத்துக்கொண்ட நான் பீர் டின்னை வாங்கிப் பையிலிட்டுத் திரும்பும்போது மாணிக்கம் அண்ணனே எதிரில் வந்தார். அசட்டுப்புன்னகை. ஒருவகையில் அவர் கண்கள் மன்னிப்பைக் கோரியதுபோல தெரிந்தது. "ஆள் அடையாளம் தெரியாதமாதிரி உடல் இளைத்திருந்தது. தலையில் மொட்டை, தாடியைக் காணோம். வழக்கமாக அவர் போடும் சட்டை தொளதொள என்றிருந்தது.

நேராக வந்து என் இரு கைகளையும் பிடித்துக்கொண்டார். “என்ன மன்னிச்சிடு குணா”... என்றபடி கைகளை மறுபடி இறுக்கினார். அவர் தோற்றம் கண்டு என் கண்களில் கண்ணீர் சுரந்தது.

"அதெல்லாம் விடுங்க. என்னாச்சு? ஏன் இந்த மாதிரி இளைச்சுட்டிங்க?" என்றேன்.

"வா... குணா ஒரு பீர் சாப்பிட்டுட்டே பேசுவோம்" என்றபடி அழைத்துப்போனார். வழக்கமாக அமரும் இடத்தில் அமர்ந்துகொண்டோம். பயணம் புறப்பட இருந்த நாளில் உற்சாக மிகுதியில் மதியமே இரண்டு டப்பா பீர் சாப்பிட்டு வண்டி எடுத்திருக்கிறார். சிறிய விபத்தொன்று நடந்திருக்கிறது. "டிரங்க் அண்ட் டிரைவ்ல மாட்டிகிட்டேன். நேரம் சரியில்ல குணா அதான் இப்படி ஆச்சு. ஏற்கனவே பாயிண்டு இல்ல. ரெண்டாயிரம் வெள்ளி பைட் அடிச்சிட்டான். நம்மகிட்டடல்லாம் என்னிக்கு

ரெண்டாயிரம் வெள்ளி சுளையா தங்கியிருக்கு. அதான் ஒருமாசம் உள்ள இருந்தேன்" என்றார்.

"என்னிடம் சொல்லியிருக்கலாமே மாணிக்கண்ணே..."

"இதப்போய் சொல்லிக்கிட்டு இருப்பாங்களா... வேலையும் போச்சு. கைல காசும் இல்ல. பசிக்குது குணா, சாப்பாடு எடுத்துட்டு வரலியா" என்றார். மனம் கனத்துப்போனது. அப்படியே எழுந்துபோய் அவரை சாப்பாட்டுக்கடையில் அமரவைத்து அவருக்குப் பிடித்தமான மேகி பட்டாயா ஒரப்பாக ஆர்டர் செய்து சாப்பிட வைத்தேன்.

"சரி, ஃபைசலும் ரொனால்டோவும் என்னவானார்கள்?" என்றேன்.

ஃபைசலுக்குப் போன் அடிச்சேன். அவனுக்கு ஓவர்ஸ்டே பிரச்சினை, பைன் அடிச்சிருக்காங்க அதையும் கட்டலை. பேண்ட் பண்ணிட்டானுங்க. அது தெரியாம போய் மாட்டிக்கிட்டான். அப்பவே அவன திரும்பி அனுப்பிட்டாங்க. இன்னும் கொஞ்ச நேரத்துல வந்துருவான். ஆனா ரொனால்டோ என்ன ஆனான்னு தெரியல. எப்படியும் இங்க வந்துதான் ஆகணும். என்ன பிரச்சினைன்னு கேட்டுடலாம்."

ஓரிருநாள் கழித்து ரொனால்டோ வந்தார். அவருடைய முகம் சோகமயமாக இருந்தது. ஃபைசல் அவரை செல்லமாக வம்பிழுத்துக்கொண்டே இருந்தார். "பிரச்சினை என்னன்னு சொல்லு" என்று நச்சரித்தார். 'சொல்லலாமா வேண்டாமா' என்றபடி அவர் நெளிந்துகொண்டிருந்தார். அவரை மன்னித்துவிட்டோம், தயங்காமல் 'ஏன் வரவில்லை' என்ற காரணத்தைச் சொல்லுமாறு மாணிக்கம் அண்ணன் கேட்கவே அவர் தட்டமுடியாமல் சொல்ல ஆரம்பித்தார்.

"அன்னிக்கு காலைல கேர்ள் ப்ரெண்ட அழைச்சிட்டு கிளினிக் போனேன். அவளும் என்கிட்ட என்ன பிரச்சினைன்னு சொல்லவேல்ல. ஏதோ ரெகுலர் மெடிக்கல் செக்கப் என்று நினைச்சிட்டுப் போனேன். பாசிட்டிவ் ஆயிடுச்சி. ஸ்டிரிப்ல ரெண்டு பிங்க் கலர் கோடு பாத்த உடனே எனக்கு என்ன பண்றதுன்னே தெரியல. அடுத்த வாரம் அவளுக்கு மெடிக்கல் போடச்சொல்லி சூரா அனுப்பிட்டாங்க. அப்படியே உக்காந்துட்டேன். தள்ளிப்போய் ரெண்டு வாரத்துக்கு மேல ஆச்சுதுனால மாத்திரைல முடியாதாம். அலைஞ்சி திரிஞ்சி வட்டிக்கு வாங்கி டிக்கெட் போட்டு ஊருக்கு

அனுப்பிட்டேன்" என்றார்.

ஃபைசல் வெடிச்சிரிப்புடன் "கெழட்டுப்பய சாதாரண ஆள் இல்ல போலருக்கு. காளையவே கர்ப்பமாக்கிட்டு வந்திருக்கு பாரு ஏன் பெத்துக்க வேண்டியதுதான" என்றார் அதே சிரிப்புடன். மாணிக்கமும் சேர்ந்து சிரிக்க ஆரம்பித்ததும் எனக்கும் அது தொற்றிக்கொண்டது. கண்ணீர் முட்டுமளவுக்குச் சிரித்தோம். ரொனால்டோ நெளிந்தபடி அமர்ந்திருந்தார்.

எங்களிடையே இருந்த அப்பழைய நட்பு மீண்டும் துளிர்க்க ஆரம்பித்தது.

"ஹரிராயா வரப்போகுது. மூணு நாள் லீவ் வரும். இந்தமுறை மிஸ் ஆகவே ஆகாது. நாம கண்டிப்பா போறோம்" என்று ஃபைசல் சொல்ல ஆரம்பித்தார். எதுவுமே பேசாமல் நாங்கள் எல்லோரும் எழுந்து செல்ல ஆயத்தமானோம்.

எலி வேட்டை

வழக்கம்போலவே தனது மூக்கு கண்ணாடியை எங்கு வைத்தோம் என்று மறந்துபோனது ராஜனுக்கு. ஒரு நிமிடம் நின்ற நிலையிலேயே தியான நிலைக்குச் சென்று காட்சிகளைப் பின்னோக்கி செலுத்திப்பார்த்தார். வழக்கமாக வைக்கும் இடத்தில் அல்லாத ஏதோ ஒரு இடத்தில் வைத்துவிட்டது நினைவுக்கு வந்தது. சுமதி உதவியில்லாமல் கண்டுபிடிக்க முடியாது. இப்பொழுதெல்லாம் சுமதிஸ்ரீ என்று அழைக்குமாறு சுமதி கதறிக்கொண்டிருக்கிறாள். 200 வெள்ளி கொடுத்து பாம்பே நியூமராலஜிக்காரர் ஒருவர் வழங்கிய உப்ச்சொல். வேண்டுமென்றேதான் அதைக்கொண்டு அழைப்பதில்லை. இதுபோன்ற சமயங்களில் பாவமில்லை, சகாயம் தேவைப்படுகிற

நேரத்தில் சிறு சங்கல்பங்களைத் தளர்த்திக்கொள்ளலாம் என்ற நோக்கில் சுமதிஸ்ரீ என்று வாஞ்சையோடு அழைத்தார் ராஜன். தன் வாழ்வில் பதினேழாயிரத்து முன்னூற்று எழுபத்து ஆறாவது முறையாக உப்புமா கிண்டிக்கொண்டிருந்தவள் காஸ் அடுப்பை குறை தீயிலிட்டு உவகையோடு வந்தாள். ராஜேந்திரன் வாயெடுக்கும் முன்னரே குறிப்பறிந்து கண்ணாடியை அவர் பையிலிருந்தே எடுத்துக்கொடுத்தாள். 'கருமம், இது நாம வழக்கமா வைக்கிற இடந்தானே இங்க ஏன் பாக்காம விட்டோம்" என தன்னையே கடிந்துகொண்டு லேசாக சிரித்தபடி சன்னலைத் திறந்துவிட்டார்.

வெளிச்சம் கூடத்திற்குள் பரவியது.

எவ்வித எதிர்ப்புமின்றி உப்புமாவைச் சாப்பிட்டபடியே ஜன்னல் வழியாக பின்புறத் தெருவில் இருந்த மரத்தைப் பார்த்தார். சமீபத்தில்தான் கழித்து விடப்பட்ட மரம் அது. நான்கு நாட்களுக்கு முன்பு வரை விருட்சமாக நிழல் பரப்பியிருந்தது, விடுமுறை நாட்களின் தாமதமான காலை உணவின் போது அம்மரத்திலிருந்து குயிலின் குரல் வருவதுண்டு. மனதுக்குள் அதற்கான எதிர்க்குரல் வாசித்தபடியே உணவருந்தும் நினைவு வந்தது. கழித்த நாள்களில் இருந்து அந்தச் சத்தம் வருவதில்லை என்ற நினைவு வந்ததும் லேசாக அரசாங்கத்தை கடிந்துகொண்டார். தம் வீடு இருப்பது உட்புறச் சாலையொன்றில், பிரதான சாலை என்றால் கூட போக்குவரத்து இடையூறென்று கழிப்பதில் நியாயமுண்டு. ஏன் இந்தச்சாலையில் கழித்து மரத்தை மொட்டையாக்குகிறார்கள் என்ற ஆதங்கம் உண்டானது.

பாடிக்கொண்டிருந்த குயில் வேறொரு விருட்சத்தில் வாழக்கூடும் என்ற சமாதானத்தில் உப்புமாவை சாப்பிட்டுக்கொண்டிருந்தார். ஏராளமான கடுகு, கருவேப்பிலை, கடலை பருப்புகள். ஒதுக்கிச் சாப்பிட நேரமெடுத்தது. நேரத்தைப் பார்த்துக்கொண்டார். பேருந்தில் பதினைந்து நிமிடம், நடக்க ஏழு நிமிடம் எட்டுவதற்கு சரியான நேரம் என எழுந்து கை கழுவப்போனார். அடுப்பில் நின்றுகொண்டிருந்த சுமதிஸ்ரீ வழக்கம்போலவே பதினேழாயிரத்து முன்னூற்று எழுபத்து ஆறாவது முறையாக "உப்புமா எப்படி இருந்துச்சுங்க" என்ற கேள்வியை அதே எண்ணிக்கையில் கேட்டாள். கூடக்குறைய அதே எண்ணிக்கையிலான இயந்திரக்குரலில் "நல்லாருக்கு சுமி" என்று எங்கோ பார்த்தபடி கையைத் துடைக்க துண்டைத் தேடினார்.

முன்பெல்லாம் சைக்கிளை அழுத்திதான் அலுவலகம் சென்று வந்தார் ராஜன். இப்போது பார்வை சன்னமாக மங்கி விட்டிருந்தது. போக வெயிலில் வியர்வை ஊறி கண்ணாடியில் படிந்து பார்வை வழுக்கி இடவலம் நகர்ந்து செல்கிறது. ஒருமுறை இப்படித்தான் வழிவிடாமல் சென்றதால் லாரிக்காரன் கோபத்தில் ஒதுக்க லொங்கானில் சக்கரம் சறுக்கி புல்வெளியில் விழுந்தார். நல்லவேளை புற்கள் வளர்ந்த ஓரம் விழுந்ததால் அடி எதுவும் இல்லை. சூனா பானா கணக்காக யாரும் பார்க்கவில்லையென எழுந்து பீடு சைக்கிளோடு கடையடைந்தார் ராஜேந்திரன்,

ராஜேந்திரனுக்கு ஒரே மகன். டிப்ளோமா படிக்கும் வயது. தனித்த சுபாவமுடையவன். பெரும்பாலும் அறையைவிட்டு வெளியே வருவதில்லை. சாப்பாட்டு நேரத்தில் பூனைபோல வந்துச் சாப்பிட்டவுடன் சென்று விடுவான். எப்பொழுதும் சிந்தனையில் இருப்பவனைப்போன்ற முகம். தனது அப்பா சாயல் அவனுக்கு என நினைத்துக்கொள்வார். அப்பா அதிகம் பேசுபவரில்லை. வாழ்நாள் முழுக்கச் சம்பாதித்த சொத்து இந்த தரைவீடு மட்டுமே. தனது நண்பர்கள் வட்டத்தில் தான் மட்டுமே தரை வீடு வைத்திருக்கும் செல்வாக்குள்ள ஆள் என்ற பெருமை ராஜனுக்கு உண்டு. அப்பெருமை மிகும் தருணத்தில் எல்லாம் தனது தந்தையை நினைத்துக்கொள்வார். கூடவே இவ்வீட்டை பலவருடங்களாக பராமரிக்காமல் விட்டு கொஞ்சம் பழமை ஏறியிருந்தது நினைவுக்கு வந்தது. பின்புறம் குளியலறை சன்னல் மரச்சட்டங்கள் வெயிலில் வளைந்துவிட்டிருந்தன. தடுப்பு உருள் கம்பிகள் துருப்பிடித்து உதிர்வதால் வெள்ளை டைல்ஸ் தரையில் அழுக்கு சேர்கிறது. ஆள் இல்லாத நேரத்தில் புறாக்கள் வருகின்றன. வீடு முழுக்க கழிந்துவிட்டுச்செல்வதால் எரிச்சல் உண்டாகிறது. ஒவ்வொரு வருட துவக்கத்திலும் 'இந்த வருடம் சரி பண்ணிடலாம்' என்று தள்ளிப்போய்க்கொண்டே இருக்கிறது. தந்தை இறந்தபோதே கொஞ்சம் பழசாகியிருந்தது. அவர் போய் எட்டு வருடத்திற்கு மேல் இருக்கலாம்.

ராஜனுக்காக கடைக்கு வெளியே ஊழியர்கள் காத்திருந்தனர். பெரிய கொத்துச்சாவியை உள்ளே நுழைத்து ஷட்டரை மேலே தூக்கினார். இருபத்து மூன்று வருடங்களாக இந்த சூப்பர் மார்க்கெட்டை நிர்வகித்து வருபவர். துவக்க காலத்தில் இருந்து அவர் இருப்பதால் நிறுவனத்தின் அசையும் சொத்துகளில் ஒருவராக அவரும் இருந்தார்.

அவரால் கடைக்கு லாபமோ நட்டமோ ஒன்றுமிருக்கவில்லை. ஆரம்ப காலத்தில் அவர் சுறுசுறுப்பாக வேலை செய்பவராக இருந்தார். பிற்காலத்தில் அவருக்கு வேலை ஒன்றுமில்லை என்றானபோது சுணங்கிக்கொண்டார்.

மூன்று மாடிக்கடையில் ஒன்பது செக்ஷன்களிலும் சென்று வேலையாட்கள் அனைவரிடமும் ஓரிரு வார்த்தை பேசிவிட்டு வருவதுதான் இருப்பதில் பெரிய வேலை. வேலையாட்கள் அனைவரிடமும் அவர் முதலாளியின் ஒற்றர் என்ற பெயர் இருந்தது. தவறுகளை முதலாளியின் கவனத்துக்குக் கொண்டு செல்பவர் என்பதால் அவரிடத்தில் எல்லோருக்கும் ஒரு பயம் இருந்தது. இயல்பில் அப்படியொன்றும் புறம் சொல்பவர் அல்ல என்றாலும் அப்பெயரை நீக்க முடியவில்லை.

நீண்ட வருடங்கள் நின்று கொண்டே வேலை செய்ததால் காலின் நரம்பு முடிச்சுகள் ஏற்பட்டு அவரின் நடையில் தொய்வு ஏற்பட்டிருந்தது. சில சமயங்கள் கால்களில் பெரிய வீக்கம் ஏற்படுவதுமுண்டு. தொடைவரை நீளும் உறையை இரண்டு கால்களிலும் மாட்டிக்கொள்ளும் நாட்களில் வீக்கம் குறைவதுண்டு. எப்படிப்பட்ட சுகவீனம் என்றாலும் கடைக்கு வராமல் இருக்க மாட்டார்.

இந்நீண்ட குமாஸ்தா வாழ்வின் பலனாக அவர் முகத்தில் ஒரு குழைவு நிரந்தரமாக தங்கிவிட்டிருந்தது. எதையும், யாரையும் எதிர்த்துப் பேசாத, மாற்றுக்கருத்தில்லாத, எந்த நிபந்தனையையும் ஏற்றுக்கொள்ளும் பக்குவம் அவருக்கு உண்டாகிப்போயிருந்தது. முதலாளி சொல்லுக்கு மறுசொல் பேசாதவர்.

எவ்வித மாற்றமும் இல்லாத அவர் வாழ்வில் ஒரு எலியால் அவர் தினசரிகள் மாற்றம் கண்டுபோனது. எப்போதாவது ஆசை துளிர்க்கும் அளவுக்கு காமம் அவர் உடலில் சிறிது மிச்சமிருந்தது. அப்படி ஒருநாள் புணர்வின் நடுவே சமையல்கட்டில் பாத்திரம் உருளும் சத்தம் கேட்டதும் திடுக்கிட்டுப்போனார். நிசப்தத்தின் நடுவே பயங்கர சத்தம் கேட்டதும் அவருக்குள் இருந்த வேள்வித்தீ சட்டென்று அணைந்துபோனது. சரேலென்று தன்னை இழுத்துக்கொண்டு சமையல்கட்டு நோக்கி ஓடினார். விளக்கைப் போட்டு அவர் பார்த்தபோது ஒரு எலியின் வால் மட்டுமே அவர் பார்த்தார். எலி உருட்டியதுதான் என்று ஊர்ஜிதமானதும் அதனைக்

கொல்ல வேண்டும் என்ற வெறி உண்டானது. கொல்வது தன் இயல்பில்லையே என்றாலும் நேரம் காலம் ஒன்று உண்டல்லவா. என்றாவது ஒருநாள் சாத்தியப்படும் சம்போகத்தின் இடையில் இது வந்திருக்க வேண்டாம். அதைக்கொன்ற பிறகு தன் மனநிலை கொஞ்சம் சாந்தப்படும் என்று உணர்ந்தார். கொல்வதற்கு தடி ஒன்று வேண்டும் அப்படி ஒரு எதுவும் வீட்டில் இல்லை. எதாவது வாகாக கைக்குச் சிக்கும் என்று தேடி வீடு பெருக்கும் பிளாஸ்டிக் துடைப்பம் தோதாக கிடைத்தது. நார்ப்பக்கம் வலுவாக பிடித்தபடி எலி ஓடிய திசைக்குச் சென்றார்.

பின்னாலேயே அவர் மனைவி எரிச்சலோடு வந்தாள். "பகல்லயே பக்கத்துல வந்தா தெரியாது. இருட்டுல அத அடிக்க முடியுமா? வந்து படுங்க. காலைல பாத்துக்கலாம்" என்றாள்.

அதைக் காதில் வாங்கும் மனைநிலையிலேயே அவர் இல்லை. "கண்ணாடி எடுத்துட்டு வா" என்று கத்தினார். நீண்ட நாட்களுக்குப் பிறகு தன் குரலே தனக்கு வித்தியாசமாக இருப்பதாக தோன்றியது.

அவள் முனகிக்கொண்டே எடுத்து வந்து கொடுத்தாள்.

சமையல் சாமான்கள் வைக்கும் சிறிய அலமாரிக்கு அருகில் சுவர் முடியும் இடத்தில் இருந்த குளிர்பதனப் பெட்டிக்குக் கீழ்தான் அந்த வாலைப் பார்த்திருந்தார். கீழே குனிந்து பார்த்தார். விளக்கப் போட்டிருந்து அவ்விடம் இருட்டாக இருந்தது. ஓடிச்சென்று அலைபேசியை எடுத்து வந்து அதில் உள்ள டார்ச் லைட்டைத் தட்டினார். மறுபடி குனிந்து கீழே வெளிச்சத்தை குளிர்சாதனப்பெட்டியின் அடிப்புறத்தில் காட்டினார். அது அங்கேதான் ஒளிந்திருந்தது. வால் மட்டும் தரையைத் தொட மோட்டாரின் பின்புறத்தில் ஒட்டிக்கொண்டிருந்தது. பெட்டியை நகர்த்தினால் மட்டுமே அதை எட்ட முடியும். துடைப்பத்தின் குச்சியால் அதை அடிக்க முயன்று முடியாமல் போகவே வேறு உபாயம் தேடினார். கடைசியாக பெட்டியை நகர்த்தும் முடிவுக்கு வந்தார். ஆளுயரப் பெட்டியை அவர் ஒருவரால் நகர்த்த முடியாது. மனைவியைப் பார்த்தார்.

'நேரங்கெட்ட நேரத்துல இது என்ன கோமாளித்தனம்' என்பதுபோல பார்வை பார்த்து அவரிடம் நெருங்கி வந்தாள்.

"பெட்டியை கொஞ்சமா சாய்ச்சுப் பிடிச்சிக்கோ. நான் அதை

அடிச்சுடறேன்" என்றார். இருவருமாக சுவர்ப்பக்கம் அதைச் சாய்த்து அடிப்புறம் மேலெழுமாறு தூக்கினர். தடியை இறுக்கமாகப் பிடித்து அடிக்க கை ஓங்கும்போது எலி அவர் கால் மீது ஏறி குளியலறைக்குள் புகுந்தது. வேகமாகச் சென்று கண்மண் தெரியாமல் அடித்தார். எல்லா அடியும் தரைமேல்தான் விழுந்தது. பிளாஸ்டிக் துடைப்பம் மூன்றாக உடைந்து போனது. அடிப்புற நார் மட்டும் அவர் கையில் மிச்சமிருந்தது. எலி ஈரத்தரையில் வழுக்கிச்சென்று துணிதுவைக்கும் எந்திரத்தின் மீது ஏறி ஜன்னல் வழியாக வெளியேறியது.

ஜன்னல் வழியாக வெளியில் பார்த்தார். கம்பி வேலியின் இடையில் புகுந்து ஓடி சாலையின் லொங்கான் ஒன்றில் புகுந்து மறைந்தது.

ராஜனுக்கு ஏமாற்றத்தில் கோபம் இன்னும் அதிகமானது. உடல் முழுவதும் அதிர்வு ஏற்பட்டு வியர்வையாய் வழிந்தது.

அதே ஏமாற்றத்துடன் அவர் மனைவியைப் பார்த்தார்.

அவர் மனைவியின் முகத்தில் மிகச்சிறிய அளவிலான சிரிப்பொன்று இருந்ததைபோல உணர்ந்தார் எலியை அடிக்கக் கூட துப்பில்லை என்று சொல்வதாகப் பட்டது.

மவுனமாக அவர் கட்டிலில் சென்று படுத்துக்கொண்டார். பின்னாலேயே மனைவி வந்து படுத்துக்கொண்டாள். விட்ட இடத்தில் இருந்து தொடரும் எண்ணம் அவருக்கில்லை என்பதை உணர்ந்த அவர் மனைவி முதுகைக் காட்டிப் படுத்துக்கொண்டாள். மெதுவாக "இவ்வளவு நாள் இப்படி வந்ததில்லயே. எப்படி வந்திருக்கும்" என்றார். "பக்கத்துல பங்களாக்காரன் கேட்டரிங் ஆரம்பிசிருக்கான். ரெண்டு மூணு மாசமாகுது. அங்க இருந்துதான் வந்திருக்கும்" என்றாள்.

'ஒரு எலிக்காக நாம் இவ்வளவு சங்கடப்பட தேவையில்லை. அது பொருட்படுத்தத்தக்க பிச்சினை அல்ல' என்று உள்மனது சொல்லிக்கொண்டிருந்தாலும் அதை அடிக்காமல் விட்டுவிட்டோமே என்ற விஷயம் தூக்கத்தைத் தடுத்தது.

இரவில் தூக்கம் கெட்டதால் காலையில் எழும்போதே ஒருவித எரிச்சலும் உடல்சோர்வும் இருந்தது. வழக்கமாக வீட்டிலும் வெளியிலும் ராஜன் கோபப்படுவதில்லை. அன்று எழுந்த பிறகு அவர் முகம் வேறாக இருந்தது. அவர் மனைவி எதையும் அலட்டிக்கொள்ளாமல் இருந்தாள்.

கடையைத் திறந்த நேரம் முதல் வேலை ஒவ்வொன்றாக மதியச்சாப்பாடு வரை இழுத்துச்சென்றது. சாப்பிடக் கிளம்பும் முன்பாக ஜின்பிங் வந்தான். மொத்தக் கடையையும் கூட்டிப் பெருக்கி கழிவறை சுத்தம் செய்யும் வேலை செய்பவன் ஜின்பிங். ஆங்கிலத்தில் ஒருவார்த்தையும் தெரியாது. பெரும்பாலும் வேலையிடத்தில் அவன் பேச வேண்டிய தேவை இருக்கவில்லை. அனேக நாட்கள் ஒரு வார்த்தை கூட பேசாமல் முழுநாளும் வேலை செய்வதுண்டு. ஒரு வித ஆற்றாமையோடு வந்த அவனின் காதோரம் சிவந்திருந்தது. அவன் கிட்டே நெருங்கி வர வர காதோரம் நான்கு விரல் அளவுக்கு கோடு இழுத்தது போலிருந்தது. அவன் அழும் நிலையில் இருந்தான்.

அவனை யாரோ அடித்துவிட்டதாக அபிநயித்துக்காட்டினான். யூகிக்க முடிந்தது. கடையில் தூக்கிப்போடும் அட்டைப்பெட்டிகளைச் சேகரித்து விற்று அதில் மிகச்சிறிய வருமானம் ஜின்பிங்கிற்கு உண்டு. கடையில் வேலை செய்யும் கருப்பையாவுக்கும் உண்டு. அட்டை பொறுக்குவதில் இரண்டு பேருக்கும் போட்டி. மொழி தெரியாத காரணத்தால் ஜின்பிங் பின்வாங்கி விடுவான். அதிகபட்சம் சத்தம் போட்டுக்கொள்வார்கள். இன்று அடிதடி வரை சென்றிருக்கலாம்.

கருப்பையாவுக்கு அங்கிருந்தே போன் அடித்தார். ரிங் போனது எடுக்கவில்லை. “சார் இன்னிக்கு கருப்பையா லீவு சார். தண்ணி போட்டுருப்பாப்ல, விடுங்க நாளைக்கு முதலாளிகிட்ட ரிப்போர்ட் பண்ணிடலாம்" என்றார் செக்யூரிட்டி.

"எத்தன தடவயா ரிப்போர்ட் பண்றது" என்றார் ராஜன்

காதுப்பக்கம் சிவந்த "சீனன் போலீசிடம் சொல்லப்போகிறேன்" என்று முணுமுணுத்தபடி நின்றிருந்தான்.

“நீ டாக்டர்கிட்ட போ, ரெண்டு நாள் எம்.சி. எடுத்துக்க. முதலாளிகிட்ட சொல்லி எதாச்சும் செய்கிறேன்" என்று வாக்கு கொடுத்தபிறகுதான் அங்கிருந்து நகர்ந்தான்.

வேலையில் எலி பற்றி சிந்திக்க நேரமில்லாததால். அதைப்பற்றி மறந்திருந்தார். பேருந்தில் திரும்பிக்கொண்டிருந்தபோது போனில் ஒருவர் டாம் அண்ட் ஜெர்ரி பார்த்துக் கொண்டிருந்தபோது அவருக்கு மீண்டும் எலியின் நினைவு வந்தது. அதைக் கொல்வது எப்படி என்று திட்டம் போட ஆரம்பித்தார்.

மருந்து வைத்துக் கொல்லலாம், அல்லது அட்டையில் பசை

ஒட்டப்பட்டிருக்கும் அட்டை ஒன்றை வாங்கி வைக்கலாம், தக்காளியை இரண்டாகப் பிளந்து எலி மருந்து தடவி வைக்கலாம். எதிலாவது ஒன்றில் மாட்டி அது சாக வாய்ப்புண்டு. ஆனால் அதை அடித்துக்கொள்வதுதான் சிறந்த பழிவாங்கலாக இருக்க முடியும் என்று யோசித்தார். ஒரு எலியைப்போய் பழி வாங்கும் உணர்ச்சி மனதில் தோன்றும் என்று வாழ்நாளில் நினைத்ததில்லை. ஒருவேளை நம்மால் அதை அடிக்க முடியாத பட்சத்தில் நாம் அதற்கு மன்னிப்பு வழங்கிவிடலாம் என்றும் யோசித்தார். மன்னித்தால் அது தோற்ற கணக்கில் வருமா அல்லது கருணையில் சேருமா என்றொரு குழப்பம் வந்தது.

நாம் எலியைப்பற்றி சிந்திக்காமல் இருக்கலாம் என்றாலும் முடியவில்லை.

அன்றிரவு சரியாக ஒருமணிக்கு அவருக்கு விழிப்பு வந்தது. திடீரென்று கண்ணைத் திறந்தார். முன்பு எப்போதும் இப்படி ஆனதில்லையே என்று எண்ணியபடியே எழுந்தார். வேட்டியை அவிழ்த்து மறுபடி கட்டியபடி விளக்கைப்போடாமல் மெல்ல பூனையைப்போல நடந்து கூடத்தைக் கடந்து சமையலறைக் கதவை சத்தம் வராமல் மெல்லத் திறந்தார். ஆனால் கதவு சத்தம் வெளிப்பட்டுவிட்டது. சற்றும் தாமதிக்காமல் உடனே விளக்கைப்போட்டார்.

நேருக்கு நேராக எலி ஒன்று அவரைப் பார்த்தது. கருமணி அளவில் சிறிய பழுப்புநிறக் கண்கள். அணிலோ என்று எண்ணக்கூடிய நிறம். பெரிதும் அல்லாத சிறிதும் அல்லாத அளவில் அது இருந்தது. இரண்டு தரப்புமே ஒரு நொடி திகைப்பில் என்ன செய்வது என்று தெரியாமல் முழித்துக்கொண்டிருப்பது போல இருந்தது. கையில் ஒன்றுமே எடுக்கவில்லையே என்று தன்னையே கடிந்துகொண்டார். சுற்றுமுற்றும் பார்த்து எதாவது அகப்படுமா என்று தேடி கண்கள் மீண்டும் எலி இருந்த இடத்தைத் திரும்பப் பார்க்கும்போது... அது அங்கில்லை.

நேற்றைய தினம்போல அது விரைந்தோடிப் போகவில்லை. சாவகாசமாக "நாளைக்கு பாப்போம்" என்பதுபோல மெல்லச்சென்று அதே வழியில் தப்பித்தது.

அவர் இருந்த இடத்திலிருந்து நகரவேயில்லை. அங்கேயே சிறிது நேரம் திட்டம் தீட்டினார். குளியலறையைத் தாண்டி சன்னல் பக்கம் வந்து பின்புறம் பார்த்தார். வெளியே இருட்டு. சன்னலை

மூட முயற்சி செய்தார். பலம் கொண்டு இழுத்து மூட முயற்சி செய்தும் சாண் அளவு திறந்தே இருந்தது. அதற்குமேல் இழுத்தால் கண்ணாடி உடைய வாய்ப்புண்டு. மழை நீர் பட்டு, வெயில் பாவி மேல்பக்கம் அரித்திருந்தது. முழுதாக இரண்டு சன்னலையும் மாற்றியாக வேண்டும். செலவு பிடிக்கும் காரியம், எப்படியும் ஆயிரம் வெள்ளி வைக்க வேண்டும். ஒரு எலிக்காக இவ்வளவு செலவு செய்ய வேண்டாம். அதை அடித்து விடுவது என்ற தீர்க்கமான முடிவை எடுத்தார். அம்முடிவை எடுத்தவுடன் அவருக்குள் புது உத்வேகம் பிறந்தது. எலியை நாம் அடித்துவிட முடியும் என்ற நம்பிக்கை உண்டானதும் மனது சமாதானம் அடைந்தது. அவர் மறுபடி அறைக்குள் நுழையும்போது படுக்கையில் அவர் மனைவி எழுந்து அமர்ந்திருந்தாள்.

"எலியா?" என்றாள்.

அவர் ஒன்றும் பேசாமல் படுத்துக்கொண்டார்.

மறுநாளின் ஒவ்வொரு நிமிடத்தின் இடைவெளியிலும் எலி பற்றிய சிந்தனை அவருக்குள் முளைத்துக்கொண்டே இருந்தது. எலியை வேட்டையாட வேண்டுமென்றால் நமக்குப் பூனையின் மனம் வேண்டும். பூனை சிந்திப்பதுபோல சிந்திக்க வேண்டும். நிலம் நோகாமல் சிறு துரும்பும் நகராமல் அடி எடுத்து வைக்கவேண்டும். பூனைக்கண்ணன் என்று அவர் நண்பர் குழாமில் அழைக்கப்படும் பழனியின் நினைவு வந்தது. கண்தான் அப்படி, ஆள் எருமை. செய்கைகளில் கள்ளமும், சோம்பலும் குடிகொண்டிருக்கவேண்டும். மறுபடி எலிக்காக குணங்களை மாற்றியாக வேண்டிய மனதை ஆயாசமாக கடிந்துகொண்டார். இவ்விதமாக கடை வெளிவாசலின் ஓரமாக நின்று பிரக்ஞையற்ற நிலையில் சிந்தித்துக் கொண்டிருந்தவரின் பின்புறமாக பெரிய முதலாளி நின்றிருந்தார்.

“ராஜனுக்கு கடைய பத்திதான் எந்நேரமும் நினைப்பு, அப்படிதான ராஜா.”

அவருக்குள் வேறு யாரோ தன் ஆன்மாவுடன் பேசுவதாகப்பட, பதிலை இவர் சொல்ல வாயெடுத்து

“எலிதான் பிரச்சினை”

முதலாளி, கடைக்குள் எலி புகுந்ததாக நினைத்துக்கொண்டார். "ஃபெஸ்ட் கந்த்ரோலுக்கு சொல்லுடா ராஜா, இங்க ஒவ்வொண்ணும்

மூணு கிலோ இருக்கும்" என்றார். "வெல கூடின சாமான்ல வாய் வச்சிடப்போவுது."

"இல்லை, அதை நான் கொல்றதுதான் சரியா இருக்கும்" என்றார் ராஜன்.

குழப்பமடைந்த முதலாளி, "நீ திரும்பு முதல்ல, என்ன பேசிட்டு இருக்க? உன்னால முடியாது."

"முடியும்", என்றவாறே திரும்பிய ராஜனுக்கு உடல் முழுவதும் அதிர்ந்தது. பகல் கனவு.

"என்ன ஆச்சு ராஜன், சோர்வா இருக்கியே" என்றார்.

“தூக்கம், கொறவா போச்சு. நேத்து, கொஞ்சம் அசதி வேற, யோசனை வேறபக்கம் ஓடுது.."

"வீட்டுக்குப் போ, ஆள்கிட்ட சொல்லிடறேன். நாளைக்கு வா. ரெஸ்டு எடு" என்றார் முதலாளி.

இதே சம்பவம் சின்ன முதலாளி எதிரே நடந்திருந்தால் கொஞ்சம் எம்பிக் குதிப்பார். கடையில் மற்றவர்களைக் கடிந்துகொள்வது போல ராஜனை இதுவரை கடிந்ததில்லை. சொல்லவேண்டிய, செய்ய வேண்டிய பொறுப்புகளை மாற்றிவிட்டுக் கிளம்பினார்.

செக்யூரிட்டி அறையில் சாமிநாதன் இருப்பார். பெயர்தான் அப்படி. போனில் எந்த நேரமும் ஓல்படம் ஓடும். இப்போதெல்லாம் அதுவுமில்லை. வியாபாரம் வேறாகிவிட்டது. இவர் சொல்லச் சொல்ல வீடியோ மறுமுனையில் அவிழ்ப்பாள். மெல்ல மிக மெல்ல தெரிந்தும் தெரியாதது போல, சேலை கட்டியிருந்தால் உத்தமம். 20 வெள்ளி அவள் கணக்குக்கு மாற்றி விட்டால் இவர் சொல்வதை அவள் கொஞ்ச நேரம் கேட்பாள். ஓண்டிக்கட்டை சாமிநாதன் சம்பளப்பணம் பூராவும் இப்படி 20 வெள்ளியாக இடப்பெயர்வு அடைந்துகொண்டே வரும். எழவு இத நிறுத்தித் தொலைங்க, என்றாலும் கேட்கமாட்டார் “பாக்கதான்லா முடியும், ஒரு வயசுக்கு மேல பாக்கதான்லா முடியும். என்ன தப்புங்கறேன் என்பார். வாதிட முடியாது. அவர் இருந்தால் அவரையும் சேர்த்துக்கொண்டு கொஞ்சம் மது அருந்தலாம் என்று தோன்றியது.

"எலி அடிக்கறதுக்குலாம் இவ்வளவு மெனக்கெட வேண்டியதில்ல. பாத்த உடனே கட்டைய எடுத்து போட்டுத் தாக்கிடணும்.

இந்த உருளைய எடுத்துட்டுப்போ கைக்கு வாகா இருக்கும்." எனக்கொடுத்தார். கொஞ்சம் கனமான ப்ளாஸ்டிக் உருளை, அதிக நீளமில்லை, உடையாது, வளைக்கவே சிரமப்பட்டாக வேண்டும். இது சரியாக வரும் என்று நினைத்தார். இத்தடி எலி உடலின் மீது ஓங்கி அடிக்கும்போது எவ்விதமான சத்தம் வரும், சொத் என்று வருமா?, தலையணையில் அடிப்பது போல சத்தம் வருமா? எலும்பு நொறுங்கும் ஓசை கேட்குமா என சிந்திக்க ஆரம்பித்தார்.

"போக்கே சரியில்ல, போய் ரெஸ்ட் எடுய்யா ராஜா" என்று அனுப்பினார். போகும் வழிக்கடையொன்றில் கடைக்காரரிடம் எலிக்கு உபாயம் கேட்ட போது, மூன்று வகையாக கொல்லலாம் என்றார். பசை ஒட்டுவது, பொறி வைப்பது, தக்காளியில் விஷம் தடவுவது. இம்மூன்றையும் செய்யலாம் என முடிவெடுத்து மூன்றையும் வாங்கிக்கொண்டார்.

"எலிமருந்து பவர் ஜாஸ்தி, வயலுக்கு வைக்கிறது. தெரிஞ்ச ஆளுங்களுக்கு மட்டுந்தான் குடுக்கறது. பாத்து சூதானமா வைக்கணும்" என்றார் கடைக்காரர்.

இந்த அலைக்கழிப்புகள் இன்று முடிவுக்கு வந்துவிடும். பொறியில் தேங்காய்ச் சில்லு ஒன்றைச் சொருகி வைத்து குச்சியால் பொறியை இடறி சோதித்தார், சிறு தூண்டலில் பொறி மூடிக்கொண்டது, பசை தடவிய அட்டையை விரித்து வைத்தார், அதில் கொஞ்சம் பொரித்த சிப்ஸ் தூவினார். கடைசிக்கட்டமாக தக்காளியை இரண்டாக வகுந்து "அதிகமில்லாம, மூக்குப்பொடி அளவு போட்டா போதும்" என்று கடைக்காரன் சொன்னது நினைவில் வந்தது. வெடிமருந்து நிறத்தில் இருந்தது அது. தக்காளியில் பட்டதும் நிறமிழந்தது. ரொம்ப கவனம், கடுமையான விஷம்.

அத்தனையும் பார்த்துக்கொண்டிருந்த அவர் மனைவி "ஒவ்வொன்னா செஞ்சு பாக்கலாமே" என்றாள்.

தோல்விதான் மனிதனின் விசை. உடல் சேரும்போது நிகழ்ந்தது இது. அதிர்ச்சியின் விளிம்பில் எலியுடன் ஏற்பட்ட பகை. இதை பகையாகக் கொள்வது மூடத்தனம் என்றாலும் அதன் பின்னான முயற்சிகளின்போது அவர் தூண்டப்படுவதற்கு பதிலாக எலிதான் கண்முன்னே வந்து சென்றது. கொன்றால் வென்ற கணக்கில் வரும். சீக்கிரம் கொல்ல வேண்டும். முக்கியமான ஏதோ ஒன்றைச் செய்து முடிக்காமல் விட்டதுபோன்ற குறை. தீர்க்காமல் விட்டால் பாழும்

எண்ண ஓட்டங்களே அவரை பீடித்துக்கொண்டோடும். சீக்கிரம் கொல்லணும். எதாவது ஒன்றில் மாட்டித்தானே ஆகவேண்டும். கடைசியாக செக்யூரிட்டி கொடுத்த உருள்தடியை கையில் வைத்து வன்மத்துடன் உருட்டிப் பார்த்தார். பழைய படங்களில் நம்பியார் ஒருவித குரூரத்துடன் நாயகனைப் பார்த்துக் கொக்கரிப்பது போன்றிருந்தது அவர் செய்கை.

அவள் உள்ளுக்குள் சிரித்துக்கொண்டாள்.

மகனின் அறையைத் திறந்து, எச்சரிக்கை செய்தார். "தக்காளில விஷம் தடவி இருக்கு அதை எடுத்துச் சாப்பிடாத" என்றார்.

அவன் ஒருநொடி திகைத்து. "நான் ஏன் தக்காளி சாப்பிடணும்?" என்றான்.

"சாப்பிடாதே என்று சொல்லத்தான் எச்சரிக்கை செய்தேன்" என்றார்.

குழப்பத்துடன் "சரி" என்றான். கதவை மூடிவிட்டார்.

நாலு நம்பர் ரிசல்டுக்கு காத்திருப்பது போல மனதில் அறிவிக்கப்படாத பதட்டத்துடன் இரவு முழுக்கக் காத்திருந்தார். அவ்வப்போது எழுந்து சென்று பூனை நடையில் கூடத்திலிருந்து பார்க்கவேண்டும் என்று மனதில் குறித்துக்கொண்டார்.

விடியலில் அப்படியேதும் நிகழவில்லை. எலி வந்து போனதிற்கான தடயங்கள் இருந்தன. ஆனால் அவர் வைத்த பொறி அப்படியே இருந்தது. தக்காளியின் மேல்புறம் காய்ந்து அப்படியே தீண்டப்படாமல் இருந்தது. பசையில் எலியில் கால்தடங்கள் இருந்தன, சிறிது முடியும் ஒட்டிக்கொண்டிருந்தது. பழுப்பு நிற முடிகள். சுண்டுவிரல் நகம் அளவு நீளம் கொண்ட முடிகள். லேசுப்பட்ட எலி அல்ல இது. மனதுக்குள் வெறி ஏறியது.

அவர் மனைவி 'இதில் ஏதும் தலையிட வேண்டாம்' என்பதுபோல எதையும் கண்டுகொள்ளாமல் சமையலை ஆரம்பித்தாள். கண்டுகொள்ளப்படாததே அவரில் ஒரு கோபத்தை ஏற்படுத்தியது. காபி குடித்தபடி யோசித்தார். கண்ணாடி ஜன்னல் வழியாக வெளியே பார்த்தார். விடியலில் பழுப்பு நிற இருட்டிலிருந்து மெல்ல மெல்ல வெளிச்சம் பரவியது. பார்த்துக்கொண்டிருக்கும்போதே மெல்ல வெளிச்சமாவதைப் பார்த்தபடி யோசனையில் ஆழ்ந்தார்.

வேலையின் நாள் முழுவதுமே எலி பற்றிய சிந்தனைதான் மனதில் இருந்தது. தான் எப்படியும் அதை அடித்துவிடுவோம், ஆனால் அதில் தாமதம் ஏற்படுகிறதே ஒழிய வேறொன்றுமில்லை. நாம் ஏன் அதை மன்னித்துவிடக்கூடாது என்ற கேள்வி எழும்போது, கூடவே, ஏன் அதைக் கொல்லக்கூடாது என்ற எண்ணமும் கூடவே வருவதால் அதை அடிப்பதைத் தவிர வேறு வழியில்லை.

அன்றிரவு வேறொரு உபாயத்தைக் கடைபிடித்தார். எலி வரும் நேரம் பனிரெண்டு மணிக்குமேல்தான். அன்றிரவு உறங்கப்போகவில்லை. உடலை இலகுப்படுத்திக்கொண்டு வேட்டைக்குத் தயாராவதைப் போல ஏற்பாடுகளைச் செய்தார். எலி வழக்கமாக குளியலறை வழியாகத்தான் வருகிறது. வந்த உடனே வாஷ்பேசின் அடியில் இருக்கும் இடத்திலோ, அல்லது சமையலறை மர அலமாரி பின்புறமோதான் ஒளிகிறது. அங்குதான் புழுக்கைகளை கண்டெடுத்தார். மூன்றாவதாக ஃபிரிட்ஜ்க்கு கீழ்ப்புறம். அந்த ஒரு இடம்தான் அடிப்பதற்கு வாட்டமில்லாத இடம். அடியில் போகாதவண்ணம் மரக்கட்டைகளை வைத்தார். எலி உள்ளே நுழையும்போது அதற்கு ஒளிய இரண்டு இடங்களில்தான் பதுங்கலாம். உள்ளே வர அனுமதித்து பின்னர் குளியலறை ஜன்னலை அடைக்கவேண்டும். பெரிய கம்பளி ஒன்றால் மூடிவிட உத்தேசித்தார்.

கதவை ஒருக்களித்து வைத்தபடி அசையாமல் அமர்ந்திருந்தார். மூச்சுக்காற்று கூட சீரான வேகத்தில்தான் விட்டார். விளக்குகளை அணைத்து உருள் தடியோடு அமர்ந்துகொண்டார்.

அவர் எதிர்பார்ப்பைப் பொய்யாக்காமல் எலி சரியான நேரத்தில் வந்தது. எலியைப் பார்த்த நொடியில் உடலின் ரத்தம் சூடாகி கொதிப்படைந்தார். கோபத்தை எல்லாம் அடக்கிக்கொண்டு அதையே கூர்ந்து கவனித்துக்கொண்டிருந்தார். எலி சாவகாசமாக எல்லா இடத்திலும் மோப்பம் பிடித்துக்கொண்டே மெல்ல வந்தது. அலமாரியின் பின்புறமாகச் சென்றது.

கம்பளியை எடுத்துச்சென்று ஜன்னலில் திரைபோல மூடினார். குளியலறை, கழிவறை மற்றும் வரவேற்பறை செல்லும் அறைக்கதவுகளை மூடினார். கண்களைக் கூர்மையாக்கிக்கொண்டு விளக்கைத் தட்டினார். திடீர் வெளிச்சம் அறைக்குள் பாய்ந்ததும் எலி திகைத்துப் போனது. அலமாரிக்கும் சுவருக்கும் இடையிலான

குறுகலில் ஒளிந்திருந்தது. தடியை வேகமாக ஓங்கினார். எலி விருட்டென்று பின்னோக்கிப்போய் மறுபுறம் வழியாக வெளியேறியது. எங்கும் வெளியேறாதவாறு கதவுகள் அடைக்கப்பட்டிருந்தது. எலியின் பின்னாலே கண் மண் தெரியாமல் அடித்துக்கொண்டே துரத்தினார். அது நின்று யோசித்து இவர் வந்த திசையிலேயே திரும்ப ஓடிவந்தது. கால் இடையில் புகுந்து ஓடிவிடலாம் என்ற எண்ணத்தில் எலி வர, அதை மிதித்து விடலாம் என்ற யோசனையில் மிதித்தார். அந்த மிதியானது சரியாக எலியின் வாலை மிதித்தது. எலி நகர முடியாமம் கீச்சுக்குரலில் கத்தியது. காலுக்கு அடியில் புழு நெளிவதைப்போல அருவெறுப்புடன் பதறியபடி காலை எடுக்க முனைந்தார், அதற்குள் உயிர் பயத்தில் அந்த எலி தலையைத் திருப்பி குதிகால் பாத விளிப்பில் கடித்தது.

சுருக்கென இரண்டு ஊசியைச் சொருகியது போன்ற வலியை உணர்ந்ததும் வேகமாக காலை எடுத்தார். எலி பாய்ந்தோடித் தப்பியது. கடித்த இடத்தில் இருந்து ரத்தம் வேகமாக வெளியேற ஆரம்பித்தது. இவ்வளவு ரத்தம் வரும் என்று எதிர்பார்க்கவில்லை. நடுங்கும் விரல்களால் ரத்தம் வந்த இடத்தைத் துடைத்தார். ஒரு நொடி தாமதித்து மீண்டும் இரண்டு புள்ளிகளின் வழியாக ரத்தம் வெளியேறியது. எலிக்கு இரண்டு பற்கள்தான் இருக்குமா என்று யோசித்தார். அங்கிருந்தே மனைவியை அழைத்தார். கிட்டத்தட்ட கத்தினார்.

கதவைத் திறந்துகொண்டு வந்தவள் தரையில் இரத்தத்தைப் பார்த்ததும் "அடிச்சிட்டிங்களா?" என்றாள்.

"இல்லை, அது ஓடிவிட்டது."

"அப்புறம் எப்படி இவ்வளவு ரத்தம்?"

"அது என்னை கடிச்சிடுச்சி."

"என்னது... எலி கடிச்சிடுச்சா?" நம்ப முடியாமல் அவள் கேட்டாள்.

அவராலுமே நம்ப முடியவில்லைதான். எலி கடிக்கவும் செய்யும், கடித்தால் ரத்தம் வரவும் செய்யும் என்பதே இன்றுதான் அவருக்குத் தெரியும்.

பதட்டத்துடன் சிறு துணியைக் எடுத்து கடித்த இடத்தில் அழுத்திப் பிடித்தாள். சிறிது நேரம் அப்படியே பிடித்துக்கொண்டிருந்தாள்.

வெளியேற வாய்ப்பில்லை என்று கருதியதும் துணியை மெல்ல நீக்கிப்பார்த்தாள். சினிமாவில் நாயகியின் காலை பாம்புகடித்த அடுத்த காட்சியில் இரண்டு நெந்நிறப் புள்ளிகள் உண்டாவதைப் போல ஆழமான புள்ளிகள் இருந்தது. மிகச்சன்னமாக அதிலிருந்து ரத்தம் வெளியே வர ஆரம்பிப்பது போல இருந்ததும் மறுபடி அழுத்திபிடித்தாள்.

இனி வர வாய்ப்பில்லை என்ற பட்சத்தில் அழுத்தம் குறைத்து காயத்தைப் பார்த்தாள். கால்பாத ரேகைகளுக்கு இடையே இரண்டு மெல்லிய துளைகள். ரத்தம் வடிந்துவிட்டது. பஞ்சு உருண்டைகளை எடுத்து காயம்பட்ட இடத்தில் வைத்து மெல்லிய துணியால் கட்டினாள்.

"எலி அடிக்கறராம், எலி.... இப்ப கடி வாங்குனது பத்தாதா, அதுபாட்டுக்கு வந்துட்டு போகுது விடுங்க. எலிக்கடி விஷக்கடி மாதிரி, வயசாச்சுன்னா கை, கால் வராமப் போயிடும்."

ராஜன் உக்கிரமானார். "அந்த எலிய நான் அடிக்காம விடமாட்டேன்."

"ம்கும். அதெல்லாம் இருக்கட்டும். முதல் வேலையா நாளைக்குப் போய் காலைல டாக்டரப் பாருங்க."

கோபத்தில் மூச்சிரைத்தது. அவரைப் படுக்க வைத்து கடிவாங்கிய காலுக்கு இரண்டு தலையணைகளை அடியில் வைத்தாள்.

"ஏன்?"

"ரத்தம் வராம இருக்க வைக்கறேன். புரண்டு படுக்காம நேர படுங்க" என்று ஆணையிட்டாள்.

கடைக்கு ஒருமணி நேரம் முன்பாகவே கிளம்பினார்.

"கிளினிக்ல காமிச்சிட்டுப் போங்க" என்றாள்.

தயக்கத்துடன் கிளினிக் முன் நின்றார். "வயசாச்சினா கை கால் வராம போகும்" என்ற மனைவியின் குரல் அவருக்குள் ஒலித்தது. டாக்டரிடம் காட்டிவிடுவதுதான் நல்லது என உள்ளே நுழைந்தார். அவருக்கு முன்பாகவே இரண்டு பேர் காத்திருந்தனர். பதிவு செய்யும் பெண் வயதானவளாக இருந்தாள். அடையாள அட்டையைக் கேட்டதும் கொடுத்தார்.

"முன் எப்போதாவது இந்த கிளினிக் வந்துள்ளீர்களா?" என்றாள்.

தயக்கமாக யோசித்தபடி... நான்கைந்து வருடம் முன்பாக காய்ச்சலுக்கு இங்கு வந்தது நினைவில் வந்துபோனது.

"ஆம். வந்திருக்கிறேன்."

டிராயரைத் திறந்து ஆங்கில எழுத்தின் ஆர் வரிசையில் தேடி ஒரு அட்டையை எடுத்தாள்.

"இப்ப என்ன பண்ணுது உங்களுக்கு? காய்ச்சலா?" என்றாள்.

இருபுறமும் திரும்பிப்பார்த்து தயக்கத்துடன் சொல்லலாமா வேண்டாமா என்பதுபோல யோசித்தார்.

"சொல்லுங்க, எழுதி அனுப்பனும்" என்று மெல்லிய கண்டிப்புடன் சொன்னாள்.

குனிந்து அவளிடம் நெருங்கிச்சென்று யாருக்கும் கேட்காதவாறு அடிக்குரலில் "எலி கடிச்சிடுச்சிங்க சிஸ்டர்" என்றார்.

லேசான அதிர்ச்சியுடன் கூடிய சிரிப்பொன்றை உதிர்த்தபடி "எப்படி கடிச்சது.?

"வாயாலதான் கடிக்கும். வேற எப்படி கடிக்கும்?" என்று நினைத்தபடி, "நான் டாக்டர்கிட்ட சொல்லிக்கறேன் சிஸ்டர்" என்றார்.

சிரிப்பை அடக்கிக்கொண்டு எதோ எழுதி அட்டையை கை நுழையும் அளவேயிருந்த சிறிய கதவைத் திறந்து உள்ளே வைத்தாள். மறுபுறம் டாக்டரின் கை அதை எடுத்துக்கொண்டது.

காத்திருக்குமாறு சொன்னாள். உள்ளே சென்றவள் இன்னொருத்தியுடன் நமுட்டுச் சிரிப்புடன் "எலி கடிச்ச கேஸ்" என்றாள். அந்த இன்னொருத்தி இயல்பாக வருவது போல வந்து இவரைப் பார்த்துச் சென்றாள்.

பெஞ்சில் அமர்ந்த ராஜனுக்கு என்னவோ போல் இருந்தது. கிளினிக்குகளுக்கே உரிய மெல்லிய மருந்து வாடை அடித்தது. பக்கத்தில் அமர்ந்திருந்தவன் காய்ச்சல் உடல் போல. அவனிடமிருந்து அனல் அடித்தது. தள்ளி அமர்ந்துகொண்டார்.

டாக்டர் சிறிய டார்ச் ஒன்றை அடித்து காயத்தைப் பார்த்தபடி "எலி எவ்வளவு பெருசு இருக்கும்? பெருச்சாளியா?" என்றார்.

"ரொம்ப பெருசில்ல, கொஞ்சம் பெருசுதான்" என்றார்.

டாக்டர் வயதான சீனப்பெண்மணி "எப்படி கடிச்சது?"

என்னடா ரோதனையாகப் போச்சே என்றபடி சூழலை விளக்கினார். சுவாரசியமாகக் கேட்டுக்கொண்டாள்.

"கட்டுப்போடணும், சில ஆண்டிபயாடிக் மாத்திரை சாப்பிடணும். பெரிய பிரச்சினை ஒன்றுமில்லை" என்றாள்.

"வயசாச்சுனா கை கால் வராம போக வாய்ப்பிருக்கா டாக்டர்" என்றார்.

"யார் சொன்னது?"

"என் மனைவி."

"அப்படியெல்லாம் ஆகாது. மாத்திரை சாப்பிடுங்க. வீட்டு எலிக்கு எல்லாம் விஷமில்லை."

கொஞ்சம் ஆசுவாசமாக இருந்தது.

"வெளியே கட்டுப்போட்டுட்டுப் போகலாம்" என்றாள்.

பதிவெழுதிய பெண்மணிதான் கட்டுப் போட்டாள். சிரிப்பைக் கட்டுப்படுத்திக்கொண்டே கட்டுப் போட்டாள். "ரொம்ப பயப்பட வேண்டாம். மிகச்சிறிய காயம்தான். விஷமில்லை" என்று ஆறுதலாகப் பேசியதும் அவளின் மேல் வந்த எரிச்சல் சற்று அடங்கியது.

மனைவி மிகக்கறாரான குரலில் சொல்லிவிட்டாள். "அந்த எலியை அடிச்சவரைக்கும் போதும். ராத்திரியில் இனிமே எழுந்திருக்ககூடாது" என்றாள். சிறுநீர் கழிக்க எழுந்தாலும் கூட பின்னாலேயே வந்து நின்றாள். எலிகடித்த வகையில் அறுபத்தியைந்து வெள்ளி செலவானதுதான் மிச்சம். "அடுத்த மாதம் ஜன்னலை சரிசெய்துட்டா எலி வராது. அதுவரைக்கும் அமைதியா இருங்க" என்றாள்.

எலி தினசரி வருவதும், புழுக்கையிட்டுப் போவதுமாக இருந்தது. காலையில் எழுந்து எவ்விதக் கோபமுமற்று புழுக்கையை அப்புறப்படுத்தினார். இந்த நாட்களில் மிகச்சரியாக எலி வரும் நேரத்தில் அவருக்கு முழிப்பு வருவது வாடிக்கையாயிற்று. அவரும் எழுந்துவந்து எலியின் தடங்களைப் பார்த்தபடி திரும்பத் தூங்கச்சென்றுவிடுவார். சில சமயங்களில் எலியும் அவரும் நேருக்கு நேராக சந்தித்துக் கொள்வதுமுண்டு. நமக்கும் எலிக்குமிடையே ஒரு

ஸ்னேகபந்தம் ஏற்பட்டுவிட்டதோ என்றுகூட யோசித்தார். சில நாட்களுக்குப் பின் எலி இவரைப் பார்த்ததும் திகைத்து ஓடாமல் சாவகாசமாக எதையாவது உருட்டிச்செல்ல ஆரம்பித்தது.

ஆனால் ராஜனுக்குள் ஒரு திட்டமிருந்தது. எலியுடன் பழகி அதன் கதையை முடிப்பதுதான் அந்தத் திட்டம். எலிக்குப் பிடித்த விதைகளை வாங்கி வந்து போட ஆரம்பித்தார். அதிலே கூட விஷம் கலந்து போடலாம்தான். ஆனால் தன் கையால் அதை அடித்துக்கொள்ள வேண்டும் என்பதுதான் உள்ளூர ஆசை. உப்பிட்டு வறுத்த பூசணி விதைகள்தான் அந்த எலி ஆசையாக கொரித்து உண்ணுகிறது என்பதைக் கண்டுபிடித்து அதைத் தொடர்ந்து போட ஆரம்பித்தார். சில நேரங்களில் இவர் போடுவதற்காக எலி காத்திருப்பதுமுண்டு. சில நாட்களில் எலி இவருக்கு மிக அருகே வந்து கொரித்துக்கொண்டிருக்கும் அளவுக்கு எந்த எலியுடன் நெருக்கத்தை வளர்த்துக்கொண்டார்.

விதைகள் கீழே விழும் சத்தம் கேட்டதும் எலி ஓடிவந்து பொறுக்கப் பழகிவிட்டிருந்தது. தன்னையுமறியாமல் எலியை ரசிக்கத் தொடங்கினார். விதைகள் தூவ ஆரம்பித்ததும் எலி உணவுப் பதார்த்தங்கள் மீது வாய் வைப்பது நிறுத்தி விட்டிருந்தது. மிக ஆச்சரியமாக அது வீட்டுக்குள் புழுக்கை இடவில்லை. ராஜனுக்கு எலியின் மீது அளவற்ற பரிவு உண்டானது. தன் கொல்லும் எண்ணத்தை மாற்றிக்கொள்ள நேரிடுமோ என்று பயந்த ஒருநாளில் அதை நிச்சயமாக கொல்வது என்ற முடிவெடுத்தார்.

அன்று அவர் கையிலிருந்து விதைகள் விழுந்த நொடியில் ஓடி வந்த எலியின் தலையில் உருள் தடியால் தாக்கினார். அடித்த வேகத்தில் தரையிலிருந்து பந்து போல மேலெழும்பி பின் கீழே விழுந்தது எலி. திரைப்படங்களில் நாயகன் ஸ்லோ மோஷனில் அந்தரத்தில் ஒரு பல்டி அடித்து தரையில் விழுந்தது. வெள்ளை டைல்ஸ் தரையில் ரத்தம் சிதறியது. பின்னங்கால்கள் இரண்டும் வெடவெட அடித்துக்கொள்ள எலி உயிரை விட்டுக் கொண்டிருந்தது. எலி வாலின் கடைசித்துடிப்பு அடங்கும்வரை பார்த்துக்கொண்டே இருந்தார்.

அதற்குப்பின் அவ்வீட்டில் எலிகள் நுழைவதில்லை. ஆனால் மிகச்சரியாக ஒரு மணிக்கு யாரோ அவரை உலுக்கி எழுப்புவதைப் போல உறக்கம் கலைவது மட்டும் நிற்கவில்லை.

வாத்தியார்

வாத்தியார் எழுந்து பார்த்தபோது மணி ஆறாகியிருந்தது. அலாரம் வைப்பதில்லை. அந்த நேரத்திற்கு உடல் பழகிவிட்டிருந்தது. ஒரு பூ உதிர்வதைப்போல மெதுவாக கட்டிலிலிருந்து இறங்குவார். அந்த அறையில் இரண்டடுக்கு கொண்ட கட்டில்கள் மொத்தம் ஆறு உண்டு. கட்டிலுக்கு இருவர் என பனிரெண்டு பேர்களை அடக்கியிருக்கும் அறை. எட்டுமணிக்கு மேல் அனைவரும் அரிபிரியாக வேலைக்குக் கிளம்பிவிட்டால் பிறகு மாலை வரை மயான அமைதியில் அறை உறங்கும். எழுந்ததும் வெதுவெதுப்பான அரை லிட்டர் தண்ணீர் அருந்துவார். பின் நேரே கழிப்பறை.

வெளிவராண்டாவில் அரை மணி நேர நடை. சத்தமில்லாத யாரையும் தொந்திரவு செய்யாத பூனை நடை.

இடுப்புக்கு மேலே உள்ள பாகங்களை இப்புறமும் அப்புறமும் திருப்பி குனிந்து நிமிர்ந்து வளைந்து என கொஞ்ச நேரம் செய்வார். கதவுச் சந்தில் நான்காக மடிக்கப்பட்ட அட்டைப் பெட்டிக் காகிதத்தை தரையில் விரித்து அதன் மேல் படுப்பார். கால்கள் ஒன்றன் பின் ஒன்றாக மேலெழும்பி தரையைத் தொடும். பின்னர் இரண்டு கால்களையும் ஒருசேர தூக்கி கீழே இறக்குவார். எண்ணிக்கையெல்லாம் இல்லை. எல்லாம் நேரக்கணக்குதான். கடைசியாக பத்து தண்டால் எடுத்து எழுந்து அட்டையை மடித்து அதே இடத்தில் வைப்பார். நேராக குளியலறைதான். சரியாக ஏழைத் தொட்டிருக்கும்.

எப்போதுமே குளிர்ந்த நீர்தான். காலநிலை மாற்றங்கள் எல்லாம் கணக்கில் இல்லை. கட்டிலுக்கு நேர் கீழே ஒரு சின்ன பெட்டி போன்ற கதவு அதன் உள்ளே முருகன் விநாயகர் சரஸ்வதி படங்கள். கீழே ஒரு தட்டில் விபூதியும் குங்குமமும். முதல்நாள் பணியிலிருந்து திரும்புகையில் சேகரித்த பூக்களை ஒரு ப்ளாஸ்டிக் பையில் அடைத்து வைத்திருப்பார். எல்லாமே வாயில் நுழையாத வெளிநாட்டுப் பூக்கள். சில நறுமணமுள்ளவை சிலது மணமற்றவை. பார்க்க அழகாக இருப்பதைத்தவிர வேறொரு விசேஷமுமில்லை. தேக்கா சென்றார் என்றால் மல்லியும் கதம்பமும் வாங்கி பழைய பூக்களை அப்புறப்படுத்திவிட்டு புதிய பூக்களை இடுவார். மணியை எடுத்து சன்னமாக இடவலம் இரண்டு ஆட்டு ஆட்டிவிட்டு வைத்து விடுவார்.

இந்த மணியடித்தல் ஞாயிறுகள், பொதுவிடுமுறை நாட்கள் தவிர்த்து அத்தனை நாட்களும் உண்டு. அந்த மொத்த அறைக்குமான அலாரம்தான் இந்த மணியாட்டல்.. மெல்ல மெல்ல மற்றவர்கள் எழுந்து வேலைக்குக் கிளம்புவார்கள். பணிக்கு உண்டான சீருடை எடுத்து அணிந்து புறப்பட்டார் என்றால் மணி ஏழரை என்று நம்பலாம்.

கடந்த எட்டு வருடமாக இதைத்தான் வாத்தியார் செய்கிறார். தோட்டப்பராமரிப்பு செய்யும் நிறுவனத்தில் வேலை. வாத்தியார் என்றதும் பள்ளிக்கூட வாத்தியாரோ, சிலம்ப வாத்தியாரோ அல்ல. அவர் குடும்பத்தில் முதல் தலைமுறை படிப்பாளி. முட்டி மோதி

வாத்தியார் உத்தியோகத்திற்கான படிப்பை படித்துமுடித்தார். பிறகு வேலை கிடைக்கவில்லை. கிடைப்பதற்கான முகூர்த்தங்கள் இருந்தும் ஐந்தாறு லட்சங்கள் தள்ள வேண்டிய நிலை. நிராகரித்து விட்டார். பதிந்திருக்கிறோம் வரும்போது வரட்டும் என்ற வைராக்கியம். திருமணம் ஆனது. பிள்ளையில்லை.

பிறகொருநாள் சிங்கப்பூர் வந்து சேர்ந்தார். வந்து எட்டாண்டுகள் நிறைவடைந்துவிட்டது. வாத்திப்படிப்புக்கு வேலை அகப்படாவிட்டாலும் பெயர் என்னவோ வாத்தியார் என்றே வாய்த்துவிட்டது. ஊரிலும் இங்கும் தெரிந்தவர்கள் எல்லாருமே அழைப்பது வாத்தியார் என்றுதான். “வாத்தியார் ஊட்டு மருமொவ” என்ற பட்டப்பெயரில் வாத்தியாரின் மனைவிக்கு பெருமிதம் உண்டு. முதலில் வேலை கிடைக்கவில்லையே என்ற விஷயத்தை நினைவுபடுத்தினாலும் போகப்போக பழகிவிட்டது. இன்றுவரை வாத்தியாருக்கு தன்னை எல்லோரும் அப்படி அழைப்பது ஒருவித மகிழ்ச்சியைத் தந்தது என்றுதான் சொல்லவேண்டும்.

வந்த புதிதில் வேலை கடினமான இருந்தது. திரும்பி விடலாமா என்று கூட யோசித்தார். ஒப்பந்தம் முடியும் வரை பார்க்கலாம் என்று இருந்தவர் பிறகு தொடர வேண்டியதாகிவிட்டது.

வாங்கி வந்த கடனை அடைக்கிறதுக்கு ஒரு வருடம். “ஊருக்குப் போனா அஞ்சாறு வெதச்சி பொழப்ப பாக்கலாம்” என்ற ஆசையில் நிலம் வாங்க ரெண்டு வருசம், மெட்ராசுக்கும், கோயமுத்தூருக்கும் பிள்ளையில்லாத குறைய தீக்க ஆசுபத்திரிக்கு நடையா நடந்தது ஒரு செலவு, குடியிருக்கிற கூரை வீட்டுக்குப் பின்னால் நாலு சதுரத்துல தளம் போட்ட வீடு கட்ட ரெண்டு வருசம். கடேசியா ”அத்தைக்கு செஞ்ச ஆசுபத்திரி செலவு கடன மட்டும் அடச்சிட்டு வந்துடு மாமா” என்றதில் ஒரு வருடம். என அதுபாட்டுக்கு ஓடிக்கொண்டிருக்கிறது. இடையிடையே போனது வந்த செலவுகள்.

வந்த புதிதில் சாலை ஓரங்களில் உள்ள பூங்காக்கள், மரங்கள், புற்கள் போன்றவற்றைக் கழிப்பதுதான் வேலை. வெயிலும் மழையும் மாறி மாறித் துன்புறுத்தும். பிறகு மெல்ல உயர்ந்து இப்போது அலுவலகங்கள், பன்னாட்டு வணிக வளாகங்கள் போன்றவைகளில் தோட்டப் பராமரிப்பு வேலை. மெனக்கெடாத வேலை. மின்சார விளக்குகளின் வெளிச்சத்தில் வளரும் தாவரங்கள் இவை. இலை பழுத்திருந்தால் நீக்குவது. உரமிடுவது, ஸ்ப்ரே மூலம் மருந்தடிப்பது,

அளவுக்கதிகமாக வளர்ந்திருந்தால் நறுக்கி விடுவது போன்ற மராமத்து பணிகள்தான். சொல்லப்போனால் இது ஒரு வேலையே அல்ல. ஆனால் இது வேறு மாதிரியான உலகம். அலுவலகத்திற்கு அழகு சேர்க்க க்ரோட்டன்ஸ், சிறிய வகைத் தாவரங்கள். போன்றவற்றை முறையாக வைத்துப் பராமரிக்க வேண்டும். அந்த வேலையைத்தான் வாத்தியாரின் நிறுவனம் செய்துகொண்டிருக்கிறது. அதில் ஒரு பணியாள்தான் வாத்தியார்.

மாதத்தின் முதல் நாள் அலுவலகம் சென்றால் அம்மாதத்திற்குரிய அட்டவணையை நாள் வாரியாகத் தந்துவிடுவார்கள். தினம் ஒரு அலுவலகம் சென்று வேலை முடித்து உரியவரிடம் வேலை முடிந்தது என கையெழுத்து வாங்கி வந்து மாதமொருமுறை சமர்ப்பித்தால் போதுமானது. சம்பளத்திற்குப் பிரச்சினையில்லாத அமைதியான நிறுவனம். இதுவரை புகாரொன்றுமில்லை.

அலுவலகத்தில் நுழைந்ததும் இடதுபக்கம் இருந்த அறையிலிருந்து அச்சடித்தது போன்ற சிரிப்பொன்றை உதிர்த்தாள் லிண்டா. கடந்த எட்டு வருடங்களாக இந்த புன்னகை மாறியதே இல்லை.

***

”காலை வணக்கம் லாம்குமார்" என்றாள். முதலாளி "ழாம்குமார்” என்பார். சிலர் ”குமாழ்” என்பார்கள். வந்த புதிதில் போராடிப்பார்த்து விட்டதுதான். இப்போதெல்லாம் கண்டுகொள்வதில்லை. சிறிய ஒலிமாற்றம்தானே! சீனர்களின் வாயில் ”ர” நுழைவதில்லை அதுவும் மென்மையான பெண்களின் வாயில் “ரா” எதிர்பார்ப்பது அராஜகம் என்று நினைத்துக் கொள்வார்.

"குட் மார்னிங் மிஸ் லிண்டா" என்றபடி கதவைத் திறந்து நுழைந்து வழக்கமாக அமரும் இருக்கையில் அமர்ந்தார் வாத்தியார்.

“நீ காபி சாப்பிடு... உனக்கான பேப்பர்களைத்தான் தயாரித்துக் கொண்டிருக்கிறேன். சில நிமிடங்கள் ஆகும்" என்றாள்.

ஆமோதித்தபடி பாண்ட்ரி நோக்கிச் சென்றார் வாத்தியார். காபி போட்டுக்கொண்டு வந்து அதே இடத்தில் அமர்ந்துகொண்டார்.

இந்த மாதம் சைனா டவுன், தோபி காட் ஏரியாவில் வேலை இருந்தால் ஷீத்தல் மேடத்தைப் பார்க்கலாம். அங்குள்ள ஒரு வெளிநாட்டு வங்கியில் பணிபுரிகிறாள். வொர்க் ஆர்டர் எப்படி

வருகிறது என்று தெரியவில்லை. அனேகமாக இந்த முறை அதற்கு வாய்ப்பிருக்கிறது.

ஷீத்தல் மேடம் வாத்தியைப் போலவே தனித்திருப்பவள். அவருக்கென்று ஒரு பிள்ளையுண்டு. பராமரிப்புக்காக செல்லும் நிறுவனங்களில் ஒரு எந்திரப்புன்னைகையோடேதான் எல்லோருமே வாத்தியாரை எதிர்கொள்வார்கள். அதில் எல்லாமே போலியானவை. அக்கறையுடனான விசாரிப்புகள் எதுவுமே இருக்காது. அவர்களது அதிகபட்ச அன்பு என்பதே புன்னகைதான் என்பது போல இருக்கும். அதை ஒரு எல்லையாகவே எல்லோரும் நிர்வகித்திருக்கின்றனர். வேலைக்காக காலையில் இறங்குவது முதல் அறை திரும்புவது வரை சில ஆயிரம் பேர்களைச் சந்தித்தாலுமே கூட பேசுவது என்னமோ ஓரிரு வார்த்தைகள்தான்.

ஆனால் இதிலிருந்து எல்லா விதத்திலுமே வித்தியாசமானவள் ஷீத்தல் மேடம். அவளுக்குச் சொந்த ஊர் கொல்கத்தா என்று சொல்லியிருக்கிறாள். அதற்கு மேல் ஒரு விவரமும் தெரியாது. எப்போது எதிர்கொண்டாலும் நின்று நான்கு வார்த்தை பேசி கையில் எதாவது கொடுத்து அனுப்புவாள். விலை அதிகமுள்ள கேக் துண்டுகளாக இருக்கும். பழங்களாக இருக்கும். அல்லது சாப்பிட என ஏதாவது கொடுத்து இரண்டொரு வார்த்தைகள் ஊரைப்பற்றியும் நிலத்தைப்பற்றியும் பேசி அனுப்புவாள். செல்லும் எந்த அலுவலகத்திலும் அமர்ந்ததே இல்லை. இங்கு மட்டும் பத்திருபது நிமிடங்கள் அமர்ந்து பேசிவிட்டுச் செல்வது வழக்கம்.

எல்லா நாட்களிலும் நமக்குத் தருகிறார்களே; நாம் எதாவது தரலாம் என்று முன்பொரு முறை இனிப்பு ஒன்றை வாங்கிச் சென்றார் வாத்தியார். கூச்சம் விலகாது கொடுத்தபோது இன்முகத்தோடு வாங்கிக் கொண்டாள் ஷீத்தல்.

"சரியான நேரத்தில்தான் இனிப்பு கொடுக்கறீங்க ராம்" என்றாள்.

"ஏன் மேடம்?. இன்னிக்கு என்ன ஸ்பெசல்?"

"ஸ்பெசல்னு சொல்ல முடியாது. துக்கமும் மகிழ்ச்சியும் கலந்த விடுதலை நாள். நீண்ட நாட்களாகத் தேங்கிக் கிடந்த விவாகரத்து வழக்கு இன்று தீர்ப்பாகியிருக்கிறது. இன்றைய தினம் முதல் நான் சுதந்திர மனுஷி" என்று சிரித்தபடி இனிப்பை கொஞ்சம் எடுத்து

நாக்கில் போட்டுக்கொண்டாள்.

அதிர்ச்சி விலகாத முகத்துடன் "ஏன் மேடம்" என்றார் வாத்தியார்.

"பரஸ்பர புரிதலுடன் பிரிந்துவிட்டோம். பிள்ளை என்னுடன். இனி எனக்கான வாழ்க்கை தொடங்குகிறது. இன்றைய இரவு உணவு என் வீட்டில்தான். வந்துவிடு" என்று சொல்லிவிட்டு கிளம்பினாள் ஷீத்தல்.

வாத்தியார் மேலதிகமாக எதையும் கேட்டுக்கொள்ளவில்லை. அது சுதந்திரமும் இல்லை. இன்னும் சொல்லப்போனால் வாத்தியார் இதற்கு முன் மனைவியைத் தவிர்த்து வேறு பெண்களிடம் அதிகம் பேசிப் பழகியவரில்லை. ஷீத்தல் மட்டும் விதிவிலக்கு. இவர் பேசாவிட்டாலும் அவள் கனிவாக எதையும் பேசிவிடுவாள். தன்னைப் போன்ற கடைநிலை கூலிக்காரனிடம் பேசவேண்டிய அவசியம் என்ன வந்தது?

இதைப்போல ஒவ்வொரு சந்திப்புகளிலும் நினைவு கொள்ளும்படியான சம்பவங்கள் ஏராளம் உண்டு. அப்போதெல்லாம் மனதுக்குள் நினைத்துக்கொள்வார். எப்படி இந்த உறவு கனிந்து இந்த நிலையை அடைந்தது என. ஆனால் அதற்கான விடை கிடைத்ததேயில்லை. உதித்து மறையும் இயற்கையைப் போல அது நிகழ்ந்துவிட்டிருந்தது.

"லாம்குமார். பேப்பர் ரெடி" என்றழைத்தவுடன் நினைவுகளில் இருந்து விலகி எழுந்தார் வாத்தியார். காபி கப்பை அதற்கான கூடையில் போட்டுவிட்டு ஆர்வத்துடன் பேப்பரை வாங்கி அங்கேயே அட்டவணையை வாசிக்கத்தொடங்கினார். இரண்டாவது வார நடுப்பகுதியில் அங்கு செல்ல வேண்டிய வேலை குறிக்கப்பட்டிருந்தது.

"நன்றி லிண்டா, பிறகு மீண்டும் சந்திக்கலாம்" என்று விடைபெற்றார் வாத்தியார்.

***

அன்றைய நாளில் மூன்று இடங்களுக்குச் செல்ல வேண்டியிருந்தது. எல்லாமே சிணுக்கட்ட வேலைகள்தான். பழுத்த இலைகளைக் கிள்ளிச் சேகரித்து தோம்பில் எரிய வேண்டும். சில இலைகள் தொடுவதற்குக் காத்திருப்பது போல தொட்ட உடனே வீழ்ந்து விடும். மெல்லிய காற்று கூட போதுமானது என்றாலும் அவை ஏனோ தன் விரல் ஸ்பரிசத்துக்காக காத்துக் கிடந்ததோ என்று

எண்ணிக் கொள்வார் வாத்தியார்.

நின்று துப்புரவாகப் பணி முடித்து திரும்புவதுதான் வாத்தியாரின் வாடிக்கை. நேரம் போகிறதே என்றெல்லாம் கவலைப்படுபவரல்ல. அன்றைய தினம் வேலை நேரம் முடிந்தும் மெனக்கெட்டு சில பராமரிப்பு வேலைகளை முடித்துவிட்டுக் கையெழுத்து வாங்கிய பின்பு தன் அறை திரும்பினார்.

நாள் முழுக்க வேலை நேரத்தில் வேலை குறித்த சிந்தனை மட்டுமே ஓடிக்கொண்டிருக்கும். வாழ்வு குறித்த விசனங்களுக்கோ, மகிழ்ச்சிகளுக்கு அங்கு வேலையிருப்பதில்லை. ஆனால் மாலை நேரம் என்பது ஒருவித கலவையான சோகங்களை இட்டு நிரப்பி குழப்பத்திலேயே வைத்திருக்கும் அதுபோன்ற சமயங்களில் மனைவிக்கு போன் பண்ணி பேசிக்கொண்டிருப்பார். வயலில் செய்த, செய்ய வேண்டிய வேலைகள் குறித்துதான் பெரும்பாலும் பேச்சு நீளும். இருவரின் தனிமை குறித்த உரையாடல்களை இருவருமே தவிர்த்துதான் பேசிக்கொண்டிருப்பார்கள்.

குறிப்பாக பிள்ளையில்லாத சோகம் குறித்த பேச்சுகளை இருவருமே கடந்துவிட்டார்கள் என்றுதான் சொல்ல வேண்டும். வீட்டில் தடியூன்றிக் கொண்டிருக்கும் அப்பாவும் மனைவியும் மட்டுமே உண்டு. அம்மா காலமாகி ஒரு ஆண்டு கடந்து விட்டது. திவசத்திற்கு அங்கிருப்பது போல திட்டமிட்டிருந்தார் வாத்தியார். பண்டிகைக்காலம் நிறைய ஆர்டர்கள் வருமென்பதால் விடுமுறை வழங்கவில்லை.

"புடவை வைத்து படைச்சிருங்க" என்று மனைவி சொல்லியிருந்தாள். ஏற்கனவே புடவை ஒன்று எடுத்தாகிவிட்டது. படைத்து விட்டு 'யாரிடம் அதைக் கொடுப்பது' என்ற சிந்தனைதான் வாத்தியாருக்கு ஓடிக்கொண்டிருந்தது. சட்டென்று நினைவு வந்தவராக 'ஷீத்தல் மேடத்துக்கு கொடுத்தால் என்ன' என்ற யோசனை தோன்றியது. பெற்றுக்கொள்வது கூட இரண்டாம் பட்சம்தான் ஆனால் அவர் புடவை கட்டி இதுவரை பார்த்ததில்லையே என்று குழப்பமடைந்தார்.

தவிரவும் வேறு எந்தப் பெண்ணுமே இந்த நகரத்தில் அவருக்குத் தெரிந்திருக்கவில்லை. அவ்வார ஞாயிறன்று ஷீத்தல் மேடம் வீட்டிற்கு பூக்களும் பழங்களும் புடவையுமாக தட்டில் வைத்துக் கொடுப்பதென்று முடிவு செய்து கிளம்பி விட்டார். செல்லும் வழியில்தான் நினைவு வந்தது உயர்ந்த பதவியில் இருப்பவர் அவர்.

விடுமுறை நாளில் சென்று ஏன் தொந்தரவு செய்ய வேணும் என்று நினைத்துக்கொண்டார். மேலும் வீட்டில் இருப்பார்களா என்றும் தெரியாது. எப்படியோ நடக்கட்டும் பார்க்கலாம் என்று ஷீத்தல் மேடம் இருக்கும் அடுக்குமாடிக் குடியிருப்பை எட்டினார் வாத்தியார்.

***

காலிங் பெல் அழுத்தியதும் அவரே வந்து கதவு திறந்தார்.

ஆச்சரியத்தில் அவர் கண்கள் விரிந்திருந்தன. மகிழ்ச்சியுடன் வரவேற்றார். வீடு முழுக்க அப்படி ஒரு ஒழுங்கு. பொருட்களில் தேர்வில் அப்படி ஒரு அழகும் நேர்த்தியும்.

"காபி கொண்டு வருகிறேன்" என்று உள்ளே சென்ற மேடத்தை நிறுத்தி. “உங்கள் சகோதரனாக நினைத்து நான் புடவை தருகிறேன் ஏற்றுக்கொள்ளுங்கள்” என்றார் வாத்தியார்.

"என்ன விசேஷம்?"

சொன்னார்.

சற்றே உணர்ச்சி வயப்பட்டதைப் போல கையிலேந்தி வாங்கிக் கொண்டார். அது ஒரு சாதாரண புடவைதான். ஆனால் 'நன்றாக இருக்கிறது' என்றாள். எவ்விதச் சங்கடங்களும் இல்லாமல் ஏற்றுக்கொண்டது வாத்தியாருக்கு தெம்பாக இருந்தது.

அவள் வார்த்தைப் பூச்சுகளற்று “நீ எனக்கும் சகோதரன்தான்” என்றாள்.

கம்ப்யூட்டரில் விளையாடிக்கொண்டிருந்த சிறுவன் இதையெல்லாம் கவனிக்கவில்லை. வந்த உடன் புன்னகைத்ததோடு சரி.

செல்லும்போது புள்ளியில்லாத ஆப்பிள் பழங்களை வாத்தியார் கையில் திணித்தாள். கருணையினால் நெகிழ்ந்திருந்தார் வாத்தியார். விடைபெற்று அறை திரும்பும் போது நிறைவாக உணர்ந்தார்.

அவ்வாரத்தின் நடுப்பகுதியில் ஷீத்தல் மேடம் பணிபுரியும் வங்கிக்குச் சென்றிருந்தபோது அதிசயித்துப் போனார் வாத்தியார். அன்றைய தினம் தான் கொடுத்த சேலையைக் கட்டிக் கொண்டு வந்திருந்தாள் ஷீத்தல். அத்தனை பாந்தமாக இருந்தது அவளுக்கு. வாரச் சந்தைக்கு காய்கறி வாங்க வந்த சாயபு வீட்டுப்பெண்களின் தோற்றத்தில்

இருந்தாள். குழந்தையைப் போன்ற சிரிப்பினால் தன் மகிழ்ச்சியைத் தெரிவித்தார் வாத்தியார்.

***

அடுத்து வந்த ஓரிரு மாதங்கள் ஷீத்தல் மேடம் பணிபுரியும் வட்டாரத்தில் பணி வழங்கப்படவில்லை. வரும் என்ற நம்பிக்கையில் காத்திருந்தார். ஆனால் கடைசி வரை வரவேயில்லை. வேறு ஆட்கள் சுழற்சியில் சென்றுகொண்டிருப்பார்கள். என்றாவது பார்த்துக் கொள்ளலாம் அல்லது வரவேயில்லை என்றாலும் வீட்டுக்குச் சென்றாவது ஒரு எட்டு பார்த்து வரலாம் என்று நினைத்திருந்தார்.

ஒருநாள் அதிகாலை அவருக்கு ஒரு போன் வந்தது. ஷீத்தல் மேடம்தான் அழைத்திருந்தார்.

வழக்கத்திற்கு மாறான பதட்டத்துடன் ராம் "உடனே ஆஸ்பிட்டல் வரமுடியுமா" என்றார்.

வாத்தியாருக்கு அன்றைய தினம் வழக்கமானதாக அமையவில்லை. எழுந்த வேகத்தில் சட்டையும் சிலுவாரும் அணிந்து புறப்பட்டார்.

வாசலில் காத்திருந்தாள் ஷீத்தல் மேடம். சற்றுத் தள்ளி அவரின் முன்னாள் கணவர் பின்புறம் கைகட்டியபடி எங்கோ பேசிக்கொண்டிருந்தார். 'இந்த அதிகாலையில் என்ன பிரச்சினை இவர்களுக்கு' என்ற குழப்பத்துடன் ஷீத்தல் மேடத்தைப் பார்த்தார் வாத்தியார்.

உடைந்து போய் இருந்தாள் ஷீத்தல். ஓடிச்சென்று கைகளைப் பற்றிக்கொண்டார். "என்ன ஆச்சு விபரம் சொல்லுங்கள்." அவள் எதையும் பேசும் நிலையிலேயே இல்லை. 'ஏதோ பெரிய விபரீதம் நடந்திருக்கிறது' என்று யூகித்திருந்தார் வாத்தியார். நாசூக்காக வருத்தத்தை வெளிப்படுத்த வேண்டிய இடம் அது. எல்லாம் கை மீறிச் சென்றதைப் போன்ற சூழல் அங்கு நிலவியது. ஆனாலும் வாத்தியார் தன் நினைவில் இருந்த, அறையில் இருந்த, இதுவரை தன் வாழ்வில் கண்ட அத்தனை தெய்வங்களுக்கும் மனதுக்குள் முறைப்பாடு வைத்துக் கொண்டிருந்தார்.

சென்ற வாரத்தில் ஒருநாள் வெளியே எங்கோ சாப்பிட்டிருக்கிறார்கள். பிள்ளைக்கு புட் பாய்சனாகியிருக்கிறது. துவக்கத்தில் சாதாரணமாக நினைத்தது கொஞ்ச நேரத்தில் சீரியசாகி விடவே மருத்துவமனைக்கு

வந்திருக்கிறார்கள். வரும் வழியிலேயே மயக்கமடைந்திருக்கிறான். சேர்த்த பின்பு சிகிச்சைகள் தொடர்ந்தாலும் உடலுறுப்புகள் ஒவ்வொன்றாக செயலிழந்திருக்கின்றன. ஒரு வாரமாக பெரும் போராட்டத்துடன் உயிரைக் காப்பாற்ற மருத்துவர்கள் போராடிக்கொண்டிருந்தார்கள். ஷீத்தல் மருத்துவமனையிலேதான் இருந்திருக்கிறாள். நிலைமை கைமீறிப் போவதாக உணர்ந்ததும் முன்னாள் கணவருக்கு அழைத்துச் சொல்லியிருக்கிறார். பிறகு வாத்தியாருக்கு அழைத்துச் சொல்லியிருக்கிறார்.

தலைமை மருத்துவருடன் ஒரு சிறிய கூட்டம் வந்து தவறிய செய்தியை அறிவித்துச் சென்றார்கள்.

வாத்தியார் பெருங்குரலெடுத்து அழத்தொடங்கி இருந்தார். குழப்பத்துடன் வந்த அவளது கணவன் வாத்தியாரை ஆசுவாசப்படுத்தினார். எங்கு அடக்கம் செய்வது, கொல்கத்தாவுக்கே கொண்டு செல்வதா என்பது பற்றி விட்ட பேச்சிலிருந்து மறுபடியும் தொடங்கிக்கொண்டிருந்தார் ஷீத்தல் கணவராக இருந்தவர். சில சில பார்மாலிட்டிகள் முடிந்து வரும்போது அவர்கள் இருவரும் கொஞ்சமாக துக்கத்திலிருந்து மீண்டிருந்தனர். 'இங்கு நடப்பது எதுவும் எனக்குச் சம்பந்தமல்ல' என்று கற்சிலை போல அமர்ந்திருந்தாள் ஷீத்தல்.

அவர்கள் இருவருடன் விமான நிலையம் வரை சென்று வழியனுப்பிவிட்டு அறைக்குத் திரும்பினார் வாத்தியார். நள்ளிரவு ஆகியிருந்தது.

***

எப்போதுமே பூனை போல சத்தமில்லாமல் அறைக்குள் நுழையும் வாத்தியார் அன்று புயல் போல நுழைந்தார். தட்டென்று சத்தத்துடன் விளக்கைப் போட்டவர், நேராக தன் படுக்கைக்கு அருகில் இருந்த சாமிப்படங்கள், சூடத்தட்டு, சிறிய சாமி சிலைகள் அனைத்தையும் பெரிய கறுப்பு நிற தோம்புப்பையில் கொட்டிக்கொண்டிருந்தார். அறைத்தோழர்கள் அதிர்ச்சியுடன் தடுத்து நிறுத்த இயலாத குழப்பத்துடன் அவரையே பார்த்துக் கொண்டிருந்தனர். எவர் பார்வையையுமே பொருட்படுத்தாத வாத்தியார் சிறிய சாமி அறை போல இருந்த அத்தனை பொருட்களையும் சரித்து எடுத்துக் கொண்டு போய் பச்சை நிற தோம்புப் பெட்டியில் போட்டுவிட்டு உக்கிரமாக நடந்து வந்துகொண்டிருந்தார். நேராக குளியலறைக்குச்

சென்றவர் தலையில் தண்ணீர் ஊற்றி வந்து படுக்கையில் சரிந்தார்.

மறுநாளில் இருந்து அந்த அறையில் சாம்பிராணி மணம் வருவதில்லை, மணி ஒலிப்பதில்லை, கற்பூரம் எரியவில்லை. இப்போதெல்லாம் அலாரம் வைத்துதான் எழுகிறார் வாத்தியார்.

www.ingramcontent.com/pod-product-compliance
Lightning Source LLC
LaVergne TN
LVHW100257051026
849517LV00006B/2114
* 9 7 8 9 3 9 0 8 8 4 4 4 5 *